D1772210

நித்ய கன்னி

நித்ய கன்னி

எம். வி. வெங்கட்ராம் (1920 – 2000)

மணிக்கொடி எழுத்தாளரான எம்.வி.வி. கும்பகோணத்தில் 18 மே 1920இல் பிறந்தார். தந்தை வெங்கடாசலம், தாயார் சரஸ்வதி. பி.ஏ. (பொருளாதாரம்) மற்றும் ஹிந்தியில் விஷாரத் படித்தார். 'சிட்டுக்குருவி' என்ற முதல் சிறுகதை அவரது 16ஆம் வயதில் *மணிக்கொடியில்* வெளியாயிற்று. அப்போது அவர் கல்லூரியில் முதல் வருடம் படித்துக்கொண்டிருந்தார்.

அதன் பிறகு தொடர்ந்து கதைகள், நாவல்கள், குறுநாவல்கள், ஓரங்க நாடகங்கள், கவிதைகள், கட்டுரைகள் முதலியன எழுதினார். பிரபல பத்திரிகைகளிலும் சிற்றிதழ்களிலும் அவை வெளிவந்தன.

1948இல் *தேனீ* என்ற இலக்கிய இதழைத் தொடங்கி நடத்தினார். தமிழின் சிறந்த எழுத்தாளர்கள் அனைவரும் அதற்குப் பங்களித்தனர். *பாலம்* என்ற தமிழ் இலக்கிய இதழுக்கும் எம்.வி.வி. கௌரவ ஆசிரியராகப் பணியாற்றினார். 'காதுகள்' என்ற அவரது நாவல் அதில் தொடராக வெளியாயிற்று.

சொந்தப் படைப்புகள் தவிர ஆங்கிலத்திலிருந்தும் ஹிந்தியிலிருந்தும் நிறைய மொழிபெயர்த்திருக்கிறார். இந்தியாவின் புகழ்பெற்ற மனிதர்கள் பற்றிய வாழ்க்கை வரலாறுகள் பலவற்றைக் குழந்தை களுக்காக எழுதியிருக்கிறார். அவருடைய நூல்கள் இருநூறுக்கு மேல் இருக்கும்.

1993இல் சாகித்திய அக்காதெமி விருது பெற்றார்.

14.1.2000 அன்று கும்பகோணத்தில் காலமானார்.

எம்.வி. வெங்கட்ராம்

நித்ய கன்னி

காலச்சுவடு பதிப்பகம்

● அன்பார்ந்த வாசகருக்கு,

வணக்கம்.

காலச்சுவடு நூலை வாங்கியமைக்கு நன்றி.

நூலின் உள்ளடக்கம், உருவாக்கம், அட்டைப்படம் இன்ன பிற அம்சங்கள் பற்றிய உங்கள் கருத்துகளையும் ஆலோசனைகளையும் காலச்சுவடு வரவேற்கிறது. தகவல், எழுத்து, வாக்கியப் பிழைகள் தென்பட்டால் கட்டாயம் தெரிவித்து உதவுங்கள். நூல் தயாரிப்பில் கடும் குறைபாடு இருப்பின் மாற்றுப் பிரதி உங்களுக்குக் கிடைக்கக் காலச்சுவடு ஏற்பாடு செய்யும்.

மின்னஞ்சல்: *publisher@kalachuvadu.com*

காலச்சுவடு நாகர்கோவில் தலைமையகத்துக்கும் கடிதம் அனுப்பலாம்.

தங்கள்
எஸ்.ஆர். சுந்தரம் (கண்ணன்)
பதிப்பாளர் — நிர்வாக இயக்குநர்

நித்ய கன்னி • நாவல் • ஆசிரியர் : எம்.வி. வெங்கட்ராம் • © எம்.வி. ஜெயகுமார் • முதல் பதிப்பு : ஜூலை 1975, காலச்சுவடு முதல் பதிப்பு : டிசம்பர் 2006, எட்டாம் பதிப்பு: ஆகஸ்ட் 2023 • வெளியீடு: காலச்சுவடு பப்ளிகேஷன்ஸ் (பி) லிட்., 669 கே. பி. சாலை, நாகர்கோவில் 629001

nitya kanni • Novel • M.V. Venkatram • © M.V. Jayakumar • Language: Tamil • First Edition: July 1975, First Kalachuvadu Edition: December 2006, Eighth Edition: August 2023 • Size: Demy 1 x 8 • Paper: 18.6 kg maplitho • Pages: 184

Published by Kalachuvadu Publications Pvt. Ltd., 669 K.P. Road, Nagercoil 629001, India • Phone: 91-4652-278525 • e-mail: publications @kalachuvadu.com • Printed at Clicto Print, Jaleel Towers, 42 KB Dasan Road, Teynampet Chennai 600018

ISBN: 978-81-89359-52-2

08/2023/S.No. 182, kcp 4655, 18.6 (8) rss

காலம் தின்று செரிக்காத கதை

கதைகளை எழுத்தாளர்கள் எழுதிக்கொண்டு தான் இருக்கிறார்கள். வாசகர்கள் வாசித்துக் கொண்டுதான் இருக்கிறார்கள். ஆனால் காலம் நினைக்கும் தன் நீதியின் கதையை ஒரு படைப் பாளன் வழியே அது தன்னைத்தானே எழுதிக் கொள்கிறது.

தமிழ் இலக்கியத்தில் சத்தமில்லாமல் நடந்த முக்கிய நாவல் பணிகளில் எம்.வி. வெங்கட்ராமின் 'நித்ய கன்னி' ஒன்று. ஒரு பெண்ணின் உடல், மனம் இரண்டும் அறத்தின் பெயராலும் தர்மத்தின் பெய ராலும் மிகக் கொடூரமான சாத்வீக வன்புணர்ச்சிக்கு ஆளாக்கப்படுவதைப் புராணகால வாழ்வினூடாகப் பேசும் ஒரே தமிழ் நாவல் இதுதான். பெண்ணை மட்டுமே மையப்படுத்தித் தமிழில் இதற்குப் பின் னும் இப்படி ஒரு நாவல் எழுதப்படவில்லை.

ஒரு சிறுகதைக்கான கதாபாத்திரங்களோடு சுழலும் இந்நாவல் ஒரு குறுநாவலின் அளவே விவரிக்கப்பட்டிருப்பினும் காலத்தை உள்ளடக்கிய விதத்திலும் அது நம்மை ஆழ்த்தும் அனுபவத் திலுமாக நாவல் தன்மைக்குள் நுழைகிறது.

யயாதியின் புதல்வி மாதவி. விஸ்வாமித்திர ருக்கு குருதட்சணையாகக் கொடுக்க வேண்டிய எண்ணூறு புரவிகளுக்கான நிர்ப்பந்தத்தில் யயாதியைச் சந்திக்கும் விஸ்வாமித்திரனின் சீடன் காலவன். புரவிகள் இல்லாததால் எத்தனைக் குழந்தைகளை ஈன்றெடுத்தாலும் கன்னியாக

மாறிவரும் தன் மகளான மாதவியை யயாதி காலவனுக்கு தானமாகக் கொடுக்கிறார். அறுநூறு புரவிகளுக்காக மூன்று அரசர்களுக்கு மாதவியைத் திருமணம் செய்விக்கிறான் காலவன். மிச்சம் வராத இருநூறு புரவிகளுக்காக ஒரு குழந்தை பெறும்வரை விஸ்வாமித்திரரும் மாதவியைத் திருமணம் செய்து விடுவிக்கிறார். இறுதியில் யயாதி செய்யும் சுயம்வரத்தைப் புறக்கணித்து மாதவி காட்டிற்குச் செல்கிறாள்.

இந்நாவலுக்குள் எக்காலத்திலும் இயங்கும் மனித குணங்கள்தாம் கதாபாத்திரங்களாக இருக்கின்றன. மாதவி நித்ய கன்னி எனும் புனைவு அல்லது விசித்திரம் தவிர்த்து.

காலவனைப் போல் அதிகாரத்தின் கீழும் விதியின் கீழு மாய்த் தன் வாழ்வை மீட்டெடுக்கும் துணிச்சலின்மையால் நிரந்தரக் கோழைகளாக இருப்பதை நாம் அன்றாட வாழ்வில் பார்த்துக்கொண்டுதான் வருகிறோம்.

சமூகப் பொது விதியே வாழ்வின் தத்துவமாக நம்பிக் கொள்ளும் திலோதாசன். இது பெரும்போக்காகச் சமூக வாழ்வைப் பிரதிபலிக்கும் குறியீடாக இருக்கிறது.

குறிப்பிடத்தக்க அதிகாரமும் பணமும் மிக்க பணக்காரர் களும் யாதொரு குற்றவுணர்வும் இல்லாதவர்களும் ஹர்யசு வனைப் போலப் பெண்களிடம் தங்களைத் திணித்தபடிதான் உள்ளார்கள்.

இவைகளையெல்லாம் கேள்விக்குட்படுத்தும் உசிநரனைப் போல உள்ள நபர்களை அபூர்வமாகவும் அவ்வப்போதும் கதை களின் வழியாகவும் காணமுடிகிறது. மேற்கூறிய கதாபாத்திர வகைகளில் காலமும் இடமும் பெயர்களும் வேண்டுமானால் மாறியிருக்கலாம். மற்றபடி இவை எக்காலத்திலும் தொடர்ந்து கொண்டிருப்பவைதான் என்பது உண்மை. 1975 ஆம் வருட நாவல் ஒன்று காலத்தால் தின்று செரித்து மறக்கடிக்கப்படாத தற்கு இது மிக முக்கியமான காரணங்களில் ஒன்றாகும். புராணங்கள், பழங்கதைகள், இதிகாசங்கள் எவையாய் இருப்பி னும் அடிப்படை வாழ்வு ஒன்றுதான். இதில் ஒரு புனைவின் வழியாகவே ஒரு காலத்தை நாம் ஓரளவுக்காவது தெளிவாக உணரமுடிகிறது.

இந்நாவலுக்குள் முன்பே குறிப்பிட்டபடி புனைவு அல்லது விசித்திரம் மாதவி நித்ய கன்னி என்பதுதான். எந்த ஒரு பெண்ணும் இயற்கையின் பொது யதார்த்தத்தின் முன்னே நித்ய கன்னியாக இருக்க முடியாதபோது அவள் ஏன் அக்காலத்தில் அவ்வாறு படைக்கப்பட்டுள்ளாள் என்பது மாபெரும் கேள்விதான்.

நமது புராணங்கள், இதிகாசங்கள் யாவும் நவீன வாசிப் புக்கு உட்படுத்தப்படும்போது பெண்கள் குறித்த புனைவுகள் எவ்வாறு உருவாக்கப்பட்டிருக்கின்றன என்பது கவனிக்கப்பட வேண்டியதாகும். மேலும், அதிகாரத்தை ஏதாவதொரு வகை யில் எதிர்க்கும், கேள்விக்குள்ளாக்கும், நெருக்கடிக்குள்ளாக் கும் நபர்கள் நரகாசுரனிலிருந்து நந்தனார் வரை எவ்வாறு கதையாக மாற்றப்பட்டிருக்கிறார்கள் என்பதும் மிக முக்கிய மாகக் கவனிக்கப்பட வேண்டியதாகும்.

இம்மாதிரியான புனைவுகளை உருவாக்குபவர்களின் நெருக்கடிகள், கலாச்சார - பண்பாட்டு - ஜாதியக் குற்றவுணர்வு மற்றும் அதிகார நெருக்கடிகளாகும். ஆனால் துரதிருஷ்டவச மாக அவை புனைவுகளாகப் படைக்கப்படுவதால் நமது தொடர்ந்த மீள் வாசிப்பின் பகுத்தறிவினூடாக அதை நாம் விவாதத்திற்குட்படுத்த முடியும். புரிந்துகொள்ள முடியும். புதுமைப்பித்தனின் ஒரு கேள்விதான் 'சாபவிமோசன'த்தில் ராமனைப் பார்ப்பதற்கான பிரத்யேகக் கண்களைப் பலருக்குத் தருகிறது.

விஸ்வாமித்திர முனியானாலும் சரி, சடையானாலும் சரி, ஒரு புனைவுக்குள்ளிருந்து நவீன புனைவுக்குள்ளும் நவீன மனத்துக்குள்ளும் புகுந்து வெளிவரும்போது அவன் தத்துவம் தவிடுபொடியாகிவிடுகிறது. இப்படித்தான் மாதவி நித்யக்கன்னி யாய் இருக்கும் ஒரு பெண்ணின் உண்மையும் நமக்குப் புரிய வருகிறது.

ஒரு நவீன மனம் இல்லாவிடில் எம்.வி.வி. இக்கதையைத் தேர்வு செய்திருக்கவே முடியாது. பின்பு கதை வழி நடத்தி முடித்திருக்கவும் முடியாது. தேர்வு செய்தது மட்டுமல்ல; அவர் இக்கதையை அனாயாசமாகச் சொல்லிச் செல்கிறார்.

மாதவி யயாதியின் புதல்வியாக உள்ளவரை கனவுகள் அலைபுரளும் துன்பத்தைச் சந்தித்திராத அரசகுலப் பெண் ணாகவே உள்ளாள். அப்பாவிடம் தன்னைத் தானமாகப் பெற்று மூன்று அரசர்களுக்கு மணம்புரிய வைக்கப் போகிறான் காலவன் என்று தெரியாமலே அவன் மீது காதல் கொள்கிறாள். உனவி என்னும் பொய்ப் பெயர் கூறிச் சந்திக்கும் மாதவியைக் காலவனும் விரும்புகிறான். இந்த முடிச்சுதான் கதையைக் கடைசிவரை மிக அழுத்தமாக நகர்த்திச் செல்ல உதவுகிறது. காலவனோ மாதவியோ ஒருவரை ஒருவர் விரும்பவில்லை யெனில் நாவல் இத்தனை அழுத்தம் பெற்றிருக்காது.

மாதவி மனம் ஒரு ஆணிடம் திளைத்திருக்க அவளுடல் பல்வேறு ஆண்களின் கைகளில் வாழ்ந்து வருகிறது. மாதவியோ

அல்லது பரிசுத்தமான காதலுக்கு ஏங்கும் ஒரு பெண்ணோ தொடர்ந்து தன் வாழ்வெளியில் தன் மனதுக்குகந்த காதலனைத் தன் மெய்மையால் தேடிக் கொண்டுதானிருக்கிறாள் என்பதன் பொருளாகவே இதைப் பார்க்கமுடியும்.

காலவன் உனவிதான் மாதவி என்று தெரிந்தபின்னும் காதல் கொள்கிறான். ஆனால் குருவுக்குக் கொடுக்க வேண்டிய எண்ணூறு புரவிகளுக்காகத் தன் காதலைப் புதைத்துவிட்டு மூன்று அரசர்களுக்கு ஒன்றன் பின் ஒன்றாக அவளை மணம் புரிந்து வைக்கின்றான்.

இவர்களின் காதலில் ஓடும் ஒரு இழை மிகவும் நெகிழ்ச்சி யானது. அபூர்வமானதும்கூட. எண்ணூறு புரவிகளை விஸ்வாமித் திரருக்குக் கொடுத்துவிட்ட பின்னர் காலவன் தனக்குக் கிடைப் பான் என்றும், மாதவி தனக்குக் கிடைப்பாள் என்றும் ஒருவரை ஒருவர் விரும்பிக் கொண்டு கிடக்கின்றார்கள். கிடைக்கவிருக் கும் காதலுக்காகக் காதலையே பலியிட்டபடி காத்திருப்பதுதான் இதன் உச்சபட்ச துயரமாகும்.

மாதவியைப் பிரியும் காலவன் வெறுமனே அவள் பிரிவில் தன்னைத் தானே தேற்றிக்கொள்ள தியானமும் தவமியற்றலு மாக அவனுக்குத் தெரிந்தவைகளில் சமனப்படுத்த முயற்சித்த படி காத்து நிற்கின்றான். ஆனால் அதே காரணத்தால் பிரிந்த மாதவி வேறு வேறு அரசர்களுடன் அந்நேரத்தில் சுய விருப்ப மின்றி வாழ்ந்து கொண்டிருக்கிறாள். பிள்ளைகள் சுமக்கிறாள். ஈன்றெடுத்துப் பிரிகிறாள்.

‘காதலுக்காக நீங்கள் பொய் சொல்லக்கூடும்; அதைவிட சிறந்த காதலுக்காக நீங்கள் திருடவும் கூடும்; ஒரு உண்மை யான காதலுக்காகக் கொலையும் செய்யக்கூடும்’ எனும் வரிகள்தான் இதை வாசித்ததும் ஞாபகத்திற்கு வருகின்றன. இவ்வரிகள் இக்கதையில் மாதவிக்கே பெரிதும் பொருந்தும். ஏனெனில் உறவு கொள்வது இருவரானாலும் சுமப்பதும் ஈன்றெடுப்பதும் பெண்தான் எனும்படி அதன் பளு முழுதும் மாதவியையே சார்ந்து நிற்கிறது.

இதில் காலவனுக்குத் தன் எதிர்கால வாழ்வு குருவால் சபிக்கப்பட்டுவிடும் என்று பயம் ஒரு பக்கம்; மாதவியைக் காதலிப்பது, கைவிட முடியாமல் தவிப்பது மறுபக்கம். பல சமயங்களில் பரிதாபத்திற்குரிய கோழையாகவும் மாறிவிடு கிறான். இப்படியான மனிதர்கள் ஒருபோதும் சிறப்பான காரியத்தைச் செய்ய முடிவதில்லை. காலவனின் பாத்திர வடிவமைப்பு, அவன் குணாம்சத்திற்கேற்ற வாழ்வாகவும் அவ்வாழ்வுக்குரிய பலனாகவும் சித்தரிக்கப்பட்டிருக்கிறது.

மூன்று அரசர்களில் அயோத்தி அரசன் ஹர்யசுவன், காசி மன்னன் திலோதாசன் இருவரும் ஒரே அளவில் விவரிக்கப் படுகிறார்கள். ஹர்யசுவன் மாதவியை மோகத்தில் கொண்டாட நினைக்கின்றான். மாதவி அவனை மனரீதியாகப் புறக்கணித்தே அவனுடன் வாழ்கிறாள். ஒரு மனிதன் அரசனாக இருந்தென்ன, கடவுளாக இருந்தென்ன? கூடலில் மனைவியின் மனத்தைத் தொட முடியாத ஒருவனைப் பெண் நிரந்தரமான தோல்விக்குள் சமாதி செய்கிறாள்.

காசி மன்னன் திலோதாசன் மாதவியை வாரிசுக்காகத் திருமணம் செய்து கொள்ளும் அரசன். அவன் மாதவியை 'மனக்கறை' உடையவள் என்கிறான். அந்தபுரத்தை மாட்டுப் பண்ணைகளைப் போல உருவாக்கும் எந்த ஒரு அரசனுக்கும் அந்த வார்த்தை கூற எந்த அருகதையும் கிடையாது. இவர்கள் இருவருமே பெண்களைப் பொதுப்புத்தியோடுதான் அணுகு கிறார்கள். விஸ்வாமித்திர முனிவர்(!) இதற்கும் ஒருபடி மேலே போய்விடுகிறார்.

விஸ்வாமித்திரர் மற்றும் குறிப்பிட்ட பழைய சித்தர்கள் உள்ளிட்ட பலரும் பெண் உடலைக் கிண்டல் செய்தும் அரு வெறுப்பான வார்த்தைகளைகக் கூறி வெறுத்து ஒதுக்கியும் தங்கள் ஆன்மிகத்தை வளர்க்கிறார்கள். பெண்ணை ஏற்றுக் கொள்ளாத ஆன்மிகம் எவ்வாறு முழுமையடையும் என்று தெரியவில்லை. பெண்ணைப் பழிப்பதினூடாக இவர்கள் இயற்கையையே தவறாகப் புரிந்துகொள்கிறார்கள் என்பது எளிமையான நிரூபணமாகும்.

ரிஷியாகவும் முனியாகவும் மக்களை ஆளும் தர்ம சிந்தனை படைத்த அரசனாகவும் உள்ள அவர்களைவிட ஒரு சாமானியனோ கதையாசிரியனோ ஒருபெண்ணை எளிதாகப் புரிந்துகொள்கிறான். மாதவியின் வாழ்வு ஆண்களின் கைகளில் உருளும் பந்தாக இருப்பினும் அவள் மன உலகங்களும் விமர்சனமும் ஒரு பெண்ணிலிருந்து எழுதப்பட்ட இடங்களாகும்.

மாதவி தனது அதிகாரத்தைத் தன்னிடத்தில் வைத்துக் கொள்வது, காதலென்று வரும்போது காதலைப் பெறுவதற் காகத் தன்னையே பலியிட்டுக்கொள்வது, காதலனாக இருப் பினும் காலவனை மிகச் சரியாக விமர்சித்துக் கிண்டல் செய் வது, பெண்ணை மதிக்கும் உசிநரன் இடும் கட்டளைகளை ஏற்றுக்கொள்வது, மரியாதை தருவது என அவளது இப்போக்கு கள் நம் நெஞ்சைக் கரைக்கக்கூடியவை.

எத்தனைப் பேரலைகளால் பெண்ணின் சித்திரங்கள் குலைக்கப்பட்டாலும் இந்தப் பிரதானப் போக்குதான் பெண்ணின் போக்கு என்பதை அழுத்தமாக முன் வைக்கிறார் ஆசிரியர்.

மூன்றாவது மாதவியை மணம்புரிந்து கொள்ளும் உசிநரன் தான் பெண்மையைப் புரிந்துகொள்ளும் அரசனாகவும் கலைஞனாகவும் வருகிறான். இக்கதை வெளியின் எல்லாப் பாகங்களையும் ஊடுருவிச் சிந்திக்கும் கேள்விகளை அவன் தான் முன் வைக்கின்றான். இப்பாத்திரப் படைப்பினுள்தான் நவீன மனமும் வாழ்விற்கான தர்மம், நீதியைப் பற்றிய கேள்விகளும் எழும்புகின்றன. உசிநரனால் எழுப்பப்படும் 'எது யாருக்கு அறம் என்பதை அறுதியிடுபவள் யார்?' எனும் கேள்வி யினூடாக இவ்வாழ்வு கேள்விக்குட்படுத்தப்படுகிறது. விவாதத் திற்கு உட்படுத்தப்படுகிறது.

உசிநரன் மூலமாக மேலெழும்பி வரும் ஆசிரியரின் மற் றொரு பார்வை மிகவும் முக்கியமானது. சட்டங்களுக்குள்ளும் விதிமுறைகளுக்குள்ளும் பயணப்பட்டு வரும் ஒரு பெண்ணுட லின் நியாயமான மன உலகம் பற்றியதாகும் அது.

குழந்தை ஈன்றவுடன் மீண்டும் கன்னியாகிவிடும் வரத்தை மாதவி பெற்றிருக்கிறாள் எனும்போது பெற்ற தகப்பனிலிருந்து விஸ்வாமித்திரர் வரைக்கும் அவளைப் பயன்படுத்திக்கொள்வதில் அவர்களுக்குத் தயக்கம் எதுவுமில்லை. ஆனால் உசிநரன்தான், 'மாதவி நித்யகன்னியாய் இருப்பினும் அவள் மனரீதியாக மூன்று குழந்தைகளுக்குத் தாய் எனும் அனுபவக் களைப்பில் இருக்கிறாள்; அவள் மனவுடல் தளர்ச்சியடைந்துகொண்டு வருகிறது' என்பதைச் சுட்டிக்காட்டுகிறான்.

பெண் உடலையும் பெண் மனத்தையும் தனித்தனியாகப் பார்க்கும் அந்நபர்களின் உலகத்தைக் கேலி செய்து அவை களைக் கூடிக்கலந்து பேணும் இப்பார்வைதான் நாவலை நிஜமான உயரத்திற்கு அழைத்துச் செல்கிறது.

புரவிகள் இல்லாததால் எண்ணூறு புரவிகளுக்காகத் தன் மகளைத் தானம் செய்யும் உரிமை யயாதிக்கு வருவதுதான் தர்மமெனில் அத்தர்மம் எத்தகையது? குருதட்சணைக்காகத் தன் காதலியையே பிறருக்கு மணம்புரிந்து வைப்பானெனில் அவன் காதல் எத்தகையது?

சீடனின் காதலியாக இருப்பினும் தனக்கும் விருப்பம் என்று வந்துவிட்ட பின்னர் வராத இருநூறு புரவிகளின் கணக்குக் காக மாதவியை தானும் வைத்துக்கொள்வதுதான் முற்றும் துறந்த அறிந்த முனிவனின் நீதியா? அப்படியெனில் புரவிகள் தருவதாகக் கூறி ஒரு பெண்ணை அனுபவிக்கும் அரசர்களுக் கும் முனிவனுக்கும் என்ன வித்தியாசமிருக்கிறது?

உயிர்கள் எனும்போது எல்லாவற்றிற்கும் இயற்கையில் சம அந்தஸ்தான வாழ்வுதான் என்றாலும் எண்ணூறு புரவி

களைவிட ஒரு பெண்ணின் மனமும் உடலும் எந்த வகையில் தாழ்ந்தது.

அகப்பட்ட பெண்ணை வன்புணர்ச்சி செய்பவர்களுக்கும் அல்லது விருப்பமற்றுப் பாலியல் தொழில் செய்ய நேர்ந்து விட்ட பாலியல் தொழிலாளர் ஒருவரை ஒன்றன் பின் ஒன்றாக அனுமதிப் புணர்ச்சி செய்பவர்களுக்கும், இவர்களுக்கும் என்ன வித்தியாசம் இருக்கிறது?

ஒரு படைப்பு ஒரு வாழ்வை விவரிப்பதினூடாக வாழ்வுக் குரிய கேள்விகளை உருவாக்கியபடி செல்வதுதான் படைப் பூக்கச் செயல்பாட்டின் முக்கியப் பணியாகும். அதை இந்நாவல் மிக எளிமையாகவும் ஆழமாகவும் செய்கிறது. நாவல் தற் போதைய வாசிப்பிலும் சோர்வு கொள்ளச் செய்யாமல் கதை யோட்டத்தைத் தேடிச் செல்ல வைக்கிறது. நாவலின் உருவாக்க மொழி கதையின் காலத்தை உணரும்படி உள்ளது. 'நிலா நடிகை வந்தாள் (பக். 42)', 'பொன் ரேக்குகள் இழைத்த . . .' எனும் வார்த்தைப் பிரயோகங்கள் தவிர்த்து.

ஒவ்வொரு அரசனின் வாழ்வும் மாதவி அவர்களை எதிர் கொள்ளும் விதமும் அவள் பெற்ற குழந்தைகளைப் பிரியும் தாயின் மனநிலைகளும் விடுபட்டு நிற்கின்றன. குறிப்பாக அதிகாரத்தால் கையாளப்பெறும் ஒரு பெண்ணின் உடல் அவ்வதிகாரத்தையே கேலிக்குள்ளாக்கும்படி மனத் திடம் பெற்றதாக உருவாகும்போது அவை முழுதாய்க் கண்டுகொள்ளப் பட்டு எழுதப்பட்டிருந்தால் பெண்மையின் பேரத்தியாயங்கள் நமக்குக் கிடைத்திருக்கும். இவை இக்காலகட்டத்தின் எழுத்துத் தேவையாக உள்ளன.

இந்நாவலின் குறைகளாக அவற்றைக் காணாமல் இப்படி வேண்டுமானால் கூறுவேன்.

நாவலின் கதாபாத்திரங்களும் காலமும் அரண்மனைகளும் குதிரைகளும் எத்தனை எழுதினாலும் விவரித்தாலும் விரிவு கொள்ளவும் கதை சொல்லவும் காத்துக்கொண்டிருக்கின்றன.

தன்னை மீண்டும் ஒரு புனைவுக்குள்ளும் மீண்டும் ஒரு தளத்திற்குள்ளும் அனுமதிக்கும் ஒரு படைப்பு நிச்சயம் எக்காலத் திற்குமான படைப்புதான். அவை உருவாக்கும் இடைவெளி களையும புதிய சிந்தனைகளையும் விருப்பமுள்ளவர்களும் சக்தி படைத்தவர்களும் நிச்சயம் கண்டடைவார்கள்.

ஜே.பி. சாணக்யா

(காலச்சுவடு பதிப்பகத்தின் கிளாசிக் வரிசைப் பதிப்புக்காக எழுதப்பட்ட முன்னுரை)

நூலின் சிறப்பு

இது இந்தக்காலத்து மனிதர்களைப் பற்றிய கதையல்ல. 'சரித்திரம் தொடங்குமுன்' என்று சொல் கிறார்களே, அந்தப் பழைய காலத்தைப் பற்றியது. பாத்திரங்களும் அந்தக் காலத்து முனிவர்கள், அரசர் கள், மங்கையர்கள். கதையின் பொருளோ, பழமை யோ புதுமையோ இன்றி சாசுவதமாக நிலைகொண்டு மனிதர்களைத் திணற அடித்து வருகிற பொருள்.

நம்முடைய இதிஹாசத்தில் காணும் ஒரு குறிப்பை, ஒரு பொறியை ஊதி ஊதி, தம் கற்பனை யால், புதுமைகளும் அதிர்ச்சிகளும் கலந்து ஒரு நீண்ட சிறு காவியமாக நமக்கு அளித்திருக்கிறார் வெங்கடராமன்.

வாசகர்களின் நினைவு குறுகியுள்ளதாலும், நவீன தமிழ் இலக்கியத்தைப்பற்றி, அபிப்பிராய வர்ணம் தீட்டாத, நேர்மையான வரலாறு ஒன்றை இன்னும் யாரும் எழுதாததாலும், வெங்கட ராமனைப்பற்றிச் சில வார்த்தைகள் சொல்லியாக வேண்டும். வெங்கடராமன் கும்பகோணத்தில் பிறந்து வளர்ந்து வாழ்ந்து வருகிறார். பள்ளிப்படிப்பு முடிந்து கல்லூரியில் சேர்ந்தவுடன், பதினாறு வயதி லேயே அற்புதமான கற்பனையும் சிந்தனையாழமும் கொண்ட கதைகளை எழுதத் தொடங்கியவர். அக் கதைகளை 'மணிக்கொடி' அப்பொழுது வெளி யிட்டுக் கொண்டிருந்தது. அவரோடு அதே கல்லூரி யில் சகபாடியாக இருந்த என்னையும் இன்னும் சிலரையும் எழுதத் தூண்டின அவருடைய கதைகள்.

ரஞ்சகமான ஒரே ஒரு வாரப் பத்திரிகையும், ஆங்கிலத்திலிருந்து அஜாக்ரதை யாகப் பெயர்த்துவைக்கப்பட்ட சில நாவல்களுமே வந்து கொண்டிருந்த 1930 – 40இல், நவீனத் தமிழில் இலக்கிய மதிப்புக் கொண்ட சரக்குகள் வெளிவருவதை அவர்தாம் எங்களுக்கு அறிமுகப்படுத்தியவர். புதுமைப்பித்தன், கு. ப. ரா., பிச்சமூர்த்தி, பி. எஸ். ராமையா இவர்களின் கதைகளோடு இவருடைய கதைகளும் எங்களுக்கு வழி காட்டின. நூற்றுக்கு மேற்பட்ட சிறுகதைகளும், பல நெடுங்கதைகளும், புத்தரைப் பற்றிய ஒரு மேடை நாடகமும் எழுதி இருக்கிறார். பொருளிலும் அமைப்பிலும் அநேகம் கதைகள் புது முயற்சிகள். இயல்பில் அசாதாரணமான அடக்கமும் மென்மையும் கொண்டவரா யினும், எழுத்தில் கட்டை அறுத்து ஓடும் போராட்டமும் கண்டிப்பும் எதிர்ப்பும் நகைப்பும் இரைந்துகொண்டே யிருக்கும். 'விக்ரகவிநாசன்.' என்ற புனைபெயரில் அவர் எழுதிய கதைகள் இதற்குச் சான்றுகள். உண்மையில் அவர் விக்ரக விநாசர் அல்ல, அந்த ஆர்வம் கொண்ட தீவிர பக்தர். இலக்கிய கர்த்தாக்களுக்கு மாடம் கட்டிப் போற்றும் விமர்சகக் கொத்தனார்களுக்கு இவருடைய நினைவு வராதது வியப்பான செய்தி. எழுதுகிற பிழைப்பு பல சமயங்களில் கடைக்காரப் பிழைப்பாக ஆகிவிடுகிறது. "எழுதிக்கொண்டே இரு, கடை பரப்பிக் கொண்டேயிரு. விற்றுக் கொண்டேயிரு. கடையைக் கட்டாதே; வெறுமே வைக்காதே" என்று சொல்லாமல் சொல்கிறார்கள் ஆதரவாளர்கள். "திருநாகேச் வரம் வேட்டியானாலும் தினமும் நெய்துகொண்டேயிரு. சளைக் காதே; சளைப்பதாகக் காட்டிக் கொள்ளாதே; இல்லாவிட்டால் உன்னை மறந்து விடுவோம்" என்று வாசகர்கள் சொல்லாமல் பயமுறுத்துகிறார்கள். யாரும் நெய்யாத ஒன்றை நெய்துவிட்டு சும்மா கிட என்று சொல்ல ஆளில்லை. ஒரு ஆள் உண்டு. அவர் எழுதுகிறவர்தான். வெங்கடராமன் அதிகமாக எழுது வதில்லை. ஆகவே வாசகப் பெருமானும் எந்தெந்த வாசற்படி களில் வெளிப்படப் போகிறார்களோ என்று கட்டிக் காத்துக் கொண்டு கண்ணில் படும்படியாகத் தாவித்தாவி நிற்கும் தெம்பை வளர்க்கத் தவறிவிட்டார் அவர். அவருடைய நாவல்களோ, சிறுகதைகளோ, புத்தக உருவில் வரவில்லை. 'இருளும் ஒளியும்' வந்துள்ளது. இந்த 'நித்ய கன்னி'தான் அடுத்தது என்று நினைக் கிறேன்.

இந்த நித்ய கன்னியைப் பலதடவை படித்தால்தான் நல்லது. அன்றாடம் நாம் காண்கிற காதற் கதையோ, கற்புக் கதையோ, கற்பு கெட்ட கதையோ அல்ல. மனிதன் உயர்வை நோக்கி நடத்தும் இயற்கைப் போராட்டங்களைச் சில விசித்திரப் பாத்தி ரங்களின் மூலம் சித்தரிக்கிறது.

கதையின் புறப்போக்கு இதுதான். "விசுவாமித்திரரின் சீடன் காலவன் நல்ல அழகன். குருகுல வாழ்க்கை முடிந்ததும் குருதட்சிணை கொடுத்தே தீருவேன் என்று பிடிவாதம் செய்கி றான். பொறுமையிழந்த விசுவாமித்திரர், உடல் வெள்ளையாகவும் காதுமட்டும் கறுப்பாகவும் உள்ள எண்ணூறு குதிரைகளைக் கொண்டு தருமாறு பணிக்கிறார்; காலவன் யயாதி மன்னனிடம் செல்கிறான்; அவனிடம் அத்தகைய பரிகள் இல்லை. பதிலாக, புதல்வி மாதவியைத் தானம் செய்கிறான். அவள் நித்ய கன்னி. ஒரு குழந்தை பெற்றவுடன் முன்போலவே கன்னி ஆகிவிடும் அதிசய வரம் கொண்டவள். அவளை அடுத்தடுத்து மூன்று அரசர்களுக்குத் திருமணம் செய்வித்து அறுநூறு பரிகளைப் பெறுகிறான் காலவன்; மீதிக் குதிரைகளுக்குப் பதிலாக விசுவாமித்திரரே அவளைக் கலியாணம் செய்து கொண்டு, ஒரு மகவு பிறந்ததும் விடுவிக்கிறார்." இந்த அவலங்களுக்கிடையே, உயிரைப் போல ஒருவரையொருவர் நேசிக்கும் காலவனும் மாதவியும் எப்படி உணர்ச்சி வதைக்குள்ளாகிறார்கள் என்று இந்த நாவல் கூறுகிறது. அதைமட்டும் அல்ல. அந்தத் தத்தளிப்பின் காரணங்களையும் ஆராய முயல்கிறது.

தொழில் நுணுக்கம், வெளி வான வெற்றி எல்லாம் கைகூடி வரும் இந்தக் காலத்திலும் இன்னும் அந்தப் பழைய வெற்றி கிட்டியபாடில்லை; அதுதான் உள்வான வெற்றி. அதை ஒவ்வொரு மனிதனும் தனித்தனியே செய்துதான் ஆகவேண்டும். பலர் சார்பாக ஒரு விஞ்ஞானியோ ஞானியோ ஆராய்ந்து அல்லது தவமிருந்து கையில் பிடித்துக் கொடுத்துவிட முடியாது. இந்தப் பிரச்சனையை ஆண் – பெண் உறவு, புருஷ தர்மம், ஸ்திரீ தர்மம் என்று பலவகை அறங்களோடு பிணைத்திருக்கிறார்கள். உண்மைப் பொருளை மறந்தோ, புரியாமலோ, புறமரபுகளையே கட்டிக் கொண்டு அழுதும் வந்திருக்கிறார்கள். குட்டை குழப்பியும் இருக்கிறார்கள். அறிவுரீதியாக எத்தனை விளக்கங்கள் கூறினா லும், தனி மனிதன் தானே சிந்தித்து, வாழ்ந்து, சாதகம் செய்து தீர்த்துக் கொள்ள வேண்டிய பிரச்சனை இது. இந்த முயற்சிகளில் காலவன், மாதவி, யயாதி, விசுவாமித்திரர், மூன்று கணவர்கள் – என்ற பல வகை மனிதர்கள் வெற்றி பெறுகிறார்கள், அல்லது தவிக்கிறார்கள் என்று வெங்கடராமன் சித்தரிக்கிறார்.

காலம் காலமாகப் பெண்மையின் எதிர்க்க முடியாத ஆட்சியை அடக்கி வைக்க ஆண் பலவித அணிவகுப்புகளை மாற்றி மாற்றி அமைத்து வருகிறான். ஆனால் உண்மையாகவே ஆளப்பிறந்த பெண் எப்படியோ அவற்றை மீறிக் கொண்டுதான் ஓங்கி நிற்கிறாள். காட்டுக்குள் ஓடித் தப்பிவிட்ட மாதவியின் மறைவுகூட வெற்றிதான் என்று எனக்குத் தோன்றுகிறது.

வெங்கடராமன் நம் முன் நிறுத்திய பாத்திரங்களை உருவகப் பாத்திரங்களாகப் பார்த்தால்தான் நமக்கு இந்த உண்மை புலப்படும். அதற்கு இந்நாவலை நாலைந்து தடவை மெதுவாகப் படித்தால் நல்லது.

வெங்கடராமனின் நடை, சொல்லாட்சி எல்லாம் புராதன சூழ்நிலைக்கும் இந்தப் போராட்டத்திற்கும் ஏற்ப ஒரு தனித் தன்மையுடன் அமைந்துள்ளன.

வெங்கடராமனின் பல சோதனைப் படைப்புகளில் இதுவும் ஒன்று. இந்தச் சிறந்த நூலைப் புத்தக உருவில் கொண்டு வர வேண்டும் என்று தோன்றிய பதிப்பகத்தாரை நாம் எவ்வளவோ பாராட்டலாம்.

நல்ல நூலுக்கு முன் சளசளப்பு நல்லதல்ல. நீங்கள் வாசிக்கத் தொடங்கலாம்.

தி. ஜானகிராமன்

(முதல் பதிப்புக்கு எழுதிய முன்னுரை)

தம்மைப் பற்றி

நித்ய கன்னி பிறந்த கதை

இன்றைக்கும் சரி, நான் விருப்பத்துடன் திரும்பத் திரும்பப் படிக்கும் நூல் மகாபாரதம்தான். அது அறம்கூறும் நூல் என்பதால் மட்டும் அல்ல; அரசியல், பொருளாதாரம், சமூக இயல், மனிதப் பண்பு ஆகிய எல்லாவற்றையும் பற்றி அறுதியிட்டு ஆலோசனை கூறும் பெரு நூல் என்பதால் மட்டும் அல்ல; பொழுது போக்குவதற்கு ரசமான கதைகள் சொல்லும் அழகான இலக்கியம் என்பதால் மட்டும் அல்ல;

எண்ணத்தால் எட்டமுடியாத உயர்வுக்கு ஏறித் தொட முடியாத இடங்களைத் தொட்டு விளையாட விரும்பும் என் கற்பனைக்கு வலிமை தேடிக்கொள் வதற்காகவும் நான் மகாபாரதத்தை அடிக்கடி நாடுகிறேன்.

1943ஆம் ஆண்டு இறுதி என்று ஞாபகம். திருச்சி – துறையூரிலிருந்து வெளிவந்து கொண்டிருந்த 'கிராம ஊழியன்' பத்திரிகைக்குக் காலம் சென்ற கு. ப. ராஜகோபாலன் ஆசிரியராக இருந்து இலக்கியச் சோதனைகள் நடத்திய காலம். கும்பகோணத்தில் கு. ப. ரா. வின் வீட்டிலும், மகாமகக் குளப்படித் துறையிலும் இலக்கிய நண்பர்களும் எழுத்தாளர் களும் அடிக்கடி கூடி சர்ச்சை செய்வது வழக்கம். தி. ஜானகிராமன், ரா. நாராயணசாமி (கரிச்சான்

குஞ்சு), கி. ரா. கோபாலன், நான் இன்னும் இளம் எழுத்தாளர் கள் பலர் இந்தக் கூட்டங்களில் பங்கெடுத்துக்கொள்வோம். எங்கள் அனைவரையும் ஓர் இலக்கிய வெறி பற்றிக்கொண்டிருந்த காலம் அது.

ஒரு முறை அவர், 'மகாபாரதத்தின் உபாக்யானங்களிலிருந்து பத்து அழகிகளைப் பொறுக்கிச் சிறுகதைகளில் வார்க்க வேண்டும். எனக்கு நேரம் இல்லை. எம். வி. சார், நீங்கள் செய்யுங்களேன்' என்று கேட்டுக் கொண்டார். அந்தப் பொறுப்பை நான் ஏற்றுக் கொண்டு, முதல் கதையாக 'திலோத்தமை' கிராம ஊழியனில் வெளியாயிற்று. திலோத்தமையின் அழகில் பரவசம் அடைந்த கு. ப. ரா., "உங்கள் திலோத்தமை தாகூரின் ஊர்வசியை விட அழகாயிருக்கிறாள்" என்று பாராட்டியது இன்றும் எனக்கு நினைவிருக்கிறது. இரண்டாம் கதையாக 'புலோமை'யை எழுதினேன்.

மூன்றாவது பாரதக் கதையாக 'நித்ய கன்னி'யை எழுதத் தொடங்கி, சிறுகதையாகத் திட்டம் இட்டு, நாவலாக வளர்ந்தது. கு. ப. ரா. அதை ஒரு புதிய சோதனையாக வரவேற்றார்; ஆனாலும், நாவலை நான் எழுதி முடிப்பதற்குள், அவர் காலமாகிவிட்டார்.

அவர் மறைந்தாலும், அவருடைய வேண்டுகோளும் அமித மான பாராட்டும் பாரதக் கதைகள் எழுதுவதற்கு எனக்கு உற்சாகம் இன்றுகூட அளிக்கின்றன என்பதை நான் கூறத்தான் வேண்டும்.

'நித்ய கன்னி'யை நான் எழுத நேர்ந்த கதை இதுதான்.

கதையின் கருப்பொருள்

மகாபாரதத்தில் நித்ய கன்னியின் கதை ஆறேழு பக்கங்களில் அடங்கிவிடுகிறது. இந்தச் சிறு பொறியைத்தான் 'ஊதி ஊதி'ப் பெரும் தீயாக மூட்டியிருக்கிறேன்.

கதை சரித்திரக் காலத்துக்கும் முற்பட்டது; பல ஆயிரம் ஆண்டுகளுக்கு முந்தைய கதை. அப்போது இந்தப் பாரத பூமியில் பல அரசர்கள் ஆட்சி புரிந்தனர். அக்காலத்தில் அரசி யலில் ஒரு நெறி இருந்தது. குடிகளின் மகிழ்ச்சியையும் சுபிட்சத் தையும் மனத்தில் கொண்டு, அரசர்கள் ஆண்டனர். அறத்தை அடிப்படையாகக்கொண்ட சமூக வாழ்க்கை அமைதியாக இருந்தது.

மறை ஓதுவதையும் ஓதுவித்தலையும் தொழிலாய்க் கொண்ட தாலும், ஆயுதப் பயிற்சியை அறிந்து கற்பிக்கும் திறன் பெற்றிருந்த

தாலும், பொருள் தேடுவதில் முனையாமல் பரம்பொருள் தேட்டத்தில் ஈடுபட்டிருந்ததாலும் அந்தணர்களை அரசர்களும் மக்களும் மதித்தனர் அக்காலத்தில். நாட்டின் ஆட்சிக்கு மட்டும் அன்றி மக்களின் வாழ்க்கை நெறிக்கும் அந்தணர்கள் வழி வகுத்துக் கொடுத்தார்கள். அன்றைய சமூகத்தில் அவர்களுக்கு அத்தகுதி இருந்தது.

மேலே சொன்ன பகைப்புலனில்தான் 'நித்தியகன்னி'யின் கதை உருவாகியுள்ளது.

பெறற்கரிய பேறு பெற்றாள் மாதவி என்னும் பெண்மணி; மகவு ஈன்றதும் இழந்த கன்னித்தன்மையைத் திரும்பப் பெறும் பேறுதான் அது. அதன் பயனாக மூன்று அரசர்களையும் ஒரு முனிவரையும் மணந்து, நான்கு குழந்தைகளைப் பெற்று, பெற்ற இடத்திலேயே அவைகளை விடுத்து, கன்னியாகவே தந்தையிடம் திரும்புகிறாள் அவள். அவளுக்கு சுயம்வரம் வைக்க விழைந்த தந்தையின் விருப்பத்தை மறுத்து நித்ய கன்னி காட்டுக்குத் தவம் செய்யக் கிளம்பினாள் என்று பாரதக் கதை கூறுகிறது.

நான் இருபதாம் நூற்றாண்டைச் சேர்ந்தவன்; மனித இனத்துக்குப் பெரும் பேறாக இருக்கவேண்டிய அணுசக்தி அசுரசக்தியாக உலகை வதைக்கும் கொடுமையைக் கண்டவன். வரபலத்தால் இன்பமாக வாழவேண்டிய மாதவி, கானகத்துக்குத் தவம் இயற்றப் போகும் அளவுக்கு விரக்தி கொண்டதைக் கண்டு அவள்பால் பரிவு கொண்டேன். இந்தப் பரிவைச் சுற்றித்தான் கதையை வளர்த்தேன்.

மூலக்கதையை நான் பல மாறுதல்களுக்கு உடன்படுத்தியுள்ளேன். ஓர் அரசனை வாய் வேதாந்தியாகவும், மற்றொருவனைக் காமுகனாகவும், மூன்றாம் மன்னனைக் கலைஞனாகவும் படைத்தது நான்தான். காலவன் மாதவியைக் காதலித்ததும் என் கற்பனையால்தான். இந்தப் பாத்திரங்களின் படைப்புக்கு நானே பொறுப்பு.

'விஞ்ஞானப் புதுமைகள் நிறைந்த இக்காலத்தில் இந்தப் பழங்கதைகள் எழுதுவதால் என்ன பயன்? உங்கள் கதைகள் பெரும்பாலும் இப்படித்தான் புராணச் சாயலோடு இருக்கின்றன' என்று சிலர் என் எழுத்துக்களைப் பற்றிக் குறைப்பட்டுக் கொள்கிறார்கள். இந்தக் குறை அசட்டுத்தனமானது என்று கருதி அதற்குப் பதில் அளிக்காமல் இருக்க நான் விரும்பவில்லை. சராசரி மனித வாழ்க்கையில் காணக்கிடைக்காத நிகழ்ச்சிகளும் பாத்திரங்களும் என் கதைகளில் வருவதை அந்த நண்பர்கள் ஏற்க மறுக்கிறார்கள். இலக்கியம், வாழ்க்கையைப் பிரதிபலிப்பதாக

இருக்கவேண்டும். என் எழுத்துக்கள் அவ்வாறு இல்லையோ என்றுதான் அந்த நண்பர்கள் மறைமுகமாய்க் குறை கூறுகிறார்கள்.

ஆனால் நான் கேட்கிறேன், வாழ்க்கை என்று எதைக் கூறுகிறோம்? காண்பதையும், கேட்பதையும், உணருவதையும், புத்தியால் அறிவதையும் வைத்து 'இதுதான் வாழ்க்கை' என்று முடிவு செய்து கொள்கிறோம். நம் புத்தியால் புரிந்து கொள்ள இயலாததாய் எதுவும் நடைபெறாது என்று நாம் நினைப்பதுதான் நம் பகுத்தறிவின் பலவீனம். நம் அறிவுக்குப் புரியாதபடி ஏதாவது நிகழ்ந்தால் அல்லது படித்தால், 'அது நம்பத்தகாதது, வாழ்க்கை யுடன் தொடர்பு அற்றது' என்று நாம் நெளிந்து கொடுத்து ஒதுங்கிவிடுகிறோம். ஏழை, பணக்காரன், முதலாளி, தொழிலாளி, காதலன், காமுகன், இல்லறம், விஞ்ஞானம் முதலியவை பற்றி எல்லாம் இலக்கியம் கூறவேண்டும்தான். மனித குணத்தில்தான் எத்தனை நிறபேதங்கள்! மனித மனம் செய்யும் ஜாலங்கள்தாம் என்ன! இவை எல்லாவற்றையும் பற்றி இலக்கியம் பேசுகிறது.

மூன்று வயதுக் குழந்தை ஞானப்பால் உண்டு 'தோடுடைய செவிய'னைப் பாடியதையும், கலைமகளின் திருவருளால் முட்டாள் ஒருவன் மகாகவி ஆனான் என்பதையும் நம்புவதற்குத் தெம்பு இல்லாத அசடுகளுக்கு, பள்ளி அறிவு இல்லாத வங்க முனிவர் ராமகிருஷ்ண பரமஹம்சர் வேத, புராண, இதிகாசங்களி லிருந்து மேற்கோள்காட்டி உபதேசித்த ஒரே ஒரு உதாரணத்தை மட்டும் சுட்டிக் காட்ட விரும்புகிறேன். மனிதனால் ஆகாதது இல்லை என்று நம்ப முடிந்தவன்தான் மனிதனாக வாழமுடியும். அந்த மனவலிமையால் உயர்ந்த அதிமனிதர்களையும், அவர்களு டைய மனப்பாங்கையும் சித்தரிப்பது வாழ்க்கையின் பிரதிபலிப்பு ஆகாதா?

'அவ்வாறானால், 'நித்ய கன்னி' என்னும் இந்த நூலின் வாயிலாக நீங்கள் உலகத்துக்கு ஏதாவது சொல்ல விரும்புகிறீர் களா?' என்று அடுத்த கேள்வி எழுகிறது.

என் எழுத்துக்களின் வாயிலாக நான் எதையும் சொல்ல வில்லை என்று அவையடக்கம் பேச நான் விரும்பவில்லை. எதையும் சொல்ல விரும்பாதவனும் – சொல்லுவதற்கு எதுவும் இல்லாதவனும் – கதை ஏன் எழுதவேண்டும்? ஆனால் நான் என் எழுத்துக்களால் என்ன சொல்கிறேன் என்பதை நான் ஏன் சொல்லவேண்டும்? தீர்ப்பு கூறும் நீதிபதிக்கு அதை வியாக்யானம் செய்யும் உரிமை கிடையாது; நூல் ஆசிரியனுக்குத் தன் நூலின் பதவுரை, பொழிப்புரை, கருத்துரை கூறும் உரிமை கிடையாது. நூலில் 'ஏதாவது இருக்கிறதா' என்று தேடிக் கண்டு அநுபவிக்க வேண்டியவர்கள் வாசகர்கள்; நூலின் தரத்தை அறுதி யிடும் விமரிசகர்களுக்கும்தான் அந்தப் பொறுப்பு.

எங்கே விமரிசகர்கள்?

'விமரிசகர்கள்' என்றதும், நண்பர் தி. ஜானகிராமன் இந்த நூலுக்கு வழங்கியுள்ள முன்னுரையின் ஞாபகம் வருகிறது. முன்னுரைக்காக அவருக்கு நான் நன்றி செலுத்தத் தேவை இல்லை. நான் சொல்லி அவர் செய்வதோ, அவர் சொல்லி நான் செய்வதோ – அதற்காக ஒருவருக்கொருவர் உபசாரம் பேசத் தேவை இல்லாத நட்பு எங்களுடையது. சுதேசமித்திரன் வாரப்பதிப்பில் 'மோக முள்' என்னும் அற்புதமான நீண்ட தொடர்கதையும் 'கல்கி'யில் 'அன்பே ஆரமுதே' என்னும் கவிதை நயம் செறிந்த தொடர்கதையும் எழுதி ரசிகப் பெருமக்களை மகிழ்வித்தவர். 'நாலுவேலி நிலம்' என்னும் நாடகத்தின் கதாசிரியராகவும் வசனகர்த்தாவாகவும் பொது மக்களுக்கு அறிமுகம் ஆனவர்.

அவருக்கு என்னிடம் வெகு காலமாய் ஒரு குறை: சுமார் கால் நூற்றாண்டுக் காலம் எழுத்தாளனாக இருந்தும் நான் போதுமான அளவு விளம்பரப்படுத்திக் கொள்ளவில்லை என்பது தான் அது. பேரிகை கொட்டிக்கொண்டு, ஒலிபெருக்கியின் முன் நின்று கூச்சல் இடுகிறவர்களைத்தான் இன்று உலகம் திரும்பிப் பார்க்கிறது என்பது உண்மைதான். ஆனால் இந்தச் சந்தடி காற்றில் கரையுமே அன்றி, காலத்தால் நிற்பது அல்லவே. பெரும்பான்மை வாக்குகளால் இலக்கியம் வாழ்வதில்லை; சில ரசிகர்களால்தான் இலக்கியம் வாழ்கிறது. காலத்தின் சோதனைகளுக்கு ஈடு கொடுத்து வாழக்கூடிய ஆற்றல் என் எழுத்துக்களுக்கு உண்டு; அதை வாழ்த்தி வரவேற்கும் ரசிகர்கள் என்றும் இருப்பர் என்கிற நம்பிக்கை எனக்கு உண்டு.

ஜானகிராமனின் மற்றொரு குறை, விமரிசகர்கள் என் 'சோதனை'களைச் சரியாக எடை போடத் தவறுகிறார்கள் என்பது. இந்தக் கேள்விக்குப் பதில் சொல்ல வேண்டியவன் நான் அல்ல என்றாலும் இது சம்பந்தமாய் நான் சில கருத்துக்களைக் கூற விரும்புகிறேன்.

இலக்கியத்தில் பிரிக்க முடியாத ஓர் அங்கம் விமரிசனக் கலை. தமிழில் சிறுகதை, நாவல் துறைகள் வளர்ந்துள்ள அளவுக்கு விமரிசனத் துறை வளர்ச்சி காணவில்லை.

இது அவசர யுகம். குறிப்பிட்ட நாளில், குறிப்பிட்ட மணி நேரத்தில் இத்தனைப் பக்கங்களை நிரப்ப வேண்டும் என்கிற கட்டாயத்தால், அயல் மொழி இலக்கியங்களைப் பகாசுரனைப் போல் அள்ளி உண்டு, சீரணிக்க முடியாமல் உமிழ்ந்து, 'இது நான் படைத்த விருந்து' என்று பத்திரிகைகளில் கதை நடத்துகிற ஒரு கூட்டத்தார் இருக்கின்றனர். ஆனாலும் சொந்தக் கற்பனைப்

பலத்தால் சோதனைகள் நடத்தும் எழுத்தாளர்களுக்கும் தமிழ் நாட்டில் பஞ்சம் இல்லை. இலக்கியத்தில் புல்லுருவிகளைக் களைய விமரிசனம் தேவை. இலக்கியக் கர்த்தாக்கள் புதுப்புது சோதனைகள் நடத்துவதற்கு ஊக்கம் அளிக்கவும், இலக்கியத்தில் தர நிர்ணயம் செய்யவும் விமரிசனம் தேவை.

தமிழ் நாட்டில் முறையாக விமரிசனம் செய்கிறவர்கள் இனிமேல்தான் தோன்ற வேண்டும்; தோன்றும்போது என் 'சோதனை'களை அவர்கள் சோதித்துப் பார்க்கட்டும். ஜானகி ராமனுடைய இரண்டாவது குறைக்கு நான் கூறக்கூடிய பதில் இதுதான்.

வியாசமுனிவரை வணங்குகிறேன்

மகாபாரதத்தை எழுதிய வியாச பகவான் திருமாலின் அவதாரமாய்க் கொண்டாடப் பெறுகிறவர். இந்துக்கள் என்று நம்மைப் பெருமையாகச் சொல்லிக்கொள்வதற்குக் காரணமான மகாபுருஷர்.

மகாபாரதத்தின் புனிதமான ஏடுகளிலிருந்து, இந்தக் கதையை எடுத்து என் விருப்பத்துக்குக் கையாண்டிருக்கிறேன். இது பிழை என்றால் வியாச முனிவர் மன்னித்து அருள வேண்டும் எனப் பிரார்த்தித்துக்கொள்கிறேன்.

O

எனது நூல்களைச் சிறந்த முறையில் மிகுந்த ஆர்வத்துடன் வெளிக்கொணரும் திரு. ச. மெய்யப்பன், எம். ஏ., அவர்களுக்கு நன்றி.

எம்.வி. வெங்கட்ராம்

1

“காதலுக்குக் கண் உண்டு”

– மாதவி

யயாதியுடன் உரையாடிக் கொண்டிருந்த புது மனிதனைக் கதவின் பின்னால் நின்ற மாதவி வியப்புடனும் புளகக் கிளர்ச்சியுடனும் பார்த்த வண்ணம் இருந்தாள். அவளுடைய கண் சிட்டுக்கள் அந்தப் புது மனிதனின் உடல் முழுவதும் ஏறி ஏறிக் குதித்தன.

அவளுடைய தகப்பனார் யயாதி; சந்திர வம்சத்தைச் சேர்ந்தவர்; தேவேந்திர பதவியைப் பெற்று, மமகாரத்தால் வீழ்ச்சியுற்ற நகுஷனின் புதல்வர். பிரதிஷ்டா நகரம் அவருடைய தர்ம சாம்ராஜ்யத்திற்குத் தலைநகரம். மகாரதியாயினும், வாழ்க்கையிரவை நெருங்கிக் கொண்டிருந்த அவருடைய உடலை, ரசிகத் தன்மையற்ற காலச் சிற்பி தாறுமாறாகச் செதுக்கி விட்டான். தளர்வும் திரையும் மூண்ட சரீரம்; அரசியல் தர்ம சாஸ்திரத்தின் வார்த்தை ஒன்றும் பிசகாது ராஜ்ய நிர்வாகம் நடத்துவதால் முகத்தில் ஒரு கடூர பாவம். அவருடைய உயரமான ஆகிருதியையும், தேவர்களும் அஞ்சும் தோள்களையும், யுத்த களமே போல் விசாலமான மார்பையும் நோக்குகின்றவர்களின் மனதைப் பீதி ஒன்று கப்பிக் கொள்ளும்; மகாவீரர்களானாலும் மரியாதையுடன் அவர் முன் தலை குனிவர்.

அவருக்குப் பக்கத்தில் அமர்ந்து பேசிக்கொண்டிருந்த புதிய மனிதனின் உருவம், யயாதிக்கு நேர்மாறானது. இளமையின் வாயிலில் தலைநிமிர்ந்து நின்றது அவன் உடல். அகன்ற புஜங் களும் மார்பகமும் அவனுடைய ஆரோக்கியத்தைப் புலப்படுத் தின; என்றாலும், ஆயுதமோ, சுமை எதுவுமோ தூக்காததால் உண்டாகும் ஒரு மென்மை அவன் சரீரத்தில்; ரோமம் முளைக் காத முகத்தில் பெண்மையின் அழகுச் சாயல்; கண்களில் வசீகரக் கதிர்கள்; கரிய குழல் கற்றை முதுகில் அலைமோதியது . . .

இமையா நாட்டத்தினால் நெஞ்சம் அமைதி இழப்பதை உணர்ந்தாள் மாதவி. 'யாரென விளங்காத ஒரு புது ஆடவனைப் பார்ப்பது பிசகு' என அவள் தனக்குள் கூறிக்கொண்டாள். திக்குத் தெரியாத வெளியில் பாய்ச்சல் போடும் மனமானை வசப்படுத்த விரும்பி, அந்த மனிதன் மீதிருந்த விழிகளை வாங்கித் திரும்பினாள் ஆயினும், புறஒலி நின்ற பிறகும் மனதிற்குக் கேட்கும் மணிஓசை போன்று, அவனுடைய தோற்றம் அவளு டைய உடலின் நரம்பு ஒவ்வொன்றிலும் ரீங்காரம் செய்தது. வண்டு முரலுவதைக் கேட்டுக் காற்றில் நடமிடும் ரோஜாச் செடியினதைப் போன்ற ஓர் உணர்ச்சி அவளுக்குள் எழுந்தது. 'ஏதாவது செய்ய வேண்டும்' என்னும் ஒரு குறுகுறுப்பு உண்டா யிற்று அவளுக்கு.

எதிரில் நின்ற மான்குட்டியின் மருங்கில் சென்று, அதனு டைய கழுத்தைத் தழுவிக் கொண்டாள். ஐம்புலன்களும் அந்தப் புதியவனை – அவளுக்குப் புதுமையானவனாகத் தோன்றினான் அவன் – நாடி ஓடுவதை வேறு பக்கம் திருப்பிவிட யத்தனித்த அவள் அந்த மான் கன்றின் முகத்தைப் பல முறை முத்தமிட்டாள்.

ஆனால் அவளுடைய ஹிருதயத் தூண்மீது எண்ணெய்ப் பசை பூசியிருந்தது போலும்; அவள் நினைவு நழுவி நழுவி அவன் மீதுதான் விழுந்தபடி இருந்தது! இந்த இளமானின் சருமம் போல்தானே அவனுடைய வதனமும் மிருதுவாக இருக்கும்? இந்த முகத்திற்குப் பதிலாக அந்த முகம் இருந்தால்?

அவள் வெட்கமுற்றாள்; 'தப்பு, தப்பு' என ஆயிரம்முறை அரற்றிக் கொண்டாள். ஆனால் அவளுடைய கரங்கள் மானின் கழுத்தை இன்னும் இறுக்கமாகப் பற்றிக் கொண்டன. 'இந்த முகம் அந்த முகமாக இருந்தால்?' என்னும் சிந்தனையால் உண்டான பரபரப்பு அவள் விழிகளை மூடியது. ஆனால், மூடியவிழிகள், யாருக்குமே எட்டாத, புரியாத ஏதோ ஓர் உலகத் தின் ஒரு இன்ப நாடகத்தை நோக்கின!

"மாதவி!"

தகப்பனார் கூப்பிடும் குரலைச் செவியுற்று அவள் திடுக் கிட்டு எழுந்து நின்றாள். யயாதி எதிரில் நிற்பதைக் கண்ணுற்று சங்கோசத்தினால் தலைகுனிந்தாள். இவ்வளவு நேரம் அவள் நடித்துக் கொண்டிருந்த சிருங்கார நாடகத்தின் நாயகி பாவம் அவளுடைய முகத்தில் செம்மை தீட்டியது.

"பகலில் கூடவா தூங்குகிறாய், மாதவி?"

"தூங்கவில்லை, அப்பா! கல்யாணியுடன் விளையாடிக் கொண்டிருந்தேன்."

அவளுடைய கூந்தலைக் கோதிக் கொண்டே பக்கத்தில் உட்கார்ந்தார் அவர். எப்போதும் கலகலப்பாகவும் வாத்சல்யத் துடனும் அவளுடன் பேசுகின்றவர் எதையோ கூறுவதற்குத் தயங்குவதை அறிந்தாள் மாதவி.

"ஏனப்பா, என்ன யோசிக்கிறீர்கள்?"

அவர் நெட்டுயிர்ப்புடன் கூறினார்: "காலவர் இப்போதுதான் வந்து போகிறார்."

அவள் கண்ட அவனைத்தான் அவர் குறிப்பிடுகிறார் என்று அவளுக்கு விளங்கியது. அவனைப்பற்றிய தகவல் எல்லாம் அறியும் ஆவலினால் அவள் கேள்விக்கு மேல் கேள்வி கேட்டாள்: "காலவர் யார்? அவர் இங்கே ஏன் வந்தார்? அதற்காக நீங்கள் விசனப்படுவானேன்?"

"காலவர் விசுவாமித்ர மஹரிஷியின் சிஷ்யர்."

"அவர் வருகைக்காக நீங்கள் சந்தோஷப்படுவதை விட்டு..."

"அவர் வந்ததற்காக நான் வருந்தவில்லை..."

"பூரா விவரமும் சொல்லுங்கள் அப்பா! நீங்களே இப்படித் தடுமாறினால்?"

"அது ஒரு கதை. முனிவர்களுடைய மகிமையைக் கூறுவது. கவனமாகக் கேள்: விசுவாமித்திரரைப் பரீட்சிக்கும் பொருட்டு, தர்மதேவதை வசிஷ்டரூபம் கொண்டு, பசித்தவர்போல் கௌசி கரின் ஆசிரமம் வந்தார். கௌசிகர் ஆச்சரியமுற்று சமையல் செய்ய ஆரம்பித்தார். அந்த வேலையினால் அதிதியைச் சரிவர உபசரிக்க அவரால் முடியவில்லை. அதனால் தர்ம தேவதை வேறோர் ஆசிரமத்தில் போஜனம் செய்துவிட்டார். அப்பால் கௌசிகர் ஆவிகிளம்பும் போஜனத்தைத் தர்மதேவன் எதிரில் வைத்துப் புசிக்கும்படி வேண்டினார். அவர், 'பசியாறி விட்டேன்; இங்கே காத்திரு' எனக் கூறிப் போய் விட்டார். மஹரிஷி தலையிலும் கையிலுமாக அந்த உணவைத் தூக்கிக்கொண்டும்,

வாயுபக்ஷணம் செய்துகொண்டும் அவ்விடத்திலேயே பொறுமை யாகப் பல வருஷ காலம் காத்திருந்தார். அப்படி அவர் நின்ற போது காலவ முனிவர் மரியாதையினாலும், அன்பினாலும், தகுந்த காரியம் செய்வதற்காகவும் அங்கேயே காத்திருந்தார். பல ஆண்டுகள் கழித்து தர்மன் மீண்டும் வசிஷ்டரூபம் தாங்கி வந்து, பொறுமையுடன் உணவு தூக்கி நின்ற கௌசிகர் மீது மிகுந்த திருப்தி அடைந்தார். போஜனத்தை அங்கீகரித்து மகிழ்ச்சி யுடன் திரும்பினார். கௌசிகர் தம் சிஷ்யரான காலவரிடம் திருப்தி அடைந்தார்: அவரை நோக்கி, 'காலவா நீ விரும்புகிற இடம் போ!' என்றார்."

"குருபக்தி மிக்க சிஷ்யரிடம் குருதேவர் சந்தோஷம் பாராட்ட வேண்டியது நியாயம்தானே?" என்றாள் மாதவி.

"விஷயம் அத்துடன் முடிவு பெறவில்லையே! குருவின் வசனத்தால் மகிழ்ந்த காலவர், 'நான் உங்களுக்கு என்ன குருதட் சிணை தரவேண்டும்? குருதட்சிணை கொடுப்பதால்தான் யாகசித் தியும், பந்தத்தினின்று விடுதலையும் சொர்க்கலோகமும் சித்தி ஆகின்றன. ஆகையால் நான் உங்களுக்கு என்ன தரவேண்டும்?' என்று கௌசிகரை வற்புறுத்தினார். அவர், 'நீ போ, போ' என்று என்ன கூறியும் காலவர் பிடிவாதம் செய்ததால் அவர் சற்று சினம் கொண்டார். 'சரி, நீ எனக்கு எண்ணூறு குதிரைகள் கொடு; அவை ஒவ்வொன்றும் சந்திரகிரணம் போல் வெண்மை யாக இருக்க வேண்டும். ஒவ்வொன்றுக்கும் ஒரு காது மாத்திரம் கறுப்பாக இருக்கவேண்டும். போ, தாமதியாதே!' என்று கட்டளை இட்டார்."

"கொடுத்து விட்டாரா?" என்றாள் அறியாப் பெண்.

"ஏழை அந்தணருக்கு அசுவங்கள் எங்கிருந்து கிடைக்கும்? காலவ முனிவர் கவலையினால் மெலிந்து விட்டார். குதிரை களைச் சம்பாதிக்கப் பொருளும் இல்லை; பொருள் சேகரிக்க வழியும் அறியார். குருதட்சிணை செலுத்தப்படாவிட்டால் மகாபாபம் சம்பவிப்பதோடு, விசுவாமித்திரனின் கோபத்திற்கும் பாத்திரமாக வேண்டும். அவருடைய நண்பரான கருடபகவான் என்னிடம் சென்று அசுவங்களை யாசிக்கும்படி யுக்தி சொல்லி அனுப்பினாராம். அதற்காகத்தான் காலவமுனிவர் வந்துள்ளார்."

"குதிரைகளைத் தரவேண்டும் என்பதற்காகவா விசனிக்கிறீர் கள்? அந்தணரின் தேவைகளைப் பூர்த்தி செய்வது அரசரின் கடமைதானே?"

"அந்த லட்சணம் உள்ள ஒரு குதிரை கூட என்னிடம் இல்லையே!... 'இல்லை' என இரந்து வந்த பிராமணோத்தமரை வெறும் கையினராக அனுப்புவது எப்படி?"

எம். வி. வெங்கட்ராம்

"அதற்காக என்ன செய்யப் போகிறீர்கள்?"

"குதிரைகளுக்குப் பதிலாக உன்னையே அவருடன் அனுப்பு வதாய் வாக்களித்து விட்டேன்."

அவளுடைய உடலில் ரத்த ஓடை சலசலத்தது ஒரு நிமிஷம்.

"அப்படி என்றால்?"

"மாதவி! நீ காலவ முனிவருடன் போக வேண்டும். எந்த அரசனிடம் அந்த லட்சணம் உள்ள பரிகள் இருக்கின்றனவோ அவனை நீ மணம் புரிதல் வேண்டும். அவனுக்கு ஒரு சந்ததி உண்டானதும், அதற்குப் பிரதியாகக் காலவர் குதிரைகளைப் பெற்றுக் கொண்டு, உன்னையும் என்னிடமே மீட்டு அழைத்து வந்து விடுவார்..."

ரத்த ஓடை 'குருதி' வெள்ளமாக மாறியது அவளுக்குள்.

தர்மக்ஞாதா யயாதி சாந்தமாக மொழிந்தார்: "மாதவி, உனக்கு அந்தணர்கள் அளித்த வரம் நினைவிருக்கும். ஒரு குழந்தை ஈன்றதும் நீ மீண்டும் கன்னித் தன்மை அடைந்து விடுவாய்; அந்த வரத்தை இதைவிட மேலாக எந்தக் காரியத்திற்கு உபயோகப்படுத்திக் கொள்ள முடியும்? ஆகையால் பரோபகாரம் செய்வதன் பொருட்டு..."

"எனக்கு இஷ்டம் இல்லை..."

"தர்மாக்ஞையை மீறுவதற்கு உனக்கோ அல்லது எனக்கோ அதிகாரம் கிடையாது."

"என் தர்மத்தைக் குறித்து உங்களுக்குக் கவலையே கிடையாதா? காலவமுனிவர் – பிராமணர் கூடவா இதற்குச் சம்மதித் தார்?"

"மாதவி, உனக்கு நான்தான் – உன் தந்தைதான் தர்மம். என் வார்த்தைகள் தாம் உனக்கு வேத வாக்கு... அவ்வாறு செய்தால் உன் தர்மத்திற்கும் இழுக்கு ஏற்படாது. குழந்தையைப் பெற்றவுடன் நீ திரும்பவும் கன்னி ஆகிவிடுவாய்; பிராமணரின் எண்ணம் நிறைவேறிவிடும்; என் தர்மமும் காப்பாற்றப்படும்."

"ஆனால் நான் காலவரிடம்..."

காலவருடன் மனதின் மூலம் மணவினை ஆற்றிக் கொண்டதைக் கூறத்தான் அவள் வாய் எடுத்தாள்; ஆனால் அவளால் இயலவில்லை.

"நாளைக் காலை உன்னை அழைத்துப்போக அவர் வருவார்; நீ தயாராக இரு!"

மேலே ஒன்றும் சொல்லாது அவர் சென்றுவிட்டார்.

அவள் அயர்ந்து அமர்ந்தாள்.

யயாதி சொல்லிவிட்டார்; அவர் வார்த்தைக்கு மாற்று கிடையாது; யாரும் கூறவும் கூடாது: ஏனெனில் அவர் தர்ம சொரூபி.

அந்தப் புதுமை மனிதன் காலவன் ஒரு தபஸ்வி. பிரா மணோத்தமன்; அவன் கூட பரிகளுக்குப் பிரதியாக ஒரு பெண்ணை ஏற்றுக்கொள்ள ஒப்பியது அவளுக்கு ஆச்சரியம் அளித்தது. ஒருவேளை குருதட்சிணையை எப்படியாவது செலுத்தி யாக வேண்டும் என்ற நிர்ப்பந்தம் அவனைத் தூண்டியிருக்கலாம்; அவள் அவனை நேரில் பார்த்தால் அவன் நினைவு மாறுதல் அடையக் கூடும்.

ஆனால் அவனை அவள் நேரில் சந்திப்பது எப்படி? யயாதி அவளைச் சந்திப்பதற்கு முன்னரேயே அவனைக் காண வேண்டும்; அதற்கு உபாயம்?

வெகு நேரம் கல்யாணியை, அவளுடைய அந்த மான் குட்டியை அணைத்துக் கொண்டு அவள் யோசனை செய்தாள். அவளுடைய சிந்தனை ஒரு முடிவுக்கு வருவதற்கும், நித்திராதேவி அவளுக்காகப் படுக்கை விரிப்பதற்கும் சரியாக இருந்தது, தந்தையிடம் கூறியது மறந்து பகலிலேயே தூங்கிப் போனாள் மாதவி!

எம்.வி. வெங்கட்ராம்

2

ஓஹோ

— காலவன்

இரவு முழுவதும் ஒளியை அள்ளி வீசிய நிலவு நரைத்து விட்டது. நட்சத்திரங்களும் விடி வெள்ளியும் பதுங்கிக் காலை ஒளி தலை நீட்டும் சமயம். இளங்காற்று மரங்களையும் செடிகளையும் மெதுவாகக் குலுக்கிவிட்டவண்ணம் இருந்தது. மனித சஞ்சாரம் இன்னும் ஆரம்பமாகவில்லை; நகரம் காலைக் குளிரைக் கண்மூடி ரசித்துக் கொண்டிருந்தது.

இரு பக்கங்களிலும் உள்ள விருட்சராசிகள், அவை மீது சப்தஜாலம் செய்யும் பட்சி ஜாலங்கள்; குளிர் காற்று, எதையும் கவனியாது நதி நோக்கி நடந்து கொண்டிருந்தான் காலவன். வேத மந்திரங் களை மெதுவாக வாய்க்குள் முணுமுணுத்தவாறு, சீராய்க் காலடிவைத்தான் அவன்.

காலில் ஏதோ தடுக்கியது; நின்று குனிந்து பார்த்தான். மான் குட்டி ஒன்று காலடியில் படுத்துக் கிடந்தது. அதை விட்டு ஒதுங்கி அவன் காலைத் தூக்கிவைத்தான். அதுவும் எழுந்து அவன் கால்களி டையில் விழுந்தது. பலமுறை அவன் அதை ஒதுக்க முயன்றான்; ஆனால் அது மீண்டும் மீண்டும் அவனை நடக்க வொட்டாது தடுத்தது. அவன் பொறுமை இழந்தான்; அதைக் கையில் பிடித்துவிட வேண்டும் என்று எண்ணினான். ஆனால்

அவனுடைய கரங்களிலிருந்து லாவகமாக நழுவி ஓடிவிட்டது அது. அவனை நடக்க விடாது இடையூறு செய்த அதைப் பிடிப்பதற்காக, அலுப்புடனும் சிரமத்துடனும் முயற்சிசெய்து கொண்டிருந்தான் அவன்.

அப்போது எங்கிருந்தோ ஒரு குரல் ஒலி எழுந்தது: "கல்யாணி!"

அக்கணமே, அவனைத் தொல்லைப்படுத்துவதைவிட்டு மான் குட்டி ஓடிவிட்டது.

குரல் வந்த – மான்குட்டி போன திக்கை அவன் வியப்புடன் நோக்கினான். 'வேண்டுமென்றுதான் அந்த மான் என்மீது ஏவி விடப்பட்டுள்ளது போலும்!' என எண்ணிய அவனுடைய ஆச்சரியம் அளவு கடந்தது. முன்பின் தெரியாத அந்த நகரத்தில் அவனுடன் இந்த விளையாட்டு ஆடுகிறவர்கள் யார்? அதற்குக் காரணம்தான் என்ன?

அவன் நோக்கிய திக்கு முழுவதையும் வியாபித்துள்ளவள் போல் எதிரில் ஒரு யுவதி நிற்பதைக் கண்ணுற்றதும் அவனுடைய வியப்பு திகைப்பாக மாறியது. சௌந்தரியத்தையும் மாதுரியத்தையும் குழைத்துச் சமைத்த அந்த யுவதி யார்? அவளே பேசியும் வைத்தாள்: "இது என் மான் குட்டி. கல்யாணி என்று நான் அழைப்பது வழக்கம்; மிகவும் குறும்பு செய்யும்; உங்களிடம் ஏதாவது விஷமம் செய்ததா? நீங்கள் என்னை க்ஷமிக்க வேண்டும்."

விஷமத்திற்குக் கர்த்தா மான்குட்டியா அல்லது அதற்கு உடையவளா என்பதைக் கண்டுபிடிக்க வேண்டிய பிரமேயமே ஏற்படவில்லை; அவளுடைய விழிகளில் குறும்பு கூத்தாடியது; அந்தக் கூத்தில் ஆதியின் கூத்தைக் கண்டான் அவன்; ஆதியும் பாதியும் சேர்ந்து ஆடிய கூத்தும் அதில் ஒலித்தது; ஊழிக்கூத்தின் சாயல் தென்பட்டது அதில் அவனுடைய ஹிருதயவுலகம் அழிந்து, அங்கு ஒரு புது உலகம் தானாகவே எழுவது போன்று ஒரு பிரமை அவனுக்குள் துளிர்த்தது.

"நான் நதிக்கு நீராடப் போகிறேன்; இது இடையில்..."

"இது மிருகமாயினும் மிகவும் அறிவுள்ளது..."

அதை அவள் கூறத் தேவை இல்லை; யஜமானிக்கு உடந்தையாகத் தூது செல்லும் விலங்கை அறிவற்றது என கூற முடியுமா?

"உங்களுக்கு என்மேல் மிகுந்த கோபமாக இருக்கும்; நான் வேண்டும் என்று செய்யவில்லை; நீங்கள் என்னை மன்னிக்க வேண்டும்."

அவன் பதிலே அளிக்கவில்லை.

கடுமையான பிரமசரிய விரதத்தை அனுஷ்டித்த காலவன் தன் துர்ப்பலத்தை உணர்ந்தான். எந்த மனிதனும் ஒரு பெண்ணை – தங்கை, தமக்கை, தாயாக இருப்பினும் சரிதான் – தனிமையில் கண்டால் கண் எடுத்துப் பார்க்கவும் கூடாது, அது பாவம், என்கிற உபதேச மொழியில் அவனுக்குப் பரம நம்பிக்கை. நங்கை ஒருத்தியை ஏகாந்தத்தில் காணும்படி அவனுக்கு இன்று ஏற்பட்டுவிட்டது; அதன் விளைவையும் அப்போதே அனுபவித்தான்; இனியும் அவ்விடத்தில் தாமதித்தால் அபாயம் தான் என்னும் சங்கை கொண்டவனாய், அவளுடன் மேலும் ஒன்றும் பேசாமல் திரும்பினான்.

ஆனால் அவள் அவனை அவ்வளவு எளிதில் விடுகிறவளாகத் தோன்றவில்லை.

"நீங்கள்தானே விசுவாமித்திர மஹரிஷியின் சிஷ்யர்?" என்றாள் அவள்.

அவளுடைய பேச்சு அவன் கட்டிய அணையை உடைத்து விட்டது. "ஆம், நான் காலவன்," என்றான் நின்று.

"நீங்கள்தானே யயாதி மன்னரிடம் எண்ணூறு குதிரைகளைக் குருதட்சிணைக்காக யாசித்தீர்கள்?"

"ஆம்."

"குதிரைகளுக்குப் பதிலாகத் தம்முடைய புத்திரி மாதவியைத் தருவதாக அவர் சொல்லியிருக்கிறார்; இல்லையா?"

காலவனுக்கு யோசனை ஆகிவிட்டது. அரண்மனைக்குள் அவனுக்கும் யயாதிக்கும் இடையில் நடைபெற்ற சம்பாஷணையை இவள் எப்படி அறிந்தாள்?

"இவையெல்லாம் உனக்கு எப்படித் தெரியும்?"

"நான் அப்போது பக்கத்தில் இருந்தேன்; எல்லாவற்றையும் கேட்டேன்."

அவனுடைய ஆவல் வினாவுருவில் வெளிப்பட்டது. "அப்படியானால் நீ அரண்மனையில் இருப்பவளா? உனக்கு அங்கே என்ன வேலை? உன் பெயர் என்ன?"

"நான் ... யயாதியின் மகள் மாதவி ... யுடைய தோழி; என் பெயர் உஷை ..."

'உஷை!' என்று அவன் ஹிருதயம் முணுமுணுத்தது; "ஒளி மீது மையல் கொண்டு முகம் சிவக்கும் உஷையினால் உண்டாகும் மன மயக்கத்திற்கும், உன்னால் உண்டாகும் மனமயக்கத்திற்கும் பேதம் ஏதும் இல்லை."

உண்மை என்ன என்றால், வேத மந்திரங்களாலும் விசுவாமித்திரரின் உபதேச மொழிகளாலும் பண்பட்ட அவனுடைய மூளை அழகியின் நகையினால் பேதலித்து விட்டது. கானகங்களில் மரங்கள்மீதும் மலைகளின் குகைகளிலும் வாசம் செய்யும் ஆதிமனிதன் முதல், நகரவாசத்தில் ஆடைகளினால் உணர்ச்சிகளை மூட முயலும் நாகரிக மனிதன்வரை அனைவருக்கும் பொதுவான மனித இதயம் அவனையும் கிளறிவிட்டது. பெண்ணின் சர்வாங்க சௌந்தர்யத்தைச் சுயேச்சையாக ரசிப்பதனால் உண்டாகும் இன்பம் அவன் மூளையை மறைத்தது. தர்க்கம் ஒன்றும் செய்யாமலேயே அவன் அந்தப் பெண்ணின்முன் தலைகுனிந்துவிட்டான். மந்திர உச்சாரணத்தில் காணும் தூய்மையையே அவள் பெயரை உச்சரிப்பதிலும் அனுபவித்தான் அவன்!

"உஷை! உஷக் காலம் புலன்களைச் சிதைவுறாது வசப்படுத்தி நடத்துவதற்கு ஏற்ற காலம் என்று குருதேவர் கூறுவார். அது அனுபவ உண்மைகூட. உன் பெயர் எவ்வளவு அழகாக அமைந்துள்ளது!"

"உஷக் காலத்தைப் போன்றே என் பெயரும், மனத்தை ஏகாக்கிர நிலைக்குக் கொண்டுவரப் பயன்படுகிறது; அப்படித் தானே?"

காலவனின் முகம் புன்னகையினால் பூரித்தது; ஆனால் அதற்குக் காரணம் அவனுக்கே விளங்கவில்லை.

ஹிருதயம் ஹிருதயத்தைத் தழுவுவதால் உண்டாகும் இன்பத்தை முதன் முதலில் நுகருகின்ற எவனும் அதைப் பகிரங்கமாக உணர முடியாதுதான்; ஸ்திரீயை ஏறெடுத்தும் பாராத காலவன் எப்படி உணர்வான்?

"உங்கள் குருதேவர் கவிதையில்தான் உபதேசம் புரிவது வழக்கமா?" என்றாள் அவள் மீண்டும்.

"சில சமயம் அவரது உபதேசம் கவிதையாகவும் இருக்கும்..."

"அதனால்தான் நீங்களும்... சரி, அது போகட்டும்; நான் வந்த காரியத்தை மறந்தே போனேன்..."

நதி, ஸ்னானம் என்பதெல்லாம் காலவனுக்கு இப்போது தான் ஞாபகம் வந்தது. ஆனால் அவசரம் ஒன்றும் அவனுக்குத் தோன்றவில்லை. சூரிய உதயம் முதல் அஸ்தமனம் வரை ஒருநாள்; அந்தப் பொழுதில் ஸ்னானத்திற்கு நேரம் கிடைக்காமலா போய்விடும்?

"என்னிடம் காரியமாகவா வந்தாய்? என்ன அது?"

"நீங்கள் மாதவியை அழைத்துச் செல்வதாக முடிவு செய்து விட்டீர்களா? அவளை என்ன செய்வீர்கள்?"

"தட்சிணைக்காக நான் குருநாதருக்கு எண்ணூறு பரிகள் தரவேண்டும். நிலவுக் கதிர் போல் வெண்மையாகவும், ஒரு காது மாத்திரம் கறுப்பாகவும் உள்ள குதிரைகள் எந்த அரசனிடம் இருக்கின்றனவோ அவனுக்கு அவளை மணம் செய்து தருவேன்; அவள் மூலம் அவனுக்கு ஒரு சந்ததி உண்டானதும் குதிரை களைப் பெற்று அவளை யயாதியிடம் ஒப்படைத்து விடுவேன்..."

"பெண்ணை விலங்கு மாதிரி இப்படி நடத்துவதற்கு ரிஷீசுவர ரான நீங்கள் சம்மதித்தது ஆச்சரியம் இல்லையா?"

"சிசு ஜனனம் ஆனதும் கௌமாரியம் மீளும் என்கிற தெய்வீக வரம் மாதவிக்கு இருக்கிறது. இந்த வரத்தின் அருளால் அவள் தர்மம் பத்திரமாகவே இருக்கும்."

"ஆனால் மாதவி இதற்கு முன்னாலேயே வேறு புருஷனை மனதினால் வரித்திருந்தால்...?"

"அது எப்படி முடியும்? தர்ம தேவதையாக விளங்கும் யயாதியின் குமாரி தன் இஷ்டம் போல்..."

"சுயம்வரம் அரசகுமாரிகளுக்கு சாஸ்திர சம்மதமானது தானே?"

"அப்படியே இருந்தாலும் அவள் தந்தை தாமாக அளித்த வாக்குறுதிக்கு என்னால் என்ன செய்ய முடியும்?"

"அவள் உங்களையே மனப்பூர்வமாக வரித்துள்ளாள் என்பதை அறிந்தால்..."

"என்னையா?"

பூமியே அதிர்ச்சியுண்டது போல் திகைப்புண்டான் காலவன்.

"ஆம், உங்களையேதான்!"

"ஓஹோ!" என்றான் காலவன், வியப்புடன். "அவள் என்னைப் பார்த்திருக்கவே மாட்டாளே? பாராமலேயே..."

"இல்லை, பார்த்தாள். நேற்று நீங்கள் சக்கரவர்த்தியுடன் அளவளாவும் போது அவளும் நானும்தான் பார்த்தோம்."

"ஓஹோ!"

"அவள் உங்களுடைய சரச ரூபத்தின் மீது மோகமுற்று உங்களுக்குத் தன்னையே அர்ப்பித்துக்கொண்டு விட்டாள். உங்களை அவள் பர்த்தாவாகவே மதிக்கிறாள்; அதை உங்களிடம் அறிவிக்கத்தான் என்னை அனுப்பினாள்."

"நான் குருதேவரின் கடன் ஆற்றியாக வேண்டும்" என்றான் காலவன் திடம் செய்துகொண்டு.

நித்ய கன்னி

"அப்படியானால் அவளை நிராதரவாக விட்டு விடுவீர்களா? அவளை ஏற்க மாட்டீர்களா? அவளை நீங்கள் சகதர்மிணி ஆக்கிக்கொள்வதால், குருதட்சிணை செலுத்துவதற்கு யாதொரு இடையூறும் ஏற்படாதே! எந்த அரசனையும் அணுகி நீங்கள் குதிரைகளைக் கேட்கலாம் அல்லவா?"

"அது முடியாத காரியம், முடியுமாயினும் காலதாமதம் ஆகும். நான் கேட்ட மாத்திரத்தில் எந்த மன்னனும் பரிகளைத் தந்து விடமாட்டான். பெண்ணினால் சீக்கிரம் காரியசித்தி ஆகும் . . ."

"அப்படியானால் மாதவியின் கதி?"

"அவளுக்குத்தான் கன்னிப்பருவம் திரும்பவும் கிடைத்து விடுமே! அவளுக்காக நான் ஒன்றும் செய்வதற்கில்லை."

"அவளிடம் இப்படியே கூறி விடட்டுமா? அவள் உங்களை அடையவே முடியாதா?"

"முடியாது" என்று தலையாட்டினான் காலவன்: "முன் பின் பாராத அவளை — கண்ணால் கண்டதும் ஒருவன் மீது மையல் கொண்டவளை — நான் மனைவியாக ஏற்க முடியாது. ஆனால் . . . நீ . . . உன்னை . . ."

உதட்டைக் கடித்து நிறுத்தினான் அவன். அவனுடைய பாவத்தை அவள் பூர்த்தி செய்தாள்: "பல நாளாகப் பழக்கமான நான் உங்களை அடைய முடியும்?"

அவன் மேலே பேசுவதற்குள் அவள் கீழே விழுந்து அவன் கால்களைத் தொட்டு நமஸ்கரித்தாள்.

சூரிய கிரணம் போல், அவனுடைய உள்ளத்தை அந்த ஸ்பரிசம் குடைந்தது.

"உஷா! எழுந்திரு! நீ என்னை அடையலாம்!"

அவள் முகமலர்ச்சியுடன் எழுந்தாள். "அப்படியானால் நீங்கள் சொன்னது போல் மாதவியிடம் சொல்லி விடட்டுமா?"

"அவளுக்காக நான் வருந்துவதாகவும் சொல்."

"சரி, நான் போகிறேன்."

திரும்பியவள், அவன் வாய் திறந்து எதுவும் கூறுவதற்குள், ஓடோடி மறைந்தாள் — மரங்களுக்கும் புதர்களுக்கும் பின்னால், மான்குட்டி பின் தொடர.

"உஷா! உஷா!" என்று அவன் கொடுத்த குரலுக்குப் பதிலே கிடைக்கவில்லை. அவள் ஓடின திக்கில் சிறிது தூரம் சென்று பார்த்தான்; வெறும் திக்குத்தான் இருந்தது.

எம்.வி. வெங்கட்ராம்

இனி அவளை – அந்தக் கட்டழகியை, அவன் மணப்பதாக வாக்களித்த நாரீயை எப்போது – எங்கே காண்பது? மனிதக் கடலான பிரதிஷ்டா நகரத்தில் அந்த ஒருத்தியைத் தேடிக் கண்டுபிடிப்பது எப்படி? யாரிடம் சொல்லித்தான் தேடச் செய்வது? மோகனமாரியாகப் பேசிக் கொண்டிருந்தவள் திடீரென்று, வந்த மாயம்போல் போன மாயம்தான் என்ன? ஒருவேளை அவள் ஏதாவது தேவதையாக இருக்கலாம். இல்லா விட்டால் ஒரு மான்குட்டியை இவ்வளவு சாதுரியமாகத் தூது அனுப்ப முடியுமா? அவளை மீண்டும் சந்திப்பது எப்படி?

தலை குனிந்து, ஆறுநாடி நடந்தான் காலவன்.

3

மறக்காதே! நீ ஒரு பெண்!

– யயாதி

காலவன் மாதவியை அழைத்துப் போக வந்துவிட்டான். அவள் தயாராக இருக்கிறாளா என்பதை அறிய வந்தார் யயாதி. முன்னாளிருந்த படபடப்பு யாதும் இல்லாமல் முகப்பொலிவுடன் இருந்த அவளைக் கண்டு அவருக்கு ஆச்சரியம் உண்டாகியது.

“மாதவி, காலவர் வந்து விட்டார்...”

“நான் தயார் அப்பா.”

“நேற்று ஒரு மாதிரியாக இருந்தாய், இன்று இந்த மாறுதலுக்குக் காரணம் என்ன?”

“தந்தையின் தர்மத்தைப் பாலனம் செய்வதற்காகச் சஞ்சலம் அடைவது தவறு.”

ராஜரிஷி பாராட்டினார்: “நீ தர்மதேவி, மாதவி!”

நாணம் முத்திரை செய்யும் முகத்துடன் அவள் கேட்டாள்: “ஏன் அப்பா, முனிவருக்கு அதிதி சத்காரம் செய்ய வேண்டும் என்பதை மறந்தே போய் விட்டீர்களா?”

“நான் வெகுவாகக் கேட்டுக் கொண்டும் அவர் இசையவில்லை. கருமமே கண்ணானார் மெய்வருத்தமும் பசியும் பாரார் அல்லவா? தாம் மேற்கொண்ட

கருமம் கைகூடும் வரையில் பழமும் பாலும் மாத்திரம் அருந்துவதாய் அவர் பிரதிக்ஞை . . .”

“அதையாவது நாம் செய்யலாமே?”

“அதற்கும் அவர் ஒப்புக் கொள்ளவில்லை. ஒருகால் நீ வற்புறுத்துகிறாய் என்பதை அறிந்தால் இணங்குவார். எதற்கும், கிளம்புவதற்கு முன்பு பாலும் பழமும் உண்டு செல்வது நல்லது. நீ அதற்கு ஏற்பாடு செய்; நான் அவரை அழைத்து வருகிறேன்.”

அவர் வெளியில் போனார். பொன் தட்டு ஒன்றில் கனிவகைகள் வைத்து, ஒரு பாத்திரத்தில் பால் நிரப்பி தந்தையும் விருந்தாளியும் வருவதை எதிர்நோக்கி நின்றாள்.

யயாதியுடன் உள்ளே வந்த காலவன் மாதவியைப் பார்த்ததும் பிரமித்துவிட்டான். மனோக்கியமான காலைவேளையில் அவன் சந்தித்த அதே பெண்தான். இனி காண முடியாது, ‘வந்தாள் – போனாள்’ என ஏமாற்றத்துடன் அவன் தீர்மானித்த அதே அழகிதான் . . .

கலவரத்துடன் தடுமாறியவாறு அரசர் காட்டிய ஆசனத்தில் அவன் அமர்ந்தான். இவளேதான் மாதவியா? அப்படியானால்? இருக்க முடியாது; அவள் தோழி இவள்.

கரத்தில் ஏந்திய பாத்திரங்களைக் கீழே வைத்து அஞ்சலி செய்தாள் மாதவி.

“இவள்தான் என் புத்திரி மாதவி.”

“யார்? இவளா . . . இவளா மாதவி? . . . தீர்க்க சுமங்கலீ பவ!”

“ஏன்? இவள்தான்.”

அவள் புறம் திரும்பி அவன் கேட்டான்: “நீ மாதவிதானா?”

“உங்களுக்கு என்ன சந்தேகம்? இதற்கு முன்னால் நீங்கள் இவளைப் பார்த்திருக்க முடியாதே?”

அவன் மௌனம் பூண்டான்.

சாப்பிடுவதற்காக உட்கார்ந்த பின்னரும் அவனுடைய குழப்பம் தணியவில்லை. பல்லாயிரம் கரங்கள் பரப்பிய பெரும ஆலமரமாக வளர்ச்சி கொண்டது சிந்தனை; வளர்ந்த வேகத்திலேயே இலைகளை எல்லாம் உதிர்த்து, கிளைகளும் விழுதுகளும் இழந்து அது பட்டமரம் போலாகியது.

அவன் அமைதி இழந்தான். உஷைதான் மாதவி. அவள் அவனை ஏன் இவ்வாறு வஞ்சகமாக மயக்கினாள்? ‘உன்னை

ஏற்பேன்!' என்று அவன் உஷைக்கு வாக்கு அளித்தான்; அவளே இவள் எனில் இவளை அவன் ஏற்பது எப்படி? அரசகுமாரியை அந்தணன் கைப்பிடிப்பதில் தவறு ஏதும் இல்லை; ஆனால் குருதட்சிணை செலுத்துவதற்காக என்று அழைத்துப் போகிற வளை, வேறு புருஷனுக்கு – அவன் யாரெனத் தெரியவில்லை – மனைவி ஆகவேண்டியவளை அவன் எப்படி மணக்க முடியும்? அதற்கு எவ்வளவு இடையூறுகள் இருக்கின்றன!

ஆனால் ... அவள் அவனை வஞ்சித்தாள் என்று ஒருதலை யாகவும் கூறமுடியாது. மான்குட்டி முன்வர, அவள் சித்திரப் பாவை போல் வந்தாள். அவன்தான் அவளிடம் மனம் பறி கொடுத்து மூளை குழம்பிப் போனான். அதற்காக அவளைக் குறைகூறுவதும் நியாயம் அல்லவே!

உஷையாயினும் மாதவியாயினும் அவள் அவளே; அவள் மீது மையலுற்றவன் மையலுற்றவனே; அவனுடைய அர்த்தாங்கி யாக அவளைக் கொணர்ந்து இயற்கை பிணைத்து விட்டது. நெருப்பாணை இல்லாதிருக்கலாம்; ஆனால் புலரியின் அந்தச் செவ்வொளியும், எங்கும் நிறைந்துள்ள காற்றும் சான்றாக நின்றதை மறுக்க முடியாது. அதைவிட மேலாக, 'நீயே நான்' என்று அவள் முன்னிலையில் மண்டியிடும் அவனுடைய ஹிருத யத்தை ஏமாற்ற முடியுமா?

மாதவியை என்ன செய்வது? அவன் அவளை வாழ்க்கைத் துணைவியாகக் கொண்டால் ...?

“என்ன யோசனையில் ஆழ்ந்துவிட்டீர்கள்? கனிகளொன் றையும் தொடவும் இல்லையே!” என்றார் யயாதி.

“இந்தத் திராட்சைகளை நான் என் கைகளால் பயிரிட்டேன். ரசம் அதிகமாயிருக்கும்” என்றாள் மாதவி.

திராட்சை ரசம் ...

சில திராட்சைகளை எடுத்து அவன் வாயில் போட்டாள்.

அரசர்கள், மனத்திற்கு மகிழ்வு பெறும் பொருட்டுத் திராட்சை ரசம் பருகுகின்றனர்; மாதவியின் கரத்தால் பயிர் இடப்பட்ட திராட்சைகளை உண்ணும்போது அவனுக்கு உண்டான உணர்ச்சி இன்பமா துன்பமா என்பதை அறிய அவனாலேயே முடியவில்லை. களிப்பினால் உள்ளம் பொங்கு கிறது; துக்கத்தினால் பொருமுகிறது; அவனுடைய உள்ளமோ ஏக காலத்தில் பொங்கிப் பொருமியது.

அவன் சாப்பிட்டு முடித்தபோது பல ஆண்டுகள் கழிந்து விட்டாற்போலத் தோன்றியது.

“கொஞ்சநேரம் உண்ட களை ஆறுவதற்கு ...”

"வேண்டாம்; இப்போதே புறப்பட்டு விடலாம்; 'இனி' என்று யோசித்துக் கொண்டே இருக்கக்கூடாது."

"வாஸ்தவம்தானே..." என்றாள் மாதவி.

"வாசலில் ரதம் காத்திருக்கிறது."

காலவன் தலை அசைத்து எழுந்து நடந்தான்.

தந்தையும் மகளும் பின்வந்தனர். ரதத்தை நெருங்கியதும் மாதவி கூறினாள்: "அப்பா நாங்கள் எவ்வளவு தூரம் போவது என்று ஸ்திரப்படவில்லை. நானே தேரோட்டிக் கொண்டு போகிறேனே?"

"அதுவும் சரிதான். நகரத்தின் எல்லைவரையில் பாகனே ஓட்டி வரட்டும். அப்பால் நீ ஓட்டலாம்... முனிபுங்கவரே, உங்கள் விருப்பம்..."

மாதவி பதிலளித்தாள்: "நாங்கள் எவ்வளவு தூரம் பிரயாணம் செய்யவேண்டுமோ? தேர்ப்பாகன் ஒருவனை எங்களுடன் வீணாக ஏன் அலையவைக்க வேண்டும்?"

"பாகன் வேண்டாமே" என்றான் காலவன், மெதுவாக.

அவனும் மாதவியும் ரதத்தில் வந்து அமர்ந்தார்கள். யயாதி ஒரு யானை மீது உட்கார்ந்தார். பரிவாரங்கள் அணிவகுத்துப் பின் தொடர, ரதம் மெதுவாக நகர்ந்தது...

பிரதிஷ்டா நகரம் முழுவதுமே வீதிகளிலும், வீடுகளின் ஜன்னல்களிலும் திரண்டிருந்தது. தர்மத்தின் மேற்கோளாகத் திகழும் யயாதி, 'இல்லை' என்று வந்த பிராமணருக்குத் தம் மகளையே ஈந்த மகா காரியம் மக்களின் மனதைப் பெரிதும் கவர்ந்துவிட்டது. பித்ருவாக்கிய பரிபாலனம் செய்வதற்காக மாதவி முனிவருடன் செல்லச் சம்மதித்த விஷயம் அவர்களுக்கு இன்னும் பெரிய மகா காரியமாகத் தோன்றியது. காலவனையோ அவர்கள் அதிமனிதராகவே கருதினார்கள். அரசரையும் அரச குமாரியையும் அந்தணரையும் பய பக்தியுடன் கரம் குவித்து வணங்கினார்கள்; தர்மத்திற்கு ஒரு நிலைக்களமாக விளங்கும் ராஜ்யத்தில் பிறவி எடுத்ததற்காக அவர்கள் தங்களைப் பாராட்டிக் கொண்டனர். "தர்மம் வாழ்க!" என்று அவர்கள் நெஞ்சம் வாழ்த்தியது.

யயாதி பணிவுடைய தம் பிரஜைகளை மனப்பூர்வமாக ஆசி செய்தார், தலையசைப்பின் மூலம். காலவன் நோக்காத விழிகளினால் எல்லாவற்றையும் பேசாமல் நோக்கியவாறிருந்தான். மாதவி தன்னுடைய தடையற்ற நகைப்பினால் எல்லோருக்கும் சந்தோஷம் உண்டாக்கினாள்.

வீதிகளை எல்லாம் வலம் வந்து கடந்து, ரதம் நகர எல்லையை அணுகியதும் நின்றது. மன்னரும் பரிவாரங்களும் ஜனங்களும் பூமியில் விழுந்து அந்தணரை வணங்கினர். காலவனின் உயர்ந்த கரங்கள் அனைவரையும் ஆசீர்வதித்தன.

"சிரேஷ்டரே, மாதவி இன்னும் உலகறியாப் பேதை. அரண் மனையில் குழந்தைபோல் விளையாட்டில் காலம் கழித்து விட்டாள். அவள் தெரிந்தோ தெரியாமலோ ஏதாவது பிசகு செய்தால் அதை நீங்கள் பாராட்டாமல் மன்னித்து அவளைச் சரியான பாதையில் நடத்திப் போகவேண்டும்."

"அவர் செல்லும் பாதையில்தான் நான் ரதம் ஓட்டுவேன் அப்பா!"

"மாதவி, நீ சாஸ்திரங்கள் ஓதியிருக்கலாம்; சாஸ்திரப் பயிற்சி பெற்றிருக்கலாம்; ஆனால் நீ ஒரு பெண் என்பதை மறந்துவிடாதே. பெண்ணுக்கு என்று ஏற்பட்ட நியமங்களை ஜாக்கிரதையாக அனுஷ்டானம் செய். அதிர்ஷ்டவசத்தினால் சாதாரணப் பெண் எவளுக்கும் கிட்டாத சந்தர்ப்பம் உனக்குக் கிடைத்திருக்கிறது. இந்தத் தேவ கட்டளையைப் பூர்த்தி செய்வ தால் உனக்கு முக்தி கிட்டும் என்பதில் சந்தேகம் இல்லை. முனிவரின் மனம் கோணும்படி ஒன்றும் செய்யாதே. அவருடைய வேலை முடிவானதும் திரும்பவும் நீ என்னிடமே வந்துவிட லாம் . . ."

பேசும் போதே தர்மத்தின் குரல் தழுதழுத்தது. செல்லமாக வளர்த்த புதல்வியைப் பிரியும் ஏக்கம் அதனையும் பீடித்தது. அவள் போகிறாள்; திரும்பி எப்போது வருவாள், அல்லது வருவாளா என்பதை நிச்சயமாகக் கூறமுடியாது. எதிர்காலம் அகண்டமாக முன்னால் படுத்திருக்கிறது; அப்பால் என்ன உள்ளது என்பதை யாரால் அறிய முடியும்?

தர்மத்தின் கண்களில் நீர் துளிர்த்ததைக் கண்ட மக்களும் கலங்கிவிட்டார்கள். அரண்மனையில் வளர்ந்த செல்வி முனிவ ருடன் செல்கிறாள்; அவளுக்கு எவ்வளவு துன்பங்கள் உண்டா குமோ? விதி மனிதனை எவ்வளவு பயங்கரமாக ஆட்டி வைக்கிறது? வாழ்க்கை என்பதே இத்தகைய 'திடும்பிரவேசங்க' ளின் ஒரு கோவையாகத்தான் இருக்கிறது. ஆண்டவன் அரச குமாரியைக் காப்பாராக!

நீர் மறைக்கும் கண்களைத் துடைத்துத் துடைத்துத் திரும்பிப் பார்த்துக்கொண்டே எல்லோரும் திரும்பிவிட்டார்கள்.

மாதவி குதிரைகளின் கடிவாளங்களைக் கையில் எடுத்துக் கொண்டு காலவனிடம் கேட்டாள்: "இனி நான்தான் சாரதி;

உங்கள் ரதத்தை இனி நான்தான் ஓட்டப் போகிறேன்; ஓட்ட லாமா ?"

அவன் இப்போதுகூட வாய்திறக்கவில்லை. 'எங்கே போவது' என்ற பதிலுக்காக அவளும் காத்திருக்கவில்லை. சவுக்கைச் சுழற்றினாள்; அதன் நாக்குகள் பரிகளின் முதுகையும் வயிற்றையும் நக்கின; ஆத்திரம் கொண்ட குதிரைகள் பாய்ந்து ஓடத் தொடங் கின. மரங்கள், மலைகள், அருவிகள், ஆறுகள், சுனைகள் எல்லாம் கடந்து அவை ஓடிக்கொண்டே இருந்தன.

நித்ய கன்னி

4

ஒன்றிவிட்டோம்

– காலவன்

மாதவிக்கு ஒரே உற்சாகம் லாகவமாகச் சவுக்கைச் சுழற்றி வானின் முதுகில் அடிப்பதால் மருளும் அசுவங்கள் காற்றின்மீது நடை பழகின.

அவளுடைய மனதின் மேல்மட்டம் தேர் செலுத்துவதில் ஈடுபட்டிருந்தது; ஆனால் அடிமட்டத்தில் வியப்பும் அச்சமும் தேங்கியிருந்தன. காலவன் மீது அவள் காதல் கொண்டுவிட்டாள், முதல் பார்வையில் அவனுடைய சுபாவமே அவள் அறியாள். முனிவனான அவன் அவளுடைய விஷமத்தை விபரீதமாகப் பொருள் செய்து முடிவு கொண்டால், அவளால் என்ன செய்யமுடியும்? அவளுடைய உணர்ச்சிக்கு அவன் மதிப்பு அளிப்பானா? அவள்மீது மோகம் கொண்டவன் போல் தான் அவனும் பேசினான்; அது க்ஷணிகமானதா, நீடித்து நிற்கக் கூடியதா? அழகின் சுடரில் கண் இழந்தவனானால், அது நிலைத்து நிற்கும் என எதிர்பார்ப்பது பிசகு; அப்படி இல்லை என்று அவள் தீர்மானிப்பதற்கு அத்தாட்சிதான் என்ன?

ரதம் ஏறுவதற்கு முன்னரும் பின்னரும் காலவன் சாதித்த மௌனம் அச்சமூட்டியது. ஜனங்களை விட்டுத் தனிமை பெற்ற பிறகும் அவன் சினத்துடனோ அல்லது சகஜமாகவோ ஒரு வார்த்தைகூடப் பேசவில்லை. இந்த மௌனம்

அவளை ஆற்றில் ஒருகாலும் சேற்றில் ஒரு காலுமாக நிறுத்தி வைத்தது. அவன் வாய் திறந்தால் – அவளுக்கு வாய்க்க இருப்பது வாழ்வா அல்லது வீழ்ச்சியா?

ஆனால் – காலவனுடைய நிலையும் நரகாவஸ்தையாக இருந்தது. மௌனசாதனை அவனுக்குப் பழக்கமான விஷயம். குருகுலவாசத்தின் போது பரம்பொருளைச் சிந்திப்பதற்கும், சிந்தனை சிதறாமல் கட்டுப் போடுவதற்கும் அவன் மௌனவிரதம் பூண்டிருக்கிறான்; ஆனால் அந்த மௌனத்திற்கும் இதற்கும் மிகுந்த வேறுபாடு இருந்தது. அப்போது அவன் சிந்தை அனன்யம் ஆகிவிடும்; இப்போது அன்யமாகியிருந்தது.

அவன் பிரமசாரி; நியமம் சிறிதும் தவறாத, மாசற்ற மனம் படைத்தவன். மாதவியை உஷையின் உருவில் அவன் மனப் பூர்வமாக வரித்து விட்டான். ஆனால் தாம்பத்தியம் தாங்கித் தவவாழ்வு மேற்கொள்வதற்கு முன்னால் அவன் குரு தேவருக்கு உரிய கடனைத் தீர்த்தாகவேண்டும். விசுவாமித்திரர் மகா கோபிஷ்டர்; சிறுதவறும் சகியார்; அவருக்குச் சினம் உண்டாக்க அமரரும் துணியார். முதலிலேயே அவருக்குச் சேர வேண்டிய குதிரைகளைத் தருவதில் காலதாமதம் ஆகிவிட்டது. இனியும் காலஹரணம் செய்தால் அவருடைய ஆத்திரத்தைக் கிளறிவிடும். அதற்கு இலக்கு ஆகாமல் தப்ப வேண்டுமாயின் மாதவியைக் கொண்டுதான் பரிகளைச் சம்பாதிக்க இயலும். ஆனால் அவன் அவளைக் கைவிடுவது எப்படி? கைவிடாதிருப்பது எப்படி?

“மாதவி!”

கடிவாளத்தை இழுத்து ரதத்தை நிறுத்தினாள் அவள். ஒரு குலுக்குடன் அது நின்றது.

“கூப்பிட்டீர்களா?”

“ஆம், என்னைத் தர்ம சங்கடத்தில் மாட்டிவிட்டுத் தேர் செலுத்துவதில் முனைந்துவிட்டாய், ஒன்றுமே அறியாதவள் போல். உஷையாக வந்த உன்னை அடைவதைப் பெரும் பாக்கியம் என்றுதான் நினைக்கிறேன். நீ என்னை ஏமாற்றவில்லை; நான் ஏமாற்றமுற்றதாகச் சொல்வதும் தவறு. ஆனால் பெரும் சுமையாகத் தலை மீது நிற்கும் தர்மத்திற்கு நான் என்ன செய்வது என்பது எனக்கும் புரியவில்லையே, மாதவி!”

“மனத்தால் வரித்தவரைச் சந்திப்பதற்காக நான் செய்த காரியம் பெண்களைப் பற்றின வரையில் துணிச்சலானதுதான். அது தவறு என்றால் என்னை நீங்கள் மன்னிக்க வேண்டும். ஆனால் உங்களையும் அறியாமல் நீங்கள் என்னைத் தர்ம சங்கடத்தில் ஆழ்த்திவிட்டதும் உண்மைதானே? அந்த நிலையில் நான் வேறு என்ன செய்ய முடியும்? நான் மாதவி என அப்போதே

கூறியிருந்தால் நீங்கள் என்னை ஏற்றுக்கொள்ளத் தயங்கி இருக்கக் கூடும் என்ற பயத்தினால்தான் உஷை என்னும் மாறு பெயர் சொன்னேன். அந்தப் பெயர் உங்களை வசீகரித்துவிட்டது."

"இல்லை, உன் பெயருக்காக நான் மயங்கிவிட்டேன் என்று நீ நினைப்பது பிசகு. உன் தோற்றமும் பார்வையும் பேச்சும் என்னை என்னவோ செய்துவிட்ட தெய்வ இச்சையை நாம் என்ன செய்ய முடியும்?"

பெண்ணுக்கு விளங்க நேரம் ஆகவில்லை. அவனுடைய குழந்தைப் பேச்சு அவளுக்குத் தெம்பு அளித்தது. அவன் அவள் மீது கோபம் கொள்ளவில்லை; கொள்ளவும் முடியாது. அவளுடைய இஷ்டம் பூர்ணசித்தி பெற்றாற்போலத்தான்.

"நீ ராஜகுமாரி; நீ நினைத்தால் விசால வாழ்வு உன் காலடியில் வந்து விழும்; எல்லாவற்றையும் துறந்து என்னுடன் தபஸ்வினியாகக் காலம் கழிப்பதற்கும் துணிகிறாய், இது தெய்வாதீனம்தானே? என்னைக் கண்டமாத்திரத்தில் நீ என்மீது ஏன் பற்றுக்கொள்ள வேண்டும்? நான் ஒரு முனிவன் என அறிந்த பின்னரும் அது ஏன் குன்றாதிருக்க வேண்டும்? நானோ புலன்களை ஒடுக்கி வாழ வேண்டியவன். அந்த முயற்சியிலும் ஈடுபட்டவன். அப்படி இருந்தும் உன்னைப் பார்த்ததும் உன்வசம் ஆகிவிட்டேன். இதையெல்லாம் மனித முயற்சி என்று சொல்ல முடியாது. ஆனால் இதன் முடிவு என்ன ஆகுமோ என்பதை என்னால் ஊகிக்கவும் முடியவில்லை. குருநாதர் முன்கோபி; அவருடைய விருப்பம் திருப்திகரமாக நிறைவேற்றப்படாவிட்டால் நான் அழிய வேண்டியதுதான்?"

பேசும்போதே அவனுடைய உள்ளத்தில் 'நாங்கள் இருவரும் ஒன்றிவிட்டோம்' என்ற உணர்ச்சியே மேலோங்கி நின்றது; 'இப்போது மாத்திரம் அல்ல. யுக யுகாந்திரங்களாகவே நாங்கள் இருவரும் தம்பதிகள் – தீயின் முன்னிலையில் கரம் பற்றிக் கடவுளர்களால் ஆமோதிக்கப் பெற்ற தர்மப் பங்காளிகள்' என்ற நினைவும் ஒரு புறம்.

அவனுக்கு வருவதே தனக்கும் என்று மாதவியும் எண்ணமிட்டாள். கொஞ்ச நஞ்சம் அவளுக்கிருந்த சந்தேகம் அறவே தீர்ந்துவிட்டது. 'இனி?' என்பதை அவளாலும் யோசிக்க முடியவில்லை. 'அவர் என்னை ஏற்க இசைவாரா?' என்ற அவளுடைய திகில் நீங்கிவிட்டது; கொஞ்சம் ஆசுவாசம் செய்து கொண்டு யோசித்தால் நல்லதென அவளுக்குப்பட்டது.

"இப்போது மத்தியான வேளை ஆகிவிட்டது. இன்று இந்த வனத்திலேயே தங்குவோம், யோசிப்போம். உங்கள் குருதேவரின் அருளால் நமக்கு நேரான வழி புலப்படும்."

காலவனும் சற்று ஓய்வு வேண்டினான்; ஆனால் கவலை அவனைக் கிண்டியவாறு இருந்தது.

"நீ சொல்வதும் சரிதான். ஆனால்... உன்னை வாழ்க்கைத் துணையாக அடைவதற்கு இன்னுமொரு இடையூறு இருக் கிறது. குதிரைகள் கிடைத்தவுடன் நான் உன்னை உன் தகப்பனாரிடம் ஒப்படைத்துவிட வேண்டும்."

"நீங்களும் நானும் ஒப்புக்கொண்டால் என்னை உங்களுக்கே மணம் புரிவிப்பார் என்பது நிச்சயம், அவருக்கு என்மீது மிகவும் பிரியம்."

"அது சரி, முதலில் குதிரைகள் வேண்டுமே; அதற்கு வழி? குருதேவர் யோகி; அவரைக் கனவிலும் ஏமாற்ற முடியாது."

குருவை ஏமாற்ற வேண்டும் என்ற எண்ணம் அவன் யோசனை செய்ததால் விளைந்ததன்று; இன்பம் வேண்டிய ஏக்கம் அவன் வாயில் அந்த வார்த்தைகளைச் சிருஷ்டித்து விட்டது.

"ஏமாற்றும் எண்ணமே நமக்கு ஏன்? அவரைத் திருப்தி செய்தால்தான் நாம் சுகமாக இருக்கலாம். அவர் சொன்ன லட்சணம் வாய்ந்த குதிரைகள் எந்த அரசரிடம் உள்ளனவோ அவரிடம் சென்று நீங்கள் கேட்டால்..."

"அரசர்கள் எல்லோரும் உன் தந்தையாரைப் போல் ராஜரிஷிகளா? பிரதிபலன் கோராமல் எந்த அரசனும் என் வேண்டுகோளைப் பூர்த்தி செய்வான் என்று எனக்குத் தோன்ற வில்லை. அப்படியே அவன் விரும்பினாலும், நாட்டின் உடனடி யான தேவைகளுக்குப் போதிய வருவாய்க்கு மேல் மிஞ்சினால் தான் அவனால் அளிக்க முடியும். இதையெல்லாம் எண்ணித் தான் உன்னை அழைத்து வந்தேன். ஆனால் நீயோ, என்னையும் உன்னுடன் ஐக்கியப்படுத்திக்கொண்டுவிட்டாய்..."

"முதலில் அந்தப் பரிகள் எங்கே இருக்கின்றன என்பதைப் பக்கத்தில் உள்ள நகரங்களில் போய் விசாரித்து அறியலாம்... இன்று இரவாவது இங்கே சற்று நிச்சிந்தையாகப் பொழுது போக்கலாம். கலக்கம் நீங்கி மனம் தெளிவு பெற்றால்தான் நமக்கும் சரியான யோசனை தோன்றும்."

மேலும் தாமதம் செய்யாமல் அவளுடைய யோசனையை அவன் ஏற்றுக்கொண்டான்.

ஆற்றோடு போகிறவனுக்கு ஒரு துரும்பு கிடைத்தாலும் போதும், அதைக் கெட்டியாகப் பற்றிக்கொண்டு விடுகிறான்; அதைக்கொண்டே கரை ஏறிவிடலாம் என்று அவனுக்கு முழு நம்பிக்கை. அல்லல்கள் நிறைந்த பொழுதில் கிடைக்கும் இன்ப வினாடியும் அந்தத் துரும்பு மாதிரிதான். அந்த வினாடி

யில் உண்டாகும் கற்பனையினால் அவன் துன்பங்களையெல்லாம் மறந்து விடுகிறான்; 'இனி இன்பமே இன்பம்' என்று கனவுகூடக் காணத் தொடங்குகிறான்; அது அசட்டுக் கனவாக இருக்கலாம்; ஆனால் இந்த அசட்டுக் கனவில்தான் மனித சரித்திரமே உருவாகியுள்ளது! காலவனும் அந்தக் கனவை ரசிப்பதில் ஈடுபட்டான்.

அந்த இன்ப நேரம் அவ்விருவரையும் சிறு குழந்தைகள் ஆக்கியது. வேதவேதாங்க பாரங்கதனாக இருந்தும், அறியாப் பாலகன்போல் அவளுடன் உரையாடியும், கூத்தாடியும் மகிழ்வு கொண்டான் காலவன். மனம்போனவாறு திரிந்து பழக்கமுறாத அவன் அழகி ஒருத்தி பக்கத்திலிருந்து விளையாடுவதால் எல்லை இல்லாத இன்பவாரியில் மூழ்கி விட்டான்.

மாதவியைப் பற்றியோ கேட்க வேண்டியதில்லை. அரண்மனையில் பலவித கேளிக்கைகளில் காலம் கழித்தவள் அவள். ஆனால் புது மனிதன் ஒருவனோடு சேர்ந்து உல்லாசமாகப் பொழுது போக்குவதில் அவளும் பெரும் இன்பம் கண்டாள்.

அவர்கள் தடாகங்களில் குதித்து ஒருவர் மீது ஒருவர் நீரை இறைத்துக்கொண்டார்கள்; தாமரை மலர்களைப் பறித்து உடலில் சூடி ஒருவர் மற்றவர் மீது எறிந்தார்கள்; மரங்களின் மேல் தாவி ஏறிக் கனிவகைகளைப் பறித்துக் கடித்து உண்டது போக எஞ்சியவற்றை எங்கும் தூவினார்கள். வனம் முழுவதும் எதிரொலிக்கும்படியாக உரத்த குரலில் புதுப்புது கீதங்களைப் பாடினார்கள்.

இளமையின் இந்தப் புதிய ஆட்சி வனவாசிகளுக்கு வியப்பும், சற்று அச்சமும் உண்டாக்கியது. 'இந்தப் புது உருவங்கள் யாரோ? இங்கே வந்து ஏனோ இப்படி நிர்த்தூளி செய்கிறார்கள்?' என்கிற வியப்பு. 'இந்த லீலை தொடர்ந்து சில நாட்கள் நடைபெற்றால் இந்த வனத்தை விட்டு வேறு எங்காவது ஓட வேண்டியதுதான். மரங்களில் கனிகள் இன்றி, ஓடைகளில் தாமரைகள் இன்றி, பயம் இல்லாதிருக்க சுயேச்சை இன்றி இந்தக் காட்டில் நாம் வாழ்வது எப்படி?' என்ற அச்சம். அச்சத்தின் அதிர்ச்சியில் ஓடும்வழி அறியாத அணில்கள் பல அவ்விருவரின் மீதே புரண்டு விழுந்து ஓடின, கீச்சிட்டுக் கொண்டே. கூடுகளிலிருந்து நிர்ப்பந்தத்தால் வெளிப் போந்த பறவைகள் மீளவும் மரங்களுக்குத் திரும்பி வர மாட்டாது பறந்து பறந்து அலுத்துக் கொண்டிருந்தன; மானினங்கள் ஓட்டத்தை நிறுத்தவேயில்லை; 'புதியவர்கள் இங்கே இருக்கிறார்களே!' என்று அவை வேறு இடம் ஓடினால் அங்கும் அவர்கள் வந்து சேர்ந்து விடுவார்கள்! அஸ்தமனம் ஆகியும் அந்தக் கானகத்தில் பொழுதுசாய வெகுநேரம் பிடித்தது அன்று.

கடைசியில் இரவும் வந்தது.

வான அரங்கத்தில் நிலா நடிகை வந்தாள். முகில் முட்டாக்கில் முகமலர் மறைத்து, பொன் ரேக்குகள் இழைத்த ஆடையை வித்தாரமாய்க் குலுக்கி லாகிரி நடனம் தொடங்கினாள். அவளுடைய கானம் அந்தக் கானகம் எங்கும் பரவியது.

அந்த இசையின் இலக்கியத்தை ஊன்றிக் கவனித்தார்கள் இருவரும். கடவுளர்கள் முதல் அமரர்கள், முனிவர்கள், மாபெரும் அரசர்கள், சாதாரண மனிதர்கள் வரை – உலகத்தின் தொடக்கம் முதல் இன்று வரை – எல்லோரும் புரிந்த காதலை விவரித்தது அந்த இசை. காதல் இன்பத்திற்கு ஆளாகாத மனிதன் இல்லை, தேவனும் இல்லை; அந்த இன்பத்தை வேண்டாத மனிதன், மனிதன் அல்லன்; தேவன், தேவன் அல்லன் – என்றெல்லாம் அந்த இசை பெருகியது.

காலவனடைய உள்ளத்தை நிலா உணர்ச்சி பலமாக முற்றுகை இட்டது. அந்த முற்றுகையின் பலனாகக் குரு, குருதட்சிணை, தவநெறி என்பதைப் போன்ற எண்ணங்களின் போக்குவரத்துப் பாதையே அவனுடைய ஹிருதயத்திலும் மூளையிலும் அடைபட்டுப் போயின. முற்றுகையின் வேகமும் இறுக்கமும் வலுக்க வலுக்க அவனைப் பசிப்பிணி பீடித்தது; அது உடல் பசி.

அவன் மெய் சிலிர்த்தது; கட்டுக் குலையாத அவன் மேனி பளிச்சிட்டது. அந்தப் பசியைத் தீர்த்துக் கொள்வது என்று அவன் முடிவு கட்டினான்.

“மாதவி!”

பசுமைப் படுக்கையில், வான் நோக்கிச் சாய்ந்திருந்தவளின் கரம் பற்றித் தூக்கி நிறுத்தினான். நிலா ஒளி வெள்ளத்தில் மிதந்து வந்த எழில் தாமரை!

பெண்; பெண்ணிலும் கன்னி; கன்னியிலும் நித்ய கன்னி; ஆகவே அழியாத அழகுவாய்ந்தவள்; சந்ததி உற்பத்தியும் அவள் அழகைக் குலைக்க முடியாது – என்கிற எண்ணம் அவனுடைய மெய் மறதிக்கு உறுதியான முத்திரை இட்டது. அந்தத் தாமரை இயற்கை அன்னையே அவனுக்கு அர்ப்பித்த மலர்தான்!

“மாதவி! இந்த வனத்தின் தனிமையில் நாம் இருவரும் ஆசிரமம் கட்டிக் கொள்வோம்; வாழ்க்கை இன்பத்தைத் துய்ப்பதற்கான வழி அமைப்போம்; உலகத்துடன் நமக்கு எவ்விதத் தொடர்பும் வேண்டியதில்லை; அதனால் கிடைக்கக் கூடிய எவ்வித சுகமும் நமக்குத் தேவை இல்லை. நாம் இருவரும்தான் நம் உலகத்திற்கு அரசனும் அரசியும்; நாமே நமக்குப் பிரஜைகள்;

காதல்தான் நமக்குச் செங்கோல்; நம் ராஜ்யத்தில் வேறு யாருடைய அதிகாரமும் செல்லாது; நம் இன்பத்தை யாரும் – எந்தச் சக்தியும் தடை செய்ய முடியாது..."

அவன் சொன்ன வாயை மூடவும் இல்லை; வனவனாந் திரங்களில் எல்லாம் பலமுறை எதிரொலி கிளப்பிக் கொண்டே ஒரு குரல் எழுந்தது: "காலவா!"

அவ்வளவுதான்; அவன் பற்றியிருந்த மாதவியின் கரத்தைக் கைவிட்டான். நிலாவுணர்ச்சி போன சுவடே புரியவில்லை; நடுநடுங்கும் கால்களைக் கஷ்டத்துடன் இழுத்தவாறு குரல் வந்த திசையை நாடி ஓட்டம் பிடித்தான் காலவன்.

5

நல்ல தர்மம்!

– மாதவி

அது விசுவாமித்திரரின் குரல்.

அந்தக் குரல் அவனுக்கு வேத மந்திரங்களின் பொருளைப் போதித்தது. அதுதான் அவனுடைய உள்ளத்தைச் செப்பனிட்டு அறிவு வித்து விதைத்தது; கை சோராமல் பிறவிக் கடலில் நீந்துவது எப்படி என்பதைக் கற்பித்தது அதுதான். லௌகிக இன்பத்தில் மனத்தைத் தளரவிடக் கூடாது; கடுமையான தவநெறியே சிறந்த நெறி எனப் போதித்ததும் அதுதான். அவனுடைய ஏற்றம் இறக்கம் ஒவ்வொன்றின் பொருளையும் அவன் நன்றாக அறிவான். கானகத்தைக் கலக்கின கடும் குரல் சர்வ நாசத்தின் எதிரொலி என்று அவனுக்குத் தெரியும்.

அவன் சிறிது தூரம்தான் ஓடினான். அவனுக்கு எதிரில் விசுவாமித்திரரே வந்து நின்றார். ஜடாதரராய், பிரளயகால ருத்திரரைவிட உக்கிரராய்க் கனலுமிழும் கண்களுடன் நின்ற அவரை நிமிர்ந்தும் நோக்கமாட்டாமல் காலடிகளில் விழுந்தான் காலவன்.

“எழுந்திரு!”

அவன் எழுந்திருந்தான்.

“உன்னுடைய பிரதிக்ஞையை இதற்குள்ளாகவா மறந்தாய்?”

பதில் அளிக்கும் நிலைக்கு அவன் இன்னும் வரவில்லை. குளிர் காற்று வீசும் அப்போதும் அவன் உடலில் வியர்வை வழிந்தது.

"காலவா, பெண் பக்கத்தில் இருந்தால் குருவை ஏமாற்றி விடலாம் என்கிற தைரியம் உண்டாகிவிடுகிறது; அவரை அவமானம் செய்வதும் சுலபமாக இருக்கிறது, இல்லையா? அதன் விளைவு என்ன ஆகும் என்பதை நீ நினைத்துப் பார்க்கவே இல்லை. இன்பம் எது, துன்பம் எது என்பதை நிர்ணயிக்கும் சக்திதான் உனக்குக் கிடைத்து விட்டதே! உன் இன்பத்தை யாரும் — எந்தச் சக்தியும்தான் தடை செய்ய முடியாதே! மாதவி இல்லாவிட்டாலும் நீ இன்பம் அடைந்துவிடுவாய். நீசனே! உனக்கு அவள் கிடைக்கவே மாட்டாள்!"

மரங்களுக்குப் பின்னால் சந்திரிகை ஒளிந்து கொண்டது. நெட்டையாய் நிற்கும் எதிர்காலமே இருளிலிருந்து பேசுவது போலிருந்தது. காலவனின் உடல் முழுவதும் நடுக்கமுற்றது.

"சுவாமி, என்னை க்ஷமிக்க வேண்டும். பெண்ணினால் மதி மயங்கிவிட்டேன். உண்மை. என் தவறை ஒப்புக்கொள்கி றேன். தாங்கள்தான் என்னைக் காப்பாற்ற வேண்டும் ... மாதவியை என்னிடமிருந்து பிரித்துவிடாதீர்கள்; அவள் என் ஜீவன் ஆகிவிட்டாள் ..."

குருதேவர் நகைத்தார். "அகம்பாவத்தினால் என்னை அவமானம் செய்யத் துணிந்தாய்; வனம் உனக்கு மதிலாக இருக்கும் என்னும் நினைப்பு உனக்கு. முதலிலேயே நீ பிடிவாதக் காரன்; இப்போது திமிரும் சேர்ந்துவிட்டது. இனி நீ அழிய வேண்டியதுதான்."

"அறியாமையினால் ..."

"அறியாமை அல்ல; மோக அந்தகாரத்திற்கு நீ இரையானாய். பெண்ணை விஷம் போல் ஒதுக்க வேண்டும்; அவளைக் கண் கொண்டு பார்ப்பதும் பிசகு என்று நான் உனக்கு உபதேசம் புரிந்தது எல்லாம் வீணாகிவிட்டது. என்னுடைய அனுபவத்தைக் கொண்டு கூறுகிறேன்: எவன் பெண்ணைக் கண்டு சபலம் அடைகிறானோ, அவன் கர்ம சக்கரத்தில் அகப்பட்டுத் தவிக்க வேண்டியதுதான்; அவனுக்கு இகமும் இல்லை, பரமும் இல்லை."

காலவன் தர்க்கம் புரிவதற்குத் தயாராக இல்லை.

"நீ கிருகஸ்தாசிரமத்தை மேற்கொள்ள வேண்டியவன்தான். ஆனால் உன்னுடைய பிரமசரிய வாழ்க்கை இன்னும் முடிவு எய்தவில்லை. நீ வாக்களித்த குதிரைகளை எனக்கு இன்னும் தரவில்லை. உன்னுடைய இந்தக் கடமையை நிறைவேற்றி

விட்டுப் பிறகுதான் தாம்பத்யத்தைப் பற்றிச் சிந்திக்க வேண்டும். எப்படியும் மாதவி உனக்கு மனைவி ஆக முடியாது."

"சுவாமி!"

"அவள் அரசகுமாரி ..."

"அந்தணன் அரசகுமாரியை மணப்பது ..."

"பிசகு அல்ல, ஆயினும் அவள் உனக்கு சகதர்மிணி ஆக முடியாது. அவளை மணப்பதால் நீ சிற்றின்பத்திலேயே ஆழ்ந்துப் போவாய்."

"ஆனால் அவளும் நானும் பரஸ்பரம் வரித்திருக்கிறோம். அவளை மனைவியாகக் கொள்வதால் ..."

"சரி, நீ யாரை மணக்கப் போகிறாய் என்பதைப் பற்றி எனக்கு அக்கறை இல்லை. எனக்குச் சேரவேண்டிய பரிகள் எங்கே?"

"குரோ, தங்களுக்குத் தெரியாமல் என்ன இருக்கிறது?"

"எனக்குத் தெரியும். நீ முயற்சி செய்தாய்! இப்போது அதைக் கைவிடும் தறுவாயில் இருக்கிறாய்."

"மாதவி மீதுள்ள மையலால் நான் வாய் தவறிக் கூறியது வாஸ்தவம். ஆனால் மனப்பூர்வமாக எனக்கு அந்த எண்ணம் கிடையாது."

"நான் என்ன கூறியும் நீதான் என்னை வற்புறுத்திக் குருதட்சிணை கேட்கச் செய்தாய். ஏற்கனவே காலதாமதம் ஆகிவிட்டது. உன் கடமையை எப்போது நிறைவேற்றப் போகிறாய்?"

"குரோ, தாங்கள்தாம் அசுவங்களை அடைவதற்கான வழியை எனக்குக் கூறவேண்டும்."

"நான் கூறும் யோசனைப்படி உடனே காரியம் செய்வாயா?"

"செய்கிறேன்."

"தயங்குவாயோ?"

"இல்லை."

"அயோத்தி அரசன் ஹர்யசுவன், காசி மன்னன் திலோதாசன், போஜராஜன் உசீநரன் – இந்த மூவரிடம்தான் நான் சொன்ன லட்சணம் உள்ள குதிரைகள் இருக்கின்றன. அவர்களிடம் மாதவியை அழைத்துப்போ. முறையாக ஒவ்வொரு அரசனுக்கும் அவளை மணம் புரிவித்து கன்யாசுல்கமாக ஒவ்வொருவனிடமிருந்தும் இருநூறு குதிரைகளை வாங்கி வா ..."

காலவன் ஸ்தம்பித்துப் போனான். மாதவி மூன்று மன்னர்களை மணப்பதா? சை, அது எப்படி முடியும்...? ஆனால் இந்தக் கேள்வியைக் குருவிடம் கேட்க அவனால் இயலவில்லை.

"மாதவி நித்ய கன்னி; ஒரு குழந்தை ஈன்றதும் மீண்டும் கன்னியாக மாறிவிடுவாள். ஒரு அரசனுக்கு ஒரு சந்ததி உண்டானதும், அவளை வேறு அரசனிடம் அழைத்துப் போகலாம்..."

"ஆனால், பாக்கி இருநூறு குதிரைகளுக்கு..."

"அதைப்பற்றி அப்பால் யோசிக்கலாம். விரைவில் வேலையை முடி! இனியும் காலஹரணம் செய்தால்... அழிவாய்!"

சூறாவளிபோல் வந்தவர், அதைப்போலவே திரும்பி விட்டார்.

காலவன் புத்தி பேதலித்தவன் போல் அங்கேயே புல்தரை மீது படுத்துவிட்டான். அவனுடைய அறிவும் உணர்வும் வெறுமையில் மூழ்கின.

சிதைந்த நம்பிக்கையின் துணுக்குகள் போல் வானத்தில் தாரகைகள் மின்னின. அவைகளை ஒன்றாகச் சேகரிக்க முடியுமோ? சேகரிக்க முடிந்தாலும், அவை ஓர் உருக்கொள்ளுமோ?

எங்கிருந்தோ வந்த குரலைச் செவியுற்றதும் காலவன் நிலை கெட்டு ஓடியதன் காரணம் புரியாமல், மாதவி அந்த இடத்திலேயே வெகுநேரம் காத்துக் கொண்டிருந்தாள். அவன் வராதிருக்கவே அவளுக்குத் திகிலாகிவிட்டது. அக் குரல் யாருடையதோ? அதைக் கேட்டு அவன் அவ்வாறு அஞ்சுவானேன்? பெருத்த அபாயம் நேர்ந்திருக்க வேண்டும்; இல்லாவிட்டால் அவன் வராதிருக்கமாட்டான்.

நேரம் ஆக ஆக அவன் வரவே மாட்டானோ என்று கிலி பிடித்தது. இறுதியில் அவனைத் தேடி வருவதற்குக் கிளம்பினாள்.

அந்த வனம் மிகவும் பெரிதன்று. ஆயினும் பூம்பொழிலில் மலர்களின் இடையில் திரிந்த அரண்மனைப் பெண்ணுக்கு ஆளைத் தேடிப்பிடிப்பது கடினமாகவே இருந்தது. எங்கெல்லாமோ சுற்றி அவன் இருந்த இடத்தைக் கண்டு பிடிப்பதற்குள் வெள்ளி முளைத்துவிட்டது.

மருங்கில் சென்று அமர்ந்து அவனுடைய மார்பை மிருதுவாகத் தொட்டாள்.

அரைகுறைத் தூக்கத்தில் இருந்த அவன் உலுக்கி எழுந்தான்.

எம்.வி. வெங்கட்ராம்

“நீயா? நீ ஏன் என்னைத் தீண்டினாய்?” என்றான் மாதவியை எதிரில் கண்டதும்.

கண்களை அகல விரித்தாள். அவனாக அவளை ஸ்பர்சித்தது குற்றம் இல்லை என்றால், அவளாக அவனைத் தொட்டால் குற்றமாகும் விந்தை அவளுக்குப் புதிராக இருந்தது.

“மாதவி, நீ ராஜகுமாரி. குருதட்சிணை செலுத்துவதற்காக நான் உன்னை அழைத்து வந்தேன் என்பதை மறந்து விடாதே!”

வாய் சொன்ன வார்த்தைகள் அவன் நெஞ்சைக் குத்தின.

“திடீரென்று ஏன் இப்படிப் பேசுகிறீர்கள்? அந்தக் குரல் யாருடையது? வந்தது யார்?”

“குருதேவர்.”

அவளுடைய மனம் உறைந்துவிட்டது; “நீங்கள் அவரை அலட்சியம் செய்து பேசியது தவறு.”

“அந்தத் தவறுக்காகக் கடுமையான தண்டனையும் விதித்து விட்டார்.”

“தண்டனையா? என்ன அது?” என்றாள் ஆவலுடன்.

“குருதட்சிணையை நான் விரைவில் செலுத்திவிட வேண்டும். இல்லாவிட்டால் – அழிய வேண்டும்! அதற்காக – மாதவி – நீ மூன்று அரசர்களை மணக்க வேண்டும்; அதற்குக் கன்யாசுல்கமாக அறுநூறு பரிகள் கிடைக்கும்!”

ஸ்தம்பிதமானாள் அவள்.

“மூன்று அரசர்களையா? மணம் புரிய வேண்டுமா? இதை என்னிடம் சொல்ல உங்களுக்கு வெட்கமாக இல்லையா?”

அவன் தலை குனிந்தான்.

பூமண்டலத்தில் ஒரு காலத்தில் காட்டுமிராண்டிகள் வாழ்ந்தார்கள்; அவர்களுக்குள் யாதொரு கட்டுப்பாடும் கிடையாது. பறவைகளைப் போலவும் விலங்குகளைப் போலவும் ஆடவரும் மகளிரும் கூடி வாழ்ந்தனர். ஆனால் காலப் போக்கில் ‘மணம்’ சமூகத்திற்கு இன்றியமையாத தேவை ஆகியது. தர்ம போதகர்கள் அதை அறம் ஆக்கினார்கள். மனைவி என்றால் அவளுடைய கணவனுக்குத்தான் கட்டுப்பட்டவள்; அவள் அவன் உடைமை; அவளைப் பரபுருஷன் எவனும் தீண்டவும் கூடாது; அது ஒழுக்க நெறிக்கு முரணானது என்னும் விதிகளையும் அவர்களே ஏற்படுத்தினார்கள். ஸ்திரீகளும் இவ்விதிகளுக்கு அடங்கித்தான் வாழ்ந்தார்கள். கணவன் ஒருவன் தன் மனையாட்டியிடம், ‘நீ வேறு

புருஷனுடன் . . .' என்று கூறுவதற்குத் துணியான்; அது அவனுக்கு அதர்மம் என்பது மட்டும் அல்ல, அவனுடைய ஆண்மைக்கே அது ஒரு பெரும் இழுக்கு.

ஆனால் காலவன் அதைத்தான் செய்தான்; அவளோ அவனைத் தர்மபுருஷனாகக் கருதி இருந்தாள்.

"குருதேவரிடம் நீங்கள் ஒன்றையும் விவரமாகக் கூறவில்லையா ?"

"நான் சொல்லாமலேயே அவர் எல்லாம் அறிந்திருக்கிறார். அவர் யோக புருஷர்."

"அறிந்துமா இப்படிச் சொன்னார்? பேஷ்! நல்ல தர்மம்!"

காலவன் பயந்து போனான். கௌசிக முனிவரை அவள் ஏளனமாகப் பேசுகிறாள். அவரோ எங்கும் வியாபித்துள்ளவராகத் தோன்றுகிறார். அவ்விருவருக்குப் பக்கத்தில் உள்ள மரங்களும், செடி கொடிகளும், ஏன், அங்கே வீசும் காற்றுகூட விசுவாமித்திரருக்கு உளவாக வேலை செய்யுமோ என்னவோ, யார் கண்டார்கள்! மனதால்கூட அவருக்கு விரோதமாக ஒன்றும் எண்ணிவிடக் கூடாது; அதுவும் ஆபத்துத்தான். மெதுவான குரலில் மாதவியை எச்சரித்தான்: "மாதவி, குருதேவரின் கட்டளைப்படி செய்வதைத் தவிர்த்து வேறு வழி ஒன்றும் புலப்படவில்லை; அவர் வார்த்தைகள் தர்மத்தின் வார்த்தைகள்."

"நான் சம்மதியாவிட்டால்?"

அவன் யோசனையில் மூழ்கினான். அவள் சொல்வதும் சரிதான்; அவனுக்குக் காரியசித்தி ஆகவேண்டுமாயின், குருவின் மொழிகளைப் போல் செய்யவேண்டிய நிர்ப்பந்தம் இருக்கிறது. கன்னிகைப் பருவம் என்றுமே குன்றாத வரம் பெற்ற அவளுக்குத் தனியான தர்மம்தான், சந்தேகம் இல்லை; வேறு மாதரைக் கட்டுப்படுத்தும் நியமம் அவள் விஷயத்தில் சரியாகாது. அவள் மூன்று குழந்தைகள் பெற்ற பின்னரும் . . .

அதனால் அவளுடைய தர்மத்துக்குப் பங்கம் நேராதிருக்கலாம்; ஆயினும் அவன் மனம் அதை எப்படித் தாங்கும்?

தாங்கியாக வேண்டும். தாங்கியாக வேண்டும்!

– மூன்று மன்னர்களை மணந்து, மூன்று குழந்தைகளைப் பெற்ற பின்னரும் அவள் கன்னிகையாகவே இருப்பாள் –

இருக்கலாம்; ஆனால் பரபுருஷர்களால் தீண்டப்பட்டவளை அவன் ஏற்பது எப்படி?

– ஏற்றாக வேண்டும், ஏற்றாக வேண்டும்? ஏனெனில் அவள் தர்மம் அழிவுறப் போவதில்லை –

குழப்பங்களுக்கு இடையில், அவளை எப்படியும் ஏற்பது என முடிவு கட்டி விட்டான் அவன்; ஆனால் அவள் அவனுடைய முடிவுக்கு இணங்க வேண்டுமே?

"மாதவி, நீ என்னைக் கணவன் எனக் கருதுகிறாய் அல்லவா?"

அவள் சிரக்கம்பம் செய்தாள்.

"அவ்வாறானால், நீ எனக்கு அடங்கியவள்; இல்லையா?"

"ஆம்."

"நான் சொல்வது போல் நீ நடக்க வேண்டும். நான் சொல்கிறேன்: குருநாதர் கூறியதுபோல், நீ மூவரை மணம் புரிந்து கொள்; அப்பால் நீ கன்னிப்பருவம் திரும்பவும் பெறுவாய்; உன்னை நான் – பிறகு மணக்கிறேன்."

மாதவிக்குத் தலை சுற்றியது: "என் கன்னி கழியாது. உண்மை தான். ஆனால் தன் மனையாளை வேறு புருஷன் தீண்டினான் என்பதை ஒரு புருஷனால் சகிக்க முடியுமா?"

கடலடியில் கொண்டு சென்று, கழுத்தை நெருக்குவதைப் போல் வெட்கம் அவனை நெரித்தது. ஆனால் இலைகளிலிருந்து நோக்கிய விசுவாமித்திரரின் விழிகளும், காற்றிலிருந்து ஸ்பர்சித்த அவருடைய கரங்களும் அவனுக்குப் பீதி உண்டாக்கியவாறே இருந்தன. புது வெள்ளம் பழைய வெள்ளத்தை அடித்துப் போவதைப் போன்று அச்சம் வெட்கத்தை வெருட்டி விட்டது.

"நாம் வாழவேண்டும்" என்றான் ஹீனஸ்வரத்தில். "மாதவி, வாழ்க்கையில் சுகம் தானாக வந்து சேருவது துர்லபம்; அதைத் தேடிக்கொண்டு நாம் பிரயாணம் செய்ய வேண்டி ஏற்படுகிறது; இடையில் பல துன்பங்கள் குறுக்கிடலாம்; ஆனால் நம் லட்சியத்தை மறந்துவிடக் கூடாது."

"நீங்கள் மறக்க மாட்டீர்களே?"

ஸ்திதியின் சங்கடத்தை உணர்ந்தாள் அவள்; அவனுடைய பயத்தையும் பயத்தின் மூலத்தையும் உணர்ந்தாள். அவனுக்கு வேறு வழி இல்லை; ஆகவே அவளுக்கும் இல்லை. அவனுக்கு மனப்பூர்வமாக விருப்பம் கிடையாது; அவளுக்கும்தான். ஆனால் அந்த இருவரையும் அவர்களையும் மீறிய ஒரு சக்தி அடித்துக் கொண்டு போகிறது; அது கணத்துக்குக் கணம் பெருகியவாறே இருக்கிறது; அது அவர்களை எங்கே கொண்டு போய் தள்ளுமோ? எங்காவது கொண்டு சென்று விடும் என்பதற்காக வாளாயிருந்து விடவும் முடியாது. கடலில் விழுந்தாகிவிட்டது; நீந்துவதால் கரை சேர முடியுமா என்பது நிச்சயமில்லை. நிச்சயமில்லை

நித்ய கன்னி

என்பதற்காக நீந்தாமல் இருக்க முடியுமா? கைகள் சோரும் வரையில் நீந்தலாம்; பிறகு பெருக்கு போகும் வழி . . .

"என்னை நீ நம்பலாம் . . ."

"உங்களை நம்பலாம். ஆனால் உங்கள் குருநாதர் என்ன நினைக்கிறாரோ? அவர் விரும்பாவிட்டால் . . ."

"துர்ப்பாக்கியத்தையே நாம் ஏன் எதிர்பார்க்க வேண்டும்? துன்பத்திற்குப் பின் இன்பம் கட்டாயம் கிடைக்கும்."

"பார்க்கலாம்."

அவளுக்கு நம்பிக்கை உண்டாகவில்லை.

வெகுநேரம் கழித்து அவள் கேட்டாள்: "முதலில் நாம் எந்த நகரத்திற்குப் போகவேண்டும்?"

"அயோத்தி."

"அயோத்தி எங்கே இருக்கிறது?"

அவன் அந்தத் திசையைக் காட்டினான்: "நீ இந்தத் தடாகத்தில் ஸ்னானத்தை முடித்துக்கொள். நான் பக்கத்தில் உள்ள நதிக்குப் போய் வருகிறேன். நான் வந்ததும் புறப்படலாம்."

அவன் போய்விட்டான்.

வெதும்புகின்ற நெஞ்சுடன் குளத்தில் விழுந்து, உடலைத் தண்ணீரில் அமுக்கினாள் மாதவி. மனவேதனையுடன், கண் விழிப்பினால் ஏற்பட்ட உடல்வலியும் சேர்ந்து அவளைத் துன்புறுத்தியது . . .

மேல் வானத்தில் நிலவு இன்னும் இருந்தது. ஆனால் ஆடி அயர்ந்த நர்த்தகியின் முகத்தை நிகர்த்து அது ஒளி குன்றித் தோன்றியது. இரவில் இருந்த மோகனம் அதில் இல்லை; காதல் கீதத்தை அது இசைக்கவில்லை; சாதல் பிரதிபலித்தது அதில்.

6

பெண்ணின் கல்யாணி மறைந்தது...

– காலவன்

நீராடிவிட்டுக் கரைக்கு வந்தாள். மரத்துடன் மரம் புணர்ந்து, தீ பிறந்து, அந்தக் காடு முழுவதுமே எரிந்து நீறு ஆகிவிடக்கூடாதா என்று அவளுக்குத் தோன்றியது. மறுபடியும் குளத்தில் குதித்தாள். எரியின் ஜ்வாலை மிகுந்தது. கரைக்கு வந்தாள். அநியாயம் அதிகமாகும்போது பூமிதேவி பொறுமை யற்று வாய்பிளப்பாள் என்று அவள் கேள்விப்பட் டிருந்தாள்; பூமி அன்னைக்கு இவ்விஷயம் அதிக் கிரமமாகத் தோன்றவில்லையா? பின் ஏன் வெடிக்க வில்லை? மீண்டும் ஜலத்தில் பாய்ந்தாள்; அந்தப் பள்ளத்து நீர் பெருக்கு எடுத்து அவளைக் கரைக் காதா என ஏங்கினாள். ஆனால் ஜலம் தண்மையாக இருந்தது; அவள் உண்டாக்கின சலனம் தவிர்த்து அதில் வேறு ஏதும் சலனம் கிடையாது. அவள் பாய்ந்த வேகத்தில் தாமரைத் தண்டுகள் ஒடிந்தன. ஆனால் அவள் ஒடியவே இல்லை. அலுத்துப்போய்க் கரைக்கே திரும்பினாள். ரதத்திற்குச் சென்று ஆடை மாற்றிக் கொண்டாள்.

குளிக்கப்போன காலவன் இன்னும் வரவில்லை; மௌனமாக ரதத்திலேயே சாய்ந்தாள்.

சிறிது நேரம்தான். அருகிலேயே ஏதோ பிராணி வேதனை தாங்க முடியாது முனங்குவதைப் போல்

நித்ய கன்னி

சப்தம் கேட்டது. முதலில் தெளிவாகக் கேட்கவில்லை. அப்பால் நன்றாக அவள் காதில் விழுந்தது.

கீழே இறங்கிச் சுற்றிலும் விழி செலுத்தித் தேடினாள் அவளுக்குப் பக்கத்திலேயே, பத்து அடிகளுக்கு அப்பால் புதர் களின் அடியில் மான்குட்டி ஒன்று கிடந்தது. திடுக்கிட்டு, அதனிடம் ஓடினாள். கல்யாணி!

அவள் பதைத்துப் போனாள். அதை மெதுவாய்த் தூக்கித் தன் மடிமீது கிடத்தினாள்.

கல்யாணி சாகும் தறுவாயில் இருந்தது. அதனுடைய விழிகள் மருளுவதை ஒழித்து நிலைகுத்திப் பிணக்களை கொண்டி ருந்தன. கொஞ்சமும் சலிப்பில்லாமல் விளையாடிய அதனுடைய கால்கள் சோர்வுற்றிருந்தன. வாயில் நுரை; மார்பில் படபடப்பு.

தடாகக் கரைக்குத் தூக்கிச் சென்று, கையில் ஜலம் மொண்டு, துளித்துளியாக அதன் வாயில் ஊற்றினாள் அவள். அந்த ஆதரவுக்காகத்தான் அது காத்திருந்தது போலும்! அன்பு ஒளியைச் சிரமத்துடன் கண்களில் நிரப்பி அவளைப் பார்த்த வண்ணம், வாயில் இருந்து வெளியில் கிளம்பிய நாக்கையும், அழகான காதுகளையும் ஒரு முறை இழுத்துவிட்டு, விறைத்துப் பிணம் ஆகியது அது.

அடிவயிற்றிலிருந்து பீறிடும் நெட்டுயிர்ப்புடன் அதனுடைய உயிரற்ற சடலத்தின் மீது சாய்ந்தாள் மாதவி . . .

அவள் தன் கரங்களால் அதற்குப் புல்லும், துளிர் இலையும் பால் அன்னமும் புகட்டி வளர்த்தாள். தன் இனத்தையே மறந்து விட்டதுபோல் அது அவளையே வலம் வந்து கொண்டி ருக்கும். வாய்மொழி இல்லாதிருப்பினும் அவளுடன் ஆயிரம் பாஷைகளைப் பேசி ஆயிரம் உணர்ச்சிகளை வெளியிட்டது; அவளுடைய உணர்ச்சிகளிலும் பங்கெடுத்துக் கொண்டது . . .

காலவன் மீது கொண்ட மோகத்தின் வேகத்தில், அவனுடன் புறப்படும் சமயம் அதை மறந்தே போனாள். ஆனால் அது அவளை மறக்கவில்லை. அவளைப் பின் தொடர்ந்தே வந்துள்ளது அது; பிரதிஷ்டா நகர எல்லைவரையில் ஜனக் கூட்டத்திற்கு அஞ்சி எங்காவது ஒளிந்திருக்க வேண்டும். நகரத்தைக் கடந்ததும் அவள் ரதத்தை மிகவும் துரிதமாக ஓட்டத் துவங்கினாள்; அதற்குச் சரியாக அதனால் ஓடமுடியவில்லை போலும். ரதம் சென்ற வழியோடு அதுவும் ஓடி வந்திருக்க வேண்டும்; இளம் வயதானதால், களைத்துப் பின் விழுந்திருக்க வேண்டும். கடைசி யில் காட்டில் அவளை எங்கெல்லாமோ தேடி அலைந்து கண்டுபிடித்திருக்கிறது. ஆனால் வயிற்றுக்கு உணவு தராது

ஓடிய அயர்வால், மூச்சுத் திணறி, வாயில் நுரை தள்ளி, அவளுக்கு அருகிலும் வரமுடியாத நிலையில் புதரில் விழுந்து...

அவள் அதற்கு உயிர்கொடுத்தாள்; அவளே அதன் உயிரை எடுத்தும் விட்டாள்; சீ, நன்றிகொன்றவள் அவள்! அதனுடைய உதவியைக் கொண்டுதான் அவள் காலவனின் நட்பைச் சம்பாதித் தாள்; ஆனால் அவனுடன் கிளம்பும்போது அதை மறந்துவிட் டாள்; அது அவளுக்காகத் தன் உயிரையே அர்ப்பணித்தது! அந்த விலங்கைவிட அற்பமானவள் அவள்; அவள் கொலைகாரி! குதிரைகளை அவள் விரட்டிய அதே சவுக்கைக் கொண்டு யாரோ அவள் நெஞ்சில் 'பளிச், பளிச்' என்று அடிப்பதுபோலி ருந்தது. வேதனையைப் பொறுக்கமுடியவில்லை அவளால்; மருட்சியுடன் ஓடிய பரிகளைப்போலவே அவளும் எழுந்து ஓடினாள்; கால்கொண்டு போகுமட்டும் ஓடி விட விரும்பினாள் போலும்; ஆனால் முடியவில்லை. எதிரிலிருந்த மரத்தைப் பற்றிக் கொண்டு கல்யாணியின் பிரேதத்தைப் பார்த்தாள்; அவளுக்கு அழுகை வந்தது; சிந்தனையும் சிந்தையும் ஒன்றின...

நேற்றுக் காலையில் உயிருடன் துள்ளியது அது. அவளுடைய அஜாக்கிரதையினால் இன்று அசைவற்றுச் சவம் ஆகிவிட்டது. அவளுடைய ஆதரவில் அது வாழாதிருந்தால் அது உயிரையே துறந்திராது. வலிமை உடையவர்களை அண்டிப் பிழைக்கின்றவர் களின் கதியும் இதுதான்; பலஹீனர்கள் பலமுள்ளவர்களிடம் எவ்வளவு பிரியம் வைத்திருந்தாலும் சரி, எவ்வளவு நன்றி செய்தாலும் சரி, பலசாலிகள் அவர்களை எப்போதும் நினைவில் வைத்திருப்பார்கள் என்று கூறமுடியாது. வலியாரின் மறதி, எளியாரின் வாழ்வுக்கே அபாயம் விளைவிக்கலாம்... அவளால் மான் கன்று இறந்தது; அவள் கதி?

பெண்ணை அபலை ஆக்கினார்கள்; அவளை ஆடவனே ரட்சிக்க வேண்டும் என்னும் விதியையும் ஏற்படுத்தினார்கள். ஆனால் அவள் அபலை என்கிற அதே காரணத்தினால் புருஷன் அவளுக்கு எவ்வளவு அக்கிரமங்களைச் செய்யத் துணிகிறான்! அவனே வகுத்த ஸ்திரீ தர்மத்தை அவன் தன் நலத்துக்கும் விருப்பத்துக்கும் ஏற்ப எவ்வளவு முறை முடுக்குகிறான். எவ்வளவு முறை தளர்த்துகிறான்! தர்ம ஸ்தம்பங்கள் என்று கருதப்பெறும் முனிவர் பெருமான்களும் கூட இத்தகைய அநியாயங்களுக்குப் பங்காளிகள் என்றால்...? அவர்களை மறுத்து யாரால் பேச முடியும்? மறுத்து வாய் திறப்பதே அதர்மம் ஆகிவிடுமோ?

"நான் அபலைதான்; அரசகுமாரியான எனக்குச் சஸ்திரப் பயிற்சியும் சாஸ்திரப் பயிற்சியும் இருப்பினும் நான் அபலைதான். நான் இயற்கைக்கு மாறான எதையும் வேண்டவில்லை; உலகில் ஏனைய பெண்களுக்குக் கிடைக்கும் சிறிதளவு உரிமைதான்

நானும் அளாவுகிறேன். ஒரு புருஷனை மணாளனாகத் தேர்ந்து அவனுடன் கூடிவாழும் பேற்றைத்தான் நான் ஆவலிக்கிறேன். ஆனால் இதுவும் எனக்கு மறுத்தளிக்கப்பட்டது; காரணம், தர்மம்!”

மீண்டும் மான் கன்றின் பக்கத்திலேயே வந்து உட்கார்ந்தாள் அவள்.

காலவன் ஸ்னானாதிகளை முடித்துக்கொண்டு அப்போது தான் திரும்பி வந்தான். வெயில் கடுமை ஆகிக்கொண்டிருந்த தால், அயோத்திக்குச் சீக்கிரமாகப் புறப்படவேண்டும் என்று அவன் எண்ணம். ஆனால் அவள் ஆயத்தமாக இராமல் ஒரு மானின் பக்கத்தில் உட்கார்ந்திருப்பதைக் கண்டான்.

“மாதவி, இந்த மான்குட்டி ஏது? எப்படி இறந்தது?”

“என் கல்யாணி! நான் கொன்றுவிட்டேன்!”

“இது எப்படி இங்கே வந்தது? நீ ஏன் கொன்றாய்?”

“என்னைக் காணாமல் தேடி வந்திருக்கிறது! அந்தச் சிரமத் தால் இறந்தது.”

மான்குட்டியின் சவம் அவனுக்கும் வருத்தம் உண்டாக்கியது; அவனுக்கும் அவளுக்கும் இடையில் காதல் மூளுவதற்குக் காரணம் அதுதான். அவ்விருவரின் காதலுக்கு சுப சூசகமா? அல்லது அசுபத்துக்கு அறிகுறியா? பலி கொடுத்து ரத்தம் சிந்தி யாகம் தொடங்குகின்றனர், அது வெற்றி பெற வேண்டும் என்பதற்காக; அப்பலியைப் போன்றதா இந்த மானின் மரணம்? அல்லது காரியத் துவக்கத்தில் சாவு எதிர்ப்படுவது அபசகுனமா?

ஹிருதயத்துள் இருப்பதைச் சருமம் எளிதில் வெளியிடுமா! போலிச் சிரிப்புடன் அவன் சொன்னான்: “இதற்காகவா அழுகி றாய், மாதவி? சிறுகுட்டிதானே இது? வேடர்கள் கையில் அல்லது மாமிசபட்சிணிகளான விலங்குகளிடம் சிக்கினால் நல்ல ஆகாரம்!”

அவன் அவளைத் தேற்றும் பொருட்டுத்தான் இப்படி மொழிந்தான்; ஆனால் மாதவிக்கு வேறு விதமாக ஒலித்தன அவன் மொழிகள்.

அவள் மான்குட்டிக்காகக் கண்ணீர் விடுகிறாள்; ஆனால் அவன் அதற்காகவே சிரிக்கிறான்... நல்ல ஆகாரமாம்!

“நல்ல ஆகாரம்தான்! பெண்ணைச் சாப்பிடுகிறவர்களுக்கு மானைச் சாப்பிடுவதா பிரமாதம்?”

அவள் சினமுற்றதைக் கண்ட காலவன் பற்களை மூடி விட்டுக் கூறினான்.

"மாதவி, நான் மான்குட்டிக்காகப் பரிவு கொள்ளவில்லை என்று நீ நினைப்பது தவறு. போகவேண்டும் என்று விதிக்கப் பெற்ற ஜீவன் போய்த்தான் தீரும்? நீயும் நானும் கட்டிப்பிடிக்க முடியுமா? ... காட்டில் இது கிடப்பதை யாராவது கண்டால் நான் சொன்னதுபோல்தானே செய்வார்கள்? உலக வழக்கத்தைத் தான் நான் கூறினேன். பாவம், கல்யாணி உனக்கு ஒரு தோழி போலவே இருந்தது."

"உலக வழக்கா? ஆகாரம் ஆகிவிடுமா என் கல்யாணி? அப்படியானால் நான் இதை இப்படி விட்டு வரமாட்டேன். இந்தக் காட்டில் அரணிக் கட்டைகள் கிடைக்கும்; கொண்டு வாருங்கள்; நெருப்பு மூட்டி இதற்கு இறுதிச் சடங்குகள் செய்து விடலாம் ..."

"அயோத்திக்குப் போக ..."

"கல்யாணியின் காரியங்களை முடித்துக்கொண்டுதான் இங்கிருந்து நகருவேன்."

துக்க காலத்தில் பெண்ணின் பிடிவாதம் உறுதிப்படுகிறது.

அவளை எதிர்த்துப் பேசுவதால் பயனில்லை என்று அவன் அவள் கூறியதை ஒப்புக்கொண்டான். அரணிக் கட்டைகளைப் பொறுக்கி ஒன்றோடு ஒன்று தேய்த்துத் தீ உண்டாக்கினான்.

தடாகத்தில் கல்யாணியின் சடலத்தை நீராட்டித் தூய்மைப் படுத்தி நெருப்பில் இட்டாள் மாதவி; அது எரிந்து, இறைச்சியின் துர்நாற்றத்துடன் வெந்து சாம்பலாகத் தொடங்கியது.

மாதவி அழுதாள்.

காலவனின் விழிகளில் நீர் மல்கியது.

அவன் கவலையுமுற்றான்; மான்குட்டியின் பிரிவைக்கூட ஆற்ற முடியாமல் இவ்வாறு அழுகின்ற மாதவி, தனக்குப் பிறக்கும் குழந்தைகளை ஆங்காங்கு விட்டுச் செல்ல எப்படித் துணிவாள்? சரச நெஞ்சு படைத்தவள்; அவளால் அந்தத் துயரத்தை ஏற்கவே முடியாது.

மேலும் மேலும் அவள் சுள்ளிகளைப் போட்டுக் கொண்டே இருந்ததால் பிணம் எரிந்து நீறாக வெகுநேரம் பிடிக்கவில்லை.

"சரி!" என்று அவன் நிச்சயம் செய்துகொண்டான்; இனி தாமதிப்பதால் பயனில்லை; அவளைக் கிளப்பவேண்டியதுதான்; இனி தயக்கமே கூடாது.

"மாதவி, நடந்தது என்னவோ நடந்துவிட்டது. வருந்திப் பயன்? கிளம்பு; வெயில் அதிகம் ஆகிறது."

"எங்கே?"

"எங்கேயா? அயோத்திக்கு..."

"ஆமாம், அயோத்திக்கு; ஹர்யசுவனிடம்; இல்லையா? குருதட்சிணைக்காக..."

"குதிரைகளை ரதத்தில்..."

அவள் பூட்டினாள். காலவன் ஏறி அமர்ந்தான். அவள் சாரத்ய பீடத்தில் உட்கார்ந்து சவுக்கைச் சுழற்றினாள்; ஆனால் கைகளில் பழைய சக்தி இல்லை; சவுக்கை அப்படியே குதிரைகள் மீதே போட்டுவிட்டாள்; அவை தம் மனம் போல் ஓடின.

தேர் சிறிது தூரம் போனதும் அவள் புகையும் நெருப்பைத் திரும்பி நோக்கினாள்.

"என் கல்யாணி சாம்பலாகிவிட்டாள்" என்றாள் தணிவுற்ற குரலில்.

காலவன் மௌனமாக இருந்தாலும், பெண்ணின் கல்யாணியே மறைந்து போவதாக அவனுக்குத் தோன்றிற்று.

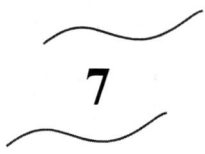

7

போகத்திற்கு எல்லை கிடையாது

– ஹர்யசுவன்

“நான் கேள்விப்பட்டேன்; சந்திரகுலசிகாமணி யயாதி சக்கரவர்த்தி தர்மத்திற்காகத் தம் மகளை யே சமர்ப்பணம் செய்த விஷயம் நாடு எங்கும் பரவியுள்ளது. அப்படியானால் என்னுடைய இரு நூறு பரிகளுக்குப் பிரதியாக அவளை எனக்கு மணம் செய்து தருவதற்குச் சம்மதிக்கிறீர்கள்; அப்படித்தானே ...? அவள் பெயர் என்னவென்று சொன்னீர்கள்? ... மதனிகா?”

“மாதவி.”

முதலில் பேசியவன் அயோத்தி அரசன் ஹர்ய சுவன். அவன் நல்ல அழகன், இளமை மணக்கும் உடல். அவனுக்குப் பக்கத்தில் காலவன் அமர்ந் திருந்தான்.

“மாதவி! அழகான பெயர்தான் ... ஆனால் என் குதிரைகள் மிக லட்சணம் வாய்ந்தவை; அவை களைப் போன்ற உயர்ந்த ஜாதிக் குதிரைகள் இந்த உலகிலேயே கிடைப்பது துர்லபம். அவை களுக்குப் பதிலாக ஒரு பெண்ணை வாங்கிக் கொள்ள வேண்டுமாயின், அவள் திரிபுவன சுந்தரியாக இருக்க வேண்டும்; இருந்தால் தான் ...! மாதவி அழகி தானே?”

காலவன் ஹர்யசுவனை வெறுப்புடன் பார்த்தான். அவனுடைய சுந்தர வதனமும் கம்பீர வசனமும் காலவன் உள்ளத்தில் பொறாமையைக் கிளறின. என்ன இருந்தாலும் அவன் ஒரு முனிவன்; காயும் கனியும் கொண்டு உடலை வளர்த்தவன். அயோத்தியின் மன்னனோ மிகுந்த அழகு படைத்தவன். மாதவி அவன் பக்கத்தில் வந்ததும் முனிவனை மறந்து விட்டால்? ஹர்யசுவன் மீதே மையலுற்று விட்டால்? இந்த மாறுதல் ஏற்பட்டால், அது இயற்கைதானே?

விசுவாமித்திரரின் நினைவு வந்தது. மகா பலசாலி ஒருவன் பலஹீனனை அடித்து வீழ்த்துவதுபோல் பொறாமையின் கழுத்தைப் பயம் திருகி எறிந்தது.

"நான் கேட்ட கேள்வி உங்களுக்குத் தவறாகப் படலாம். ஆனால் எனக்குப் பெண் கிடைக்காத பொருள் அன்று. என் வார்த்தைகளுக்குப் பிரமாணம் வேண்டுமானால் என்னுடன் வாருங்கள் . . ."

காலவன் அவனைத் தொடர்ந்து சென்றான். பக்கத்திலேயே அரசனின் அந்தப்புரம் இருந்தது.

"பாருங்கள்!"

அந்தப்புரத்தின் வாயிலில் நுழைந்து நோக்கின காலவன் திடுக்கிட்டுவிட்டான்.

சௌந்தரியத்தின் பிம்பங்களாகக் காட்சி அளித்த பெண்கள் நூற்றுக்கணக்கில் அங்கே உட்கார்ந்து கொண்டும், நின்று கொண்டும், படுத்துக் கொண்டும் இருந்தனர். சிலர் கூட்டம் கூடி வினோதமாகப் பேசிக் கொண்டிருந்தார்கள். பாதங்கள் பல, சதங்கைகள் சிலம்ப, நிருத்தியம் பயின்றவாறிருந்தன; பல குரல்கள் கீதம் இசைத்தவாறிருந்தன. அந்தப் பகல் வேளை யிலும் கச்சைக்கு அடங்காத சில மார்பகங்கள் விம்மி விம்மி வீழ்ந்தன. ஆடை கலைந்து நின்ற மாதர் எவ்வளவோ பேர். அந்த இடத்தில் காமமே சுவாசித்தது.

"வணங்குங்கள்!" என்றான் ஹர்யசுவன் உரத்தகுரலில்.

காலவன் மீண்டும் திடுக்கிட்டான்; ஆனால் அயோத்தி அதிபன் அந்தப் பெண்களின் கூட்டத்திற்குத்தான் அக்கட்டளை இட்டான்.

அவசர அவசரமாக அணங்குகள் அனைவரும் நெருங்கி நின்று, ஒருத்தி மீது ஒருத்தி இடித்த வண்ணம், கரங்களைக் குவித்து முனிவனை வணங்கினார்கள்.

திரும்புகாலில் அயோத்தி அரசன் கூறினான், செருக்குடன்: "எனக்குக் கிட்டாத எழில் இவ்வுலகில் இல்லை. என் கவனத்தைக்

கவரும் எந்த அழகியையும், அவள் யாராக இருப்பினும் சரிதான், நான் அவளை எவ்விதத்திலும் அடைந்தே தீருவேன். என் பிரஜைகளினும் சரி, அழகு அரசனுடைய உடமை என்பதற்காக, அழகான பெண்களை என்னிடம் ஒப்படைக்க வேண்டும். அவர்களாகத் தராவிட்டால் நானாக எடுத்துக்கொள்வேன். பிரஜைகள் அரசனுடைய நன்மைக்காகத்தானே இருக்கிறார்கள். அந்தணரே! என்னுடைய புலன்களின் இச்சையைத் தீர்க்கக் கூடிய அழகிதான் எனக்குத் தேவை. அதனால்தான் மாதவி அழகியா என்று கேட்கிறேன்."

காலவனுக்குச் சினம் உண்டாயிற்று. அரசன் பெரும் காமுகன்; அவன் மாதவியின் உயர்வை மதித்து நடத்துவானா? ஆனால் பல பெண்களைக் காமுற்ற அவன் அதே காரணத்தி னால் மாதவியை அலட்சியமாக நடத்தலாம். அதனால் அவள் அவன் மீது அன்பு கொள்ளாமல் அருவருப்புக் கொள்ளலாம் – அவன் தன்னையே சமாதானம் செய்து கொண்டான்.

"அவள் வெளியில் இருக்கிறாள்; அழைத்து வருகிறேன்."

காலவன் அவளை அழைத்து வந்தான்.

காமம் உமிழும் விழிகளால் அவளைப் பார்வை இட்டான் அரசன். ஆட்டுக்குட்டியைப் பிடிக்கப்போகும் மலைப்பாம்பு போன்று அவனுடைய கண்கள் அவள்மீது மெதுவாக ஊர்ந்தன.

"காலவரே, இவளுக்காக என் குதிரைகளைத் தருவதற்கு ஒப்புக் கொள்கிறேன்," என்றான் பூர்ணத் திருப்தியுடன்.

அவனுடைய நடத்தை காலவனுக்கு வெறுப்பு அளித்தது: "ஒரு சந்ததி உண்டாகும் வரைதான் இவள் உன் மனைவி. பின்னர் அவளை நான் அழைத்துப் போய் விடுவேன்..."

"சரி; என்னிடமே எண்ணூறு குதிரைகள் இருந்தால்... இவளை..."

மேலே கேட்பதற்குக் காலவனுக்குப் பொறுமை இல்லை; "சரி, நான் சரியான காலத்தில் வருகிறேன்," என்றவண்ணம் அவன் கிளம்பினான்.

"கலியாண வேளையில் நீங்கள் கூட இருக்க வேண்டாமா?" என்றான் அரசன்.

"இல்லை; நகரத்திற்கு வெளியில் ஆசிரமம் கட்டிக்கொண்டு இருக்கிறேன்..."

"இங்கேயே அரண்மனையில் உங்களுக்கு வேண்டிய வசதிகள் செய்து தருகிறேன். இந்த விலையில்லா மாணிக்கத்தைத் தேடி என்னிடம் கொண்டு வந்து அளித்த உங்களுக்கு நான் நன்றிகாட்ட வேண்டாமா?"

“வேண்டாம், வேண்டாம்,” என்று கூறிக்கொண்டே அவ்விடத்திலிருந்தே காலவன் போய்விட்டான்.

தனிமை பெற்ற ஹர்யசுவன் தருணம் பெற்றான்; மாதவியை நெருங்கி நின்றான்.

“மாதவி, உன்னை அடைந்தது என் பாக்கியம் என்று நினைக்கிறேன்.”

அவள் அப்போதுதான் நிமிர்ந்து நோக்கினாள்.

“எனக்குப் பெண் பஞ்சமே இல்லை; சகல விதமான சௌந்தரியங்களும் என் காலடியில் கிடக்கின்றன. புதிதாகப் பருவம் பூத்த பெண்முதல், இளமை வளர்ச்சி நிறைந்த பெண்வரை இளம் பிராயத்துப் பெண் எழிலை நான் வேண்டியமட்டும் சுகித்திருக்கிறேன். ஆனால் மாதவி! இளமையும் அழகும் இவ்வளவு நேர்த்தியாகச் சங்கமம் ஆனதை நான் எங்குமே கண்டதில்லை. உனக்காக இரண்டுநூறு குதிரைகளை இழக்க நேர்ந்ததாக வருந்தவில்லை; என்னிடம் உள்ள பரிகள் அத்தனையும் கொடுத்துவிட்டு வாழ்நாள் முழுவதும் உன்னை ஏற்க நான் தயார் . . .”

“ஆனால் குதிரைகளுக்குப் பதிலாகப் பெண்ணைக் கொடுக்கும் இச்செயலை நீங்கள் ஆதரிக்கிறீர்களா?” என்றாள் அவள், அவனுடைய மனோநிலையை உணராமல்.

“ஏன், அதில் என்ன தவறு?”

“எனக்கு விருப்பம் இல்லாத ஒரு செயலை . . .”

“உனக்கு விருப்பமா?” என்று நகைத்தான் ஹர்யசுவன்: “பெண்ணுக்குத் தனிப்பட்ட விருப்பம் ஏது? மணத்திற்கு முன் அவள் தந்தைக்கு உட்பட்டவள்; மணமானபின் கணவனுக்கு; கைம்பெண் ஆனால் அல்லது வயதானால் புத்திரர்களுக்கு அடங்கியவள். அவளுக்கு ஏது தனிப்பட்ட உரிமை?”

“பிற பெண்கள் சாதாரணமாக எதிர்பார்க்கும் சுகம்கூட நான் . . .”

“நீ நித்ய கன்னி; உன் தர்மத்திற்கு யாருமே தீங்கு செய்ய முடியாது. உனக்கு இங்கே எவ்வித சுகத்திற்கும் குறைவிராது; நீ என் அந்தப்புரத்தைப் பார்க்கவில்லையே? வா காட்டுகிறேன் . . .”

அவளை அழைத்துக்கொண்டு அவன் மீண்டும் அந்தக் காமபுவனத்துக்குச் சென்றான். மடந்தையர் கும்பல் மறுபடியும் திரண்டு வேந்தனுக்கும் மாதவிக்கும் முன்னால் நின்றது.

“இந்தச் சுந்தரி சொல்லுகிறாள்: இவ்விடத்தில் பூர்ண சுகம் கிடைக்காதாம்! நீங்கள் என்ன சொல்கிறீர்கள்?” என்றான் அரசன் அவர்களைப் பார்த்து.

"சுகம் என்றால் என்ன அர்த்தம் என்று இவளைக் கேளுங்கள் . . ." என்றாள் ஒருத்தி முன்வந்து.

மாதவி மீது பொறாமை கொண்ட மற்றொருத்தி கூறினாள்:

"இவளால் இன்பத்தை நுகரவே முடியாது!"

"அழுமூஞ்சிகளுக்கு இன்பம் புரியாது; ரசனை இல்லாதவர்கள் சுவைக்க முடியாது," என்று நகைத்தாள் இன்னொருத்தி. பல குரல்கள் மாதவியை விமரிசனம் செய்யத் தொடங்கின.

அவளை அழைத்துக்கொண்டு அவன் பழைய இடத்திற்குத் திரும்பினான்.

"இவர்கள் எல்லோரும் என் நாயகிகள்; எல்லோருக்கும் நீதான் அரசாணி!"

"இவ்வளவு பேருமா உங்கள் நாயகிகள்?"

"ஆம்."

"அயோத்தியின் சக்கரவர்த்திதானே ராமபிரான்? அவர் தானே ஏகபத்தினி விரதத்தை இறுதிவரை கடைப்பிடித்தார்? அந்தப் புருஷோத்தமர் ஆண்ட நாட்டிலா நீங்கள் . . ."

"புருஷோத்தமன்! ஒரு பித்தன் சென்ற சுவடைப் பற்றிச் செல்லவேண்டும் என்பது என் விதி அல்ல."

அவன் காமனைத் தெய்வமாகக் கொண்டவன் என்பதை அவள் நன்றாக உணர்ந்துவிட்டாள்; ஆயினும், மன்றாடி, வாதாடிக் கெஞ்சினால் அவன் மனம் இளகலாம் என்ற நம்பிக்கை அவளுக்கு இன்னும் இருந்தது.

"உங்களுக்குப் போதுமான பெண்கள் இன்பம் அளிக்கக் காத்திருக்கிறார்கள் . . . நான் பெண்மை மீது ஆணையிட்டு உங்களை வேண்டுகிறேன். உங்களுக்கு இந்தப் பரிகள் பிரமாதம் அல்ல. பிராமணர் யாசித்தால் தானம் செய்ய வேண்டியது பிரஜாபதிகளின் கடமை. முனிவர் வேண்டிய குதிரைகளைக் கொடுத்து என்னைக் காப்பாற்றுங்கள்."

"குதிரைகளைக் கொடுத்து உன்னைக் காப்பாற்றத்தான் போகிறேன்!"

அவள் வெட்கமுற்றாள். ஆனால் மேலும் மேலும் நம்பி நம்பியே வாழும் பெண்மை அவளைத் தூண்டியது; காலவனை அவள் வரித்த விஷயத்தைச் சொன்னால்? ஒருகால் அவன் மனம் அதனால் மாறுதல் அடையக்கூடும் . . . ஆனால் அவன் அதைக்கொண்டே நகையாடவும் கூடும். எதற்கும் மற்றொரு முயற்சி . . .

“நான் என்னை அழைத்து வந்த முனிவரையே வரித்து விட்டேன். ஒருவரை மனதினால் புருஷர் எனக் கொண்ட பின் வேறொருவரைத் தலைதூக்கிப் பார்ப்பதுகூட அதர்மம் அல்லவா?”

“ஓஹோ? அந்த முனிவர் மீதே மோகமுற்றுவிட்டாயா? மாதவி, உன் தகப்பனார் அந்தணரை மணப்பதற்காக உன்னை அனுப்பவில்லை, நீயாக உன் மனத்தில் அவரைத் தேர்ந்ததாகச் சொல்கிறாய். உன் மனம்பற்றி எனக்குக் கவலை இல்லை; கந்தர்வ லோகத்திலிருந்து உலகில் வந்து உலவும் உன் உடலழகுக் காகத்தான் நான் உன்னை ஏற்கிறேன்.”

“உங்கள் அந்தப்புரத்தில் . . .”

“மாதவி! காமத்துக்குத் திருப்தி கிடையாது; போகத்துக்கு எல்லையும் கிடையாது. பெண் எனக்குப் போகவஸ்து, மதுவும் மாதும்தான் உலகில் இன்பம் தரும் பொருள்கள். குலைக்க முடியாத கன்னிகைப் பருவமும், சொல்லுக்கு அடங்காத அழகும் வாய்ந்த உன்னை நான் மறுத்தால், இன்பத்தை மறுப்பது போல்தான். உன்னுடைய அங்கவிந்யாசமும் . . .”

பாஷையையே அவமானம் செய்யும் வார்த்தைகளை அவன் மேலும் பேசுவதைக் கேட்க அவள் விரும்பவில்லை; அவனுடன் வாதாடுவதால் ஏதும் பயனில்லை என்பதையும் கண்டாள்.

“அப்படியானால் . . . உங்களுடைய பேச்சை நிறுத்துங்கள்; நான் உங்கள் இச்சையைப் பூர்த்தி செய்கிறேன்; நான் என்றால் என் உடல்தான்!”

“எனக்குப் போதும் . . . மாதவி! நீ பிரமையில் இருக்கிறாய். மெய்யின்பம் என்ன என்பதை நீ உணரும்படி செய்கிறேன்.”

பேசியவாறு அவளை அணுகியவன், அவளுடைய இடுப்பில் தன் கரத்தைச் சுற்ற . . .

அவள் அவனை உதறித் தள்ளினாள்: “உங்களுக்கும் எனக்கும் மணமாகும்வரை என்னைத் தீண்டுவதற்கு உங்களுக்கு உரிமை இல்லை!”

அவன் சிரித்தான்: “இன்று ஒரு நாள்; நாளை விடிந்தால் நீ என் மனைவி; அப்புறம்?”

“நாளைக்குள் என்ன நேருமோ? யார் அறிவார்?”

மறுநாள் அவள் சொன்னதுபோல் அதிசயம் ஒன்று நடந்தது!

ராஜாங்கத்து படாடோபங்களுடன் அயோத்தி வேந்தனுக்கும் மாதவிக்கும் திருமணம் நிறைவேறியது!

8

மாதவி எங்கே?

– காலவன்

காலவன். காற்று, வானையே சுருட்ட விரும்புவது போல் சீறியது. அது அவனைப் பிய்த்து மூலைக்கு மூலை தூள் தூளாய் எறிந்துவிடும் போலிருந்தது.

ஆசிரமம் கட்டுவதற்கு முயற்சி ஒன்றும் அவன் செய்யவில்லை. மௌனமாக ஒரு மரத்தடியில் அமர்ந்தான்.

மாதவி ஹர்யசுவனை மணப்பதைக் கண்ணால் பார்க்கக்கூட அவன் விரும்பவில்லை. அச்சமயம் அவன் அங்கிருந்தால் அவர்களை ஆசி செய்ய வேண்டியிருக்கும்; ஆனால், அவனால் அது எவ்வாறு இயலும்? என்னவென்றுதான் ஆசி செய்வது? அப்போது ஆசிக்குப் பதிலாக அவன் வாய் சபித்தாலும் சபிக்கும்! அவ்விருவருக்கும் அண்மையில் இருந்தால், அல்லது அயோத்தியிலேயே தங்கினால் அவர்களைப் பற்றி ஏதாவது செய்திகள் காதில் விழுந்து கொண்டிருக்கும். முதலிலேயே அவன் தீராத் துயர் கொண்டிருந்தான். இந்நிலையில் மாதவி ஹர்யசுவனுடன் சுகமாக இருக்கிறாள் என்றோ, அல்லது துக்கமாகத் தான் இருக்கிறாள் என்றோ தகவல் கிடைத்தால்...? அதற்கு அஞ்சித் தான் அவன் நகரைவிட்டு வெளிவந்தான். ஆனால் கானகத்துக்குச் சென்றாலும், மலைமுடியில்

நித்ய கன்னி

ஏறினாலும் இதய வேட்கை தணிந்து விடுவவதில்லை; அவனுடைய தாகத்தைத் தீர்க்கக் காட்டின் சுனைகளாலோ, மலை ஏரிகளாலோ முடியாது; ஆகாச கங்கையைப் பூமிக்குக் கொணர்ந்து அதிலிருந்து ஜலம் எடுத்துப் பருகினால்தான் . . .

ஆனால் ஆகாச கங்கையைப் பூமிக்கு வரவழைப்பது எப்படி . . .?

அவளோ சஞ்சல புத்தி படைத்தவள்; அவளுடைய நெஞ்சம் கடலைவிட ஆழ்ந்தது; சிருஷ்டியிலிருந்தே வஞ்சனையின் உரு. மகாப் பெரிய மகரிஷிகளின் பத்தினிமார்களுடைய சரிதம் பெண்ணின் சபலத்துக்குச் சான்றாக நிற்கிறது. மாதவியும் ஒரு பெண்தானே? நதிகளினால் கடல் திருப்தியுறுவதில்லை; மரணங்களினால் காலன் ஓய்வதில்லை; புருஷர்களினால் பெண்ணுக்குப் 'போதும்' என்று ஆவதில்லை; மேலும், மேலும் . . .! மாதவியும் . . .?

ஆனால் . . . அவள்தான் இறுதிவரையில் உறுதியாக இருந் தாளே? குருவிடம் கொண்ட பயத்தினால் அவன்தான் அவளை வற்புறுத்தினான்; பரபுருஷஸ்பரிசத்திற்கு அவனால்தான் இணங்கி னாள்; பின் அவளைச் சந்தேகிப்பதால் என்ன பலன் . . .?

ஆசிரமத்தையும் ஸ்தாபித்துக் கொண்டான் அவன். காயும் கனியும் கிழங்கும் அரைவயிற்றுக்கு உண்டு அசாந்தியுடன், வனத்தில் பலநாட்கள் அலைந்து கொண்டிருந்தான். குருதேவரின் பொன் மொழிகளை ஞாபகப்படுத்திக்கொண்டு மன மாற்றத்திற்கு முயற்சி செய்தான். பட்டினியும் தனிமையும் அவனுக்கு ஞானம் ஊட்டத் தொடங்கின.

"வாழ்க்கை அநித்தியம்; அகங்கார மமகாரங்களினால்தான் மானிடன் துயருறுகிறான். புலன்களை அடக்கி, அகத்தைக் குலைத்து, பரப்பிரம்ம சிந்தனையில் ஈடுபட்டால்தான் மரணத்தை வெல்லலாம். அதுவே வாழ்க்கை லட்சியமாகவும் இருத்தல் வேண்டும்" என்று அவன் பல்லாயிரம் முறை தனக்குத்தானே உபதேசம் புரிந்து கொண்டான்.

"பெண் ஜனனி; அவளை வணங்கவேண்டும். எவ்வித பாபமும் அவளைத் தீண்ட முடியாது," என்று அவன் தனக்கு ஆறுதல் கூறினான்.

வேதாந்த விசாரத்தில் அவன் மூளையைச் செலுத்தினான். ஆனால் ஹிருதயத்தில் மாதவியின் உருவம் தீப்பிழம்பாகக் காட்சி அளித்தவண்ணமே இருந்தது.

ஆனால் காலம் . . . புறம் காட்டி ஓடும் கோழையைப் போன்று ஓடிக்கொண்டிருந்தது. ஆறு ருதுக்களில் ஆறு வகையாக உரு மாற்றிக்கொண்டு ஓடியது . . .

ஒரு வருஷம், நீராவிபோல், புகைந்தது. அயோத்தி வேந்தனிட மிருந்து தூதன் ஒருவன் அவனைத் தேடிக்கொண்டு வந்தான்.

"அயோத்தியாபுரியின் அரசர் பிரானுக்கு மாதவி தேவி யாரின் மூலம் வசுமனன் என்னும் குமாரர் பிறந்துள்ளார். தாயும் சேயும் சௌக்கியம். தங்களை அழைத்து வரும்படி மன்னர் அனுப்பினார்," என்றான் தூதன் பணிவாக.

மாதவிக்கு மகவு! ஹர்யசுவன் தந்தை! அவள் தாயும் ஆகிவிட்டாள். எனினும் அவள் கன்னிதான்; கன்னிகையே என்பதில் ஐயமில்லை . . .

தாய்மை பெற்ற பின்னரும் கன்னித்தன்மை குன்றாத மாதவி எப்படி இருப்பாள்? இவ்வளவு காலம் எவ்வாறு இருந் தாளோ? அவளைக் காணவேண்டும் என்ற ஆவல் அவனை உந்தியது.

எழுந்து, தூதன் பின்வர, அரண்மனை நாடி விரைந்தான் காலவன்.

அவனுக்காகக் காத்திருந்தான் அயோத்தி மன்னன்; அவனுக்கு ஆசனம் அளித்து அமர்த்தினான்.

"முனிவரே, அந்தணராக இருந்தும் நீங்கள் இப்படிச் சூழ்ச்சி செய்வீர்கள் என்று நான் எதிர்பார்க்வில்லை . . ."

"சூழ்ச்சியா? என்ன அது?"

"அழகுக்கும் அழிவற்ற இளமைக்கும் ஆசைப்பட்டு மாதவியை மணந்தேன்; இரண்டு நூறு புரவிகளையும் கொடுத் தேன்; ஆனால் அவள் எனக்குத் திருப்தியே அளிக்கவில்லை. ஜடம்போல, உணர்ச்சியின்றி என்னுடன் பழகினாள். தவறியும் அவள் சிரித்ததை யாரும் கண்டதில்லை; சந்தோஷமாகக் கனவில்கூட அவள் பேசவில்லை. நான் அவளுக்கு எவ்வளவோ சௌகரியங்கள் செய்து கொடுத்தேன்; ஆனால் அவள் ஒன்றையும் பொருட்படுத்தவில்லை. நான் பிடிவாதக்காரிகள் பலரைப் பார்த்திருக்கிறேன்; ஆனால் இவ்வளவு நெஞ்சழுத்தக்காரி யாரையும் நான் கண்டதில்லை . . ."

ஒருவகையில் திருப்தி அடைந்தான் காலவன். அவளுடைய நடத்தைக்குக் காரணம் உணர்ந்தான். அவள் அவனை மறக்க வில்லை; அரசனிடம் கடுகளவும் ஈடுபாடு காட்டவில்லை. ஆயினும் அவள் தாய்தானே இனி?

"அவளிடம் சுகித்திருப்பதென்ன? அவளை விட்டுப் பிரிந்தாலே போதும் என்றாகிவிட்டது என் நிலைமை. அவள் குழந்தை பெற்றுவிட்டாள்; அவளை நீங்கள் தாராளமாக

அழைத்துப் போகலாம். உங்களுக்கும் உங்கள் மாதவிக்கும் பெரிய நமஸ்காரம்."

"மாதவி எங்கே?"

"வாருங்கள்."

இருவரும் அந்தப்புரத்திற்கு – அந்தக் காமபவனத்திற்குப் போனார்கள்.

"மாதவி!"

அவள் பதிலே உரைக்கவில்லை, பலமுறை கூப்பிட்டும்; அவள் அந்தக் கூட்டத்தில் இல்லவே இல்லை.

"மாதவி எங்கே?" என்று கூக்குரலிட்டான் அரசன்.

"மத்தியானம் இங்கேதான் இருந்தாள்; பிறகு நாங்கள் பார்க்கவே இல்லை . . ."

"எங்காவது போனால் அவள் எங்களிடம் சொல்லிவிட்டா போகிறாள்?"

"அந்தத் துரகங்காரி எங்கே தொலைந்தாளோ?"

"அவள் எக்கேடு கெட்டால் எங்களுக்கு என்ன? பேசா மடந்தை துர்க்குணி . . ."

இருவரும் துணுக்குற்றனர்; அவள் எங்கே போனாள்?

அரண்மனை எங்கும் தேடினார்கள்; எங்கும் அவளைக் காணோம்.

"குழந்தை எங்கே?"

அது தொட்டிலில் உறங்கிக் கொண்டிருந்தது. அவள் மட்டும் எங்கோ சென்றுவிட்டாள்.

காலவனுக்கு ஹர்யசுவன் மீது சந்தேகம் உண்டாகியது; அவன் மகிழ்ச்சி அளிக்கவில்லை என்பதற்காக அவன் அவளை . . .

"ஹர்யசுவா, மாதவி எங்கே? அவளை நீ என்ன செய்தாய்?"

"நானா?" –ஹர்யசுவன் அவன் நினைவைப் புரிந்து கொண்டான்: "முனிவரே, நான் பெண்ணை நேசிக்கிறவன் வதம் செய்கிறவன் அன்று . . ."

அவன் மெய் பேசினான் என்பதை முகம் காட்டியது.

காலவன் குழம்பிவிட்டான். துயரம் தாளாமல் அவள் தற்கொலை செய்து கொண்டாளோ என்னவோ? ஆனால் அவ்வளவு எளிதில் அதைரியம் அடைகிறவள் அல்லவே அவள்? ஆனால், ஒருகால், நதியில் விழுந்து, அல்லது . . .

திடீரென்று அவனுக்கு ஒரு யோசனை உதித்தது.

"ஹர்யசுவா, இவளும் நானும் ஏறிவந்த ரதம் அங்கே இருக்கிறதா என்று பார்க்கச் சொல்."

ரதமும் குதிரைகளும் லாயத்தில் இல்லை.

"ஹர்யசுவா, நகரின் நாலுதிசைகளிலும் குதிரை வீரர்களை அனுப்பு. அவள் தேரில் போயிருக்கிறாள்; எந்தத் திசையில் போனாள் என்பதை நகரத்துள் கண்டுபிடிக்க முடியாது. நகருக்கு வெளியில் ரதம் சென்ற சுவடு தெரியும். அனுப்பு, அனுப்பு!"

நான்கு திசைகளுக்கும் குதிரை வீரர்கள் போனார்கள்.

அவர்கள் வரும்வரை காலவனால் நிற்கவும் முடியவில்லை, உட்காரவும் முடியவில்லை, தவித்தான். வடதிசை நாடிச் சென்றவன் முதலில் திரும்பினான்; மாதவி அத்திசையில்தான் போயிருக்கிறாள்; பெண் ஒருத்தி ரதத்தில் பறப்பதையும் சிலர் கண்டனர்...

"ஹர்யசுவா, மாதவி என்ன நினைத்தோ ஓடிவிட முயலு கிறாள்; அவளை அப்படிவிடுவது அபாயமாக முடியக்கூடும். வேகமாக ஓடக்கூடிய குதிரைகள் பூட்டிய ஒரு ரதத்தை ஆயத்தம் செய்யச் சொல். நானே அவளைப் பின்தொடர்ந்து போய்ப் பிடிக்கிறேன். அவள் அசுவ சாஸ்திரத்தில் மிகுதியும் தேர்ச்சி உடையவள். அவளைப் பிடிப்பது மிகவும் சிரமம்..."

வேந்தன் உத்தரவிட்டான்; ரதம் ஆயத்தம் ஆயிற்று; காலவன் ஏறி உட்கார்ந்தான்; குதிரைகள், கால்கள் தரையில் பாவாமல், பாய்ந்தன; பறந்தன.

9

போதும் கன்னிவரம்

– மாதவி

ஒற்றைக் காலாலோ அல்லது தலை கீழா கவோ நின்று தவம்செய்யும் தபஸ்வியை விட, விருப்பம் இல்லாது ஒரு புருஷனுடன் கூடிவாழ்வது மாதவிக்கு மிகவும் சிரமமாக இருந்தது. ஓராண்டு கழிவதற்குள் பல பல யுகங்களைக் கடப்பதைப் போன்றிருந்தது.

அவளுடைய உடலின் கட்டிடத்திற்கு ஆசைப் பட்டு ஹா்யசுவன் அவளை மீண்டும் மீண்டும் அணுகினான். ஆனால் அவள் ஓர் அசேதனம் போல் அவனுடைய இச்சையைப் பூர்த்திசெய்து வந்தாள். அரண்மனையின் ஆடம்பரங்களிலும் கேளிக்கைகளிலும் அவள் மனம் ஈடுபடவில்லை. ஹிருதயத்தின் வெறுமையினால் வாழ்க்கை எங்கெங் கும் பாழ் வெளியெனத் தோற்றம் அளித்தது. சுபாவ மான மந்தகாசத்தை அவள் இழந்தாள். அனேக அழகிகள் அவளுடைய ஏவலுக்குக் காத்துக் கிடந்த னர். ஆனால் அவள் யாருடனும் தேவைக்கு மேலாக ஒரு வார்த்தையும் பேசுவதில்லை. சௌந்தரியத் திற்குச் சிரோ பூஷணமாகத் திகழ்ந்த அவள் ஹா்யசு வனின் அழகிகளுடைய வாயில் அகப்பட்டுத் தவித் தாள். துள்ளித்துள்ளி விளையாடும் மெல்லியலாள் செயலற்ற மௌனத்தை ஆசிரயித்துவிட்டாள்; அயோத்தி வேந்தன் அதிருப்தி அடைவது இயற்கை தானே ?

அவன் அவளுடைய உடலைத்தான் வேண்டினான்; அவள் அதை ஈந்துவிட்டாள். அவளுடைய இருதயம் தனக்கு அவசிய மில்லை என்று அவன் கருதினான். ஆனால் இதயமின்றி உடல் பயனற்றது என்று அவனுக்குப் புலனாகியது. அவளை எப்படியும் களிப்பித்து தன்வசம் ஆக்கிக் கொள்ளலாம் என அவன் நம்பி னான்; ஆனால் ஒவ்வொரு நாளும் அவள் விலகித்தான் சென்று கொண்டிருந்தாள். ஆனால் அதற்காக அவன் காம இன்பத்தைத் துறந்துவிடவில்லை; அவனால் முடியவும் முடியாது.

அரணிக் கட்டைகளைத் தேய்ப்பதால் தீ பிறக்கிறது. காமத் தால் உணர்வற்றுக் கட்டையான அவனும், வெறுப்பினால் உணர்வற்றுக் கட்டையான அவளும் கலவி கொண்டதால் அவள் கருத்தரித்துப் பாலகனையும் ஈன்றுவிட்டாள். தீயைப் போலவே சிசுவும் வெகு அழகாயிருந்தது.

அரசன் மீதிருந்த கசப்பைக்கூட அவள் சற்றே மறந்தாள்; குழந்தையை வாரி அணைத்துக் கொண்டாள்; தாய்மை அவளை அரவணைத்தது; அனுபவித்த கஷ்டங்கள் எல்லாம் அந்த இன்பத்துக்கு ஈடாகாது என்றுகூட அவளுக்கு ஒரு கணம் தோன்றியது; ஆனால், மறுகணம்!

குழந்தை அழுதது; அதற்குப் பாலூட்டுவதற்காக, அவள் மார்க்கச்சையை அவிழ்த்த போதுதான் அவளுக்கு அவ்விஷயம் கவனம் வந்தது. அவள் குழந்தையை அணைத்துக் கொஞ்சிக் குழாவி முத்தமிடலாம்; ஆனால் சேய்க்கு முலைப்பால் ஊட்டு வதால் தாய்க்குக் கிடைக்கும் இன்பம் அவளுக்கு இல்லை. அவள் தன் குருதி கொடுத்துக் கருத்தரித்தாள்; பத்து மாதங்கள் சுமந்து பெற்றாள்; தாயானாள்; ஆனால் அக்கணமே அவள் கன்னியும் ஆகிவிட்டாள்! 'என் குழந்தை!' என்று அவளுடைய தாய்மனம் இறுமாப்புக் கொண்டது; ஆனால் அவள் உடல் கன்னிப் பருவத்திலேயே மீண்டும் புகுந்துவிட்டது.

பித்துப் பிடித்துவிடும் போன்றிருந்தது அவளுக்கு. பால் சுரக்க முடியாத மார்பைக் கிழித்து எறிந்து உயிர்விடலாம் என எண்ணினாள். ஹர்யசுவன்மீது மட்டும் அல்ல. அவளுக்குக் கன்னிவரம் அளித்த தபஸ்விகள் மீதும், தந்தையார் மீதும், காலவன் மீதும் மிகுந்த ஆத்திரம் உண்டாயிற்று. தர்ம தாதா யயாதி; தர்ம போதகன் காலவன்; தாய்மையற்ற பெண்மையைச் சிருஷ்டிப்பதற்காகவா தர்மம்? இதுவே தர்மம் எனில், இந்தத் தர்மத்தைக் குழிதோண்டிப் புதைப்பதே மேல் அல்லவா? அவள் இதற்கு ஏன் பணியவேண்டும்? இன்னும் இரு மன்னர் களை இவள் மணம் புரியவேண்டும்; இன்னும் இரு குழந்தைகளை ஈன்றெடுக்க வேண்டும். எதற்காக? எட்டுநூறு குதிரைகளுக்

காகத்தானே? ஸ்தன்ய பானத்தினால் ஏற்படும் தெய்வீக இன்பம் அவளுக்குக் கிடையாது; அத்துடன் பெற்ற குழந்தையையும் ஆங்காங்கு விட்டுப் பிரிதல் வேண்டும்; அதுதான் தர்மத்தின் கட்டளை!

முடியாது, இந்தத் தர்மத்திற்கு அடங்கி நடக்க அவளால் முடியாது ...

வேதனையுடன் அவள் எழுந்தாள். பொன் தொட்டிலில் குழந்தையைப் படுக்க வைத்தாள். காலவன் தன்னை அழைத்துப் போவதற்காக வருவதற்குள் கண்ணுக்கு எட்டாத தொலைவிற்குப் போய் விடுவது என முடிவு செய்துகொண்டாள். அசுவாலயம் சென்று தன் தேரை எடுத்துக்கொண்டு கிளம்பினாள்.

எங்கே போவது என்று அவள் நிச்சயித்துக் கொள்ளவில்லை. அறத்தின் பெயரால் விதிக்கப்பெறும் நிர்ப்பந்தங்களே இல்லாத ஏதாவது ஓர் இடத்துக்குப் போக வேண்டும் என்றுதான் அவள் எண்ணம். அந்த இடம் எங்காவது இருக்கிறதா என்பதைக் கூட அவள் யோசிக்கவில்லை; குதிரைகளை மேலும் மேலும் விரட்டினாள்.

அவளுடைய தலை, நெஞ்சு, உடம்பு முழுவதுமே சுழன்றது; உணர்ச்சிகள் கரம் சேர்த்துக் கும்மி அடித்தன. அதன் ஆரவாரத்தை அவளால் பொறுக்க முடியவில்லை; திடீரென்று ரதத்தை நிறுத்தினாள்.

காலவனிடமிருந்து தப்புவதற்காக அவள் 'கண்காணாத' தூரத்திற்குக் கிளம்பிவிட்டாள்; ஏன் எனில், அவ்வாறு அவனுடன் செல்வது அவளுக்கு அதர்மமாகப்பட்டது. ஆனால் அவள் ஏன் இப்படி ஓடவேண்டும்? ஒருவேளை யயாதியின் கூற்றும் விசுவாமித்திரரின் கட்டளையுமே தர்மமாக இருந்தால்? ஓடிவிடுவதால் அவள் அறம் பிசகியவள் ஆகிவிடுகிறாள். அவ்வளவு எளிதாக அறத்தை ஏமாற்றிவிட முடியுமா? அவள் எங்கு போனாலும் அது தன் ஆயிரம் கரங்களை நீட்டி அவளைப் பிடித்துவிடும் என்பது நிச்சயம் ...

காலவனை மறுபடியும் நினைத்தாள்; கனிந்து கொண்டிருந்த அவளுக்குள் பாசம் மேலெழுந்தது. அவளைப்போல் அவனும் ஓர் அதிர்ஷ்டஹீனன்; அவன் என்ன செய்வான்? என்ன செய்ய முடியும் அவனால்? அமானுஷ்யமான சக்தி வாய்ந்த குருதேவரின் ஆக்ஞையை மீற அவனால் மாத்திரம் அன்று, யாராலுமே முடியாது. துணிந்து மீறினால்; அழிவு. அவள் போய்விட்டால், அவனுடைய வேலை முடியாது; அவளை இழந்த துயரத்தால் அவனுடைய உள்ளமும் உடைந்துவிடும்; அவள் அவனைக் காப்பதற்காகவாவது எங்கும் போகக்கூடாது ...

எம்.வி. வெங்கட்ராம்

வந்த பாதையிலேயே அவள் ரதத்தைத் திருப்பினாள். ஒருகால் காலவன் அவளை அழைத்துப்போக வந்து, அவளைக் காணாது தேடிக்கொண்டிருக்கலாம் என்ற நினைப்பு வந்ததும் பரிகளை அடித்துத் துரத்தினாள்.

சிறிது தூரம் சென்றதும் எதிரில் ரதம் ஒன்று மிகத் துரிதமாக வருவதை அவள் கண்டாள்; ஆனால் அதற்காக அவள் தன் வேகத்தைத் தடைபடுத்தவில்லை. சவுக்கு குதிரைகளின் முதுகை ருசிபார்த்த வண்ணமிருந்தது.

எதிரில் வரும் ரதம் நெருங்கி, அவளுடைய ரதத்தைக் கடக்கும் சமயம்; அதிலிருந்து ஒரு குரல் கூப்பிட்டது. “மாதவி.”

புலரிவேளையில் கேட்டு மகிழ்ந்த அந்தக் குரல் அவளுடைய நரம்புகளை எல்லாம் பிடித்துக் குலுக்கியது. சடாரென்று, கடிவாளத்தை இழுத்து ரதத்தை நிறுத்திவிட அவள் முயன்றாள். இந்தத் ‘திடீரை’ எதிர்பாராத அசுவங்கள், நிற்கமுயன்ற அவசரத்தில் கால்கள் வழுக்கிக் கீழேவிழுந்தன. ரதம் குடை சாய்ந்தது; தரையில் விழுந்து உருண்ட அதிர்ச்சியினால் மண்டைபிளந்து மூர்ச்சை அடைந்தாள் மாதவி.

காலவன் திடுக்கிட்டான். அவளைக் கடந்து சற்றுத் தூரம் சென்றுவிட்ட அவன் தேரிலிருந்து இறங்கி அவள் அருகில் வந்தான்; தலைப்பக்கம் அமர்ந்து, தன் உத்தரீயத்தினால் விசிறத் தொடங்கினான். அவள் உயிர் இழக்கவில்லையாயினும் கண்களை விழிக்கவில்லை; தன் உத்தரீயத்தைத் தேர்ப்பாகனிடம் கொடுத்து ஜலம் தேடி அதை நனைத்துக் கொண்டு வரும்படி அனுப்பினான்.

பாகன் போய்விட்டான்; ஆடை குலைவுற்று அலங்கோலமாய்க் கிடந்த மாதவியின் தலையைத் தூக்கி, அவன் தன் மடிமீது வைத்துக்கொண்டான் சீக்கிரம் அவள் கண் திறப்பாள் என்ற நம்பிக்கையுடன். அவளுடைய கண் இமைகளை மெதுவாக நெருடிக் கொண்டே அவன் யோசனையில் ஆழ்ந்தான்.

முதன்மையாக, அவனுக்கு வியப்பு அளித்த விஷயம், சிசு ஜனனத்திற்குப் பின்னரும் அவள் சௌகரியமாகவே இருந்ததுதான். அவளுடைய அவயவங்களில் தாய்க்கு நிகழ வேண்டிய நிறைவோ அல்லது குறைவோ ஒன்றும் காணோம். முகத்தில் வேதனை வண்ணம் இருந்தது என்னவோ உண்மை; ஆனால் அது, அவள் அன்னையாகுமுன்னரே இருந்ததுதான்; மகவு பெற்றதன் தளர்வு அல்ல.

அவன் தன்னையே சினந்தான். அறத்தின் பெயர் கூறி அவளை மூவருக்கு மணம் புரிவிக்க அவன் முனைந்துவிட்டான். அவள் மனம் எத்தகைய வாதனை செய்தது என யார் அறிவர்?

அவள் அயோத்தியிலிருந்து ஓட்டம் பிடித்ததற்குக் காரணமும் அதுவாகத்தான் இருக்கவேண்டும். உடலினால்தான் அவள் அத்தர்மத்திற்குக் கட்டுப்படுகின்றாள். மனதினால் அவள் வெறுக் கிறாள். ஆத்மசம்பந்தம் இன்றி, ஆத்மசம்மதம் இன்றி தர்மத்தை அனுஷ்டிப்பது எப்படி? ஒருவேளை அவள் அதை அதர்மம் என்றே கருதியிருக்கலாம். காலவனைக் கணவனாகக் கொண் டவள் வேறு ஆடவர்களுடன் இல்வாழ்க்கை நடத்த வேண்டு மானால், அறம் பிறழாமல் எப்படி இயலும்?

அவ்வாறானால் அவனும் அதற்குத் துணைபுரிபவன்தானே?

அதனால்தான் ஆலயத்தில் அர்ச்சிக்கப்பட வேண்டிய அந்த அழகுத் தெய்வம் கானகத்தில் மயக்கமுற்றுக் கிடக்கிறது. இக்காரணத்தினாலேயே – அகஸ்மாத்தாக அவள் உயிர் துறந்து விட்டால் – அந்த ஸ்திரீ ஹத்திக்குப் பொறுப்பாளி யார்? அந்தப் பாபம் யாரைச் சேரும்? அவனைத்தானே?

தவறுகளுக்குமேல் தவறுகள் செய்து கொண்டு போவதற்குப் பதிலாக எல்லாத் தவறுகளுக்கும் இப்போதே முற்றுப்புள்ளி வைத்து விடுவதுதான் நலம். அவன் மாதவியை வேறு எந்த அரசனிடமும் அழைத்துச் செல்லக்கூடாது. நேராகக் குரு தேவரிடம் சென்று, இரண்டு நூறு பரிகளை மட்டும் ஒப்படைக்க வேண்டியது; அவரிடம் விஷயங்களை விவரித்து, அறத்தையே காரணமாகக் காண்பித்து, அவருடைய திருவடிகளிலேயே சாஷ்டாங்கமாய் விழ வேண்டியது; அவருடைய மன்னிப்பை இரந்து பெற வேண்டியது; அவன் மேற்கொண்டு செய்யவேண்டிய வேலைகள் இவைதாம்...

மாதவி இன்னும் உணர்வு பெறவில்லை; காயத்திலிருந்து ரத்தம் கசிந்துகொண்டே இருந்தது; தோற்றத்திற்கு ஆரோக்கியமாக இருந்த அவளுடைய துர்ப்பலத்திற்கு அதுதான் அறிகுறி. ரத்தத்தை அவன் மெதுவாகத் துடைத்தவாறு இருந்தான். அவன் விரல்கள் அவளுடைய கன்னத்தையும் தீண்டிக் கொண்டிருந்தன.

உத்தரீயத்தை நீரில் நனைத்துக்கொண்டு ரதசாரதி திரும்பி னான். ரிஷிசிஷ்யன் ராஜகுமாரியை மடியில் கிடத்திக் கொண்டு, கன்னங்களைத் தடவிக் கொடுக்கும் காட்சி அவனுக்கு விசித்திர மாகப்பட்டது. அந்தப் பெண் இவ்வளவு நாட்கள் அரண் மனையில் அரசியாயிருந்ததை அவன் அறிவான். அவள் வேறு தேசம் போகிறாள் என்பதும் அவனுக்குத் தெரியும். அரசியை, அரசகுமாரியை அந்தணர் ஒருவர் இப்படி, அலங்கோலமான நிலையில்...

இந்நிலையில் காலவனுக்கு எதிரில் போகலாமா கூடாதா என்று அவனுக்குச் சந்தேகம். உயர்ந்தோர் முன்னிலையில்

செல்வதற்குச் சமய சந்தர்ப்பங்களைக் கவனிக்கவேண்டும்; இல்லாவிட்டால் அவர்களுடைய சினத்திற்குப் பாத்திரமாக வேண்டியிருக்கும் என்பதை அரண்மனைச் சேவகனான அவன் நன்கு அறிவான். சிறிது தயங்கினான்; சற்றுத் தூரத்தில் நின்ற வாறே மெதுவாக, "சுவாமி!" என்று குரல் கொடுத்தான்.

காலவன் திரும்பித் துணியை வாங்கிக் கொண்டான். பிழிந்து, அவள் வாயைத் திறந்து ஜலம் ஊற்றினான். காயம் பட்ட இடத்தையும் முகம் முழுவதையும் நன்றாகத் துடைத்தான்.

கொஞ்சநேரம் கழித்து அவள் கண்களைத் திறந்தாள்: அயர்வுடன் உடம்பை வளைத்துவிட்டாள்; மீண்டும் அவள் உடலில், ரத்த ஓட்டம் தொடங்கியது. தலையைச் சுமக்கும் காலவனைக் கூர்ந்து நோக்கினாள்; 'சட்'டென்று ஏதோ பழைய நினைவு வந்தவள் போல், அவனுடைய மடிமீதிருந்து தலையை அகற்றி, ஆடையைச் சரிப்படுத்திக்கொண்டு உட்கார்ந்தாள்.

"மாதவி!"

"காலவரே, என்னைத் தீண்டுவதற்கு உங்களுக்கு அனுமதி அளித்தது யார்?"

தன் மீதே நட்டிருக்கும் அவள் விழிகளில் சுடர் விட்ட ஒளியைக் கண்டு அவன் பிரமித்துப் போனான்! அவனை அவள் பெயர் சொல்லி அழைப்பதும் இதுவே முதல் தடவை. அவன் மௌனம் சாதித்தான்.

தேர்ப்பாகனுக்கு ஒரு திருப்தி; பிராமணர் தருணத்தைப் பயன்படுத்திக்கொண்டு அரசனின் மகளைத் தீண்டி எளிதில் இன்பம் சம்பாதித்து விட்டார்; அவள் சினமுற்றதால் பிராமணர் விழிக்கிறார், பெரும் அசட்டு விழிப்பு!

அவனைக் கவனித்த காலவன் சங்கோசம் அடைந்தான். "மாதவி, நீ உணர்விழந்து கீழே விழுந்துவிட்டாய்; ஆபத்துக்குப் பாபம் ..."

"ஆபத்திற்காகக் கன்னம் தொட்டு விளையாட வேண்டுமா?"

"நான் விளையாடவில்லை ..." என்றான் அவன் ஹீனஸ் வரத்தில். அவள் பேச்சு அவனுக்குப் புதிராக இருந்தது.

"உங்களுடைய எண்ணூறு குதிரைகளை அடைவதற்காகத் தான் என் தகப்பனார் என்னை உங்களுடன் அனுப்பினார். அரசர்களை மணந்து, குழந்தைகளைப் பெற்று, அதற்குப் பிரதி யாக அசுவங்களை வாங்கித்தர வேண்டியவள் நான்; இல்லையா?"

தேரோட்டிக்குப் பெரும் நகைப்பே வந்துவிட்டது. உயர்ந்த குல சிகாமணிகள் என்ன என்ன வினோதங்கள் செய்கிறார்கள்! வேறுபுறம் திரும்பி, வாயைத் துணியால் பொத்திக் கொண்டான்.

“இனி இம்மாதிரி என்னிடம் நடந்து கொள்ளக்கூடாது; முனிவருக்கு அழகும் அன்று. சரி, இப்போது காசிமன்னர் திவோதாசரிடம் செல்லவேண்டும், கிளம்புவதற்கு ஆயத்தம் செய்யுங்கள் . . .”

மறுமொழி ஒன்றும் பகராது காலவன் தேர்ப்பாகனிடம் கூறினான்: “கீழே விழுந்த குதிரைகளால் மறுபடியும் தேரை இழுக்க முடியுமா?”

“முடியும்; கால்கள் மடங்கியதால்தான் விழுந்தன. இப்போது சரியாகிவிட்டன.”

“இரண்டு ரதங்களையும் பூட்டு. ஒன்றை மாதவி ஓட்டுவாள்; இன்னொன்றை நீ அயோத்திக்கு அழைத்துப் போகலாம்.”

மாதவி குறுக்கிட்டாள்: “நான் ஓட்டமாட்டேன். உட்கார்ந்து தான் வரப் போகிறேன்.”

அதற்கும் அவன் மறுத்துப் பேசவில்லை.

இரண்டு ரதங்களையும் சாரதி ஆயத்தம் செய்தான். கீழே விழுந்த குதிரைகள் இழுக்கும் ரதத்தை மற்றொன்றின் பின்னால் கட்டினான். முன் ரதத்தில் காலவனும் மாதவியும் ஏறி அமர்ந்தனர். பாகன் மெதுவாக ஓட்டினான்.

குருதேவரிடம் திரும்பிச் செல்வது என்கிற தன் சங்கல்பத்தைக் காலவன் மறந்தே போனான். அவளுடைய திடீர் மாற்றத்துக்குக் காரணம் விளங்கவில்லை. ஹர்யசுவனோ அவள் தனக்குச் சுகமே தரவில்லை என்று குறைப்பட்டுக் கொண்டான்; அவள் அவன் மீது அன்பு கொண்டு விட்டாள் என்று கூறமுடியாது. பின், காரணம்? பெற்ற பாலகனைப் பிரிய வேண்டிய சோகத்தைத் தாளாமல்தான் அவள் . . .

“சுவாமி!”

மீண்டும் ஓர் அதிசயம்! அவன் திரும்பி அவளை நோக்கினான். அவளுடைய கண்களில் தோன்றிய அந்த அசாதாரணமான ஒளி இல்லை.

“என்னை நீங்கள் வெகு நேரம் தேடினீர்களா? குழந்தையைப் பிரியவேண்டும் என்ற ஏக்கம் என்னை மிகவும் வாட்டிவிட்டது கவலையினால் தாறுமாறாக எதையோ எண்ணி ரதத்துடன் கிளம்பிவிட்டேன். தவறு; என்னை மன்னிப்பீர்களா?”

பெண் ஒரு மர்மம் என்று அவனுக்குத் தோன்றியது; கணத்திற்குக் கணம் மாறுதல்; இந்த மாறுதல் ஒரு புதுமைதான்; ஆனால் புதுமை என்பதெல்லாம் அதிசயமும் ஆனந்தமும் தந்துவிடும் என்று கூறமுடியுமா?

"மாதவி, நீ ஒரு விசித்திரம் . . . மன்னிப்புக் கோருகிறாய்; எதற்கு மன்னிப்பு? பிரிவுத் துயரினால் அயோத்தியிலிருந்து கிளம்பினாய். போகட்டும்; கொஞ்ச நேரத்துக்கு முன்னால் 'நீங்கள் என்னை ஏன் தொட்டீர்கள்?' என்று ஒரேயடியாக விரட்டினாய். இப்போது மன்னிப்புக் கோருகிறாய். இந்த மாறுதல் களுக்குப் பொருள் என்ன?"

"விரட்டினேனா? . . . எப்போது?"

"இதற்குள்ளாகவா மறந்து விட்டாய்? சிறிது நேரத்துக்கு முந்திதான், தலையில் காயமுற்றுக்கிடந்த உன்னைத் தொட்டதற் காகத்தான்."

"ஓ!" என்றாள் அவள். தலையைக் கையில் பிடித்துக் கொண்டு, "எனக்கு ஒன்றுமே ஞாபகத்திற்கு வரவில்லை. காயம் பட்டதல்லவா? அந்த அதிர்ச்சியில் ஏதோ பேசியிருப்பேன் போலிருக்கிறது . . . பிசகாக ஏதாவது பேசியிருந்தால், என்னை மன்னியுங்கள். அறிந்து நான் செய்யவில்லை . . ."

அவனுக்கு ஆசுவாசம் ஏற்பட்டது; காரணம், அவன் விசுவாமித்திரர் அல்ல!

"மாதவி, நம்முடைய இந்தத் துன்பங்களுக்கு ஒரு முடிவு இப்போதே காண வேண்டும்; அதற்காக நான் ஓர் உபாயம் கண்டு பிடித்திருக்கிறேன்."

"என்ன அது?"

"இப்போது காசி ராஜனிடம் போவதற்குப் பதிலாகக் குருதேவரிடமே திரும்பச் செல்வோம். நம் ஆறாத்துயரை அவரிடம் கண்ணீராகக் கொட்டுவோம்; செய்த அபசாரங் களுக்கு எல்லாம் க்ஷமை கேட்போம், அவர் இரங்குவார்."

"பிரதிஷ்டா நகரத்திற்கு அருகாமையிலுள்ள அந்த வனத்தில் நிகழ்ந்ததை மறந்துவிட்டீர்களா? அவருடைய வார்த்தைக்கு மாறான முயற்சி ஏதும் செய்யக்கூடாது; செய்வதால் பயனில்லை."

"ஆனால் அவ்வனத்தில் அவரை ஏமாற்றிவிடலாம் என்று பெருமிதமாகப் பேசினேன்; இப்போது நான் அப்படிக் கூறவில்லை; பாதம் பற்றிக் கெஞ்சினால் . . ."

"அன்று கூடத்தான் கெஞ்சினீர்கள்; அறியாமையால் செய்த தவறு என்பதை ஒப்புக்கொண்டீர்கள். ஆனால் குருதேவர் விதித்த தண்டனை விதித்ததுதான். அவர் அதை மீட்டுக்கொள்ள மாட்டார்."

"ஆனால் நாம் அனுபவித்த துக்கமே போதுமான தண்டனை அல்லவா?"

"நமக்கு அப்படித் தோன்றலாம்; ஆனால் தண்டனை விதிப்பவர்களுக்கு – விதிக்கும் ஆற்றல் பெற்றவர்களுக்கு அப்படித் தோன்ற வேண்டுமே?"

"எதற்கும் முயற்சி செய்து பார்க்கலாமே?"

ஏனோ தெரியவில்லை, மாதவி அழுதுவிட்டாள்.

"சுவாமி என்னைப் பாருங்கள்! நான் ஒரு குழந்தையைப் பெற்றவள்; ஆனால் என் உடலில் அதனால் ஏதாவது சோர்வு ஏற்பட்டிருக்கிறதா? கிடையாது! நான் என்றுமே கன்னிதான்! என்றுமே என் தர்மத்திற்கு ஹானி ஏற்படாது; என் உடலிலும் கன்னிகைப்பருவம் நிரந்தரம் குடியிருக்கும். குருதட்சிணையை எப்படியாவது செலுத்திவிட முயலுவதே நல்லது. குருநாதரைக் காணச் செல்வதால் மீண்டும் காலதாமதம் ஆகும். அவருக்கு மனம் இரங்கும் என்பதை உறுதியாகக் கூற முடியாது. மேலும் தாமதிப்பதால் அவருடைய கோபம் அதிகமாகி, புதிதாக ஏதாவது சாபமிட்டுவிட்டால் என்ன செய்வது? நாமாகச் சங்கடத்தை ஏன் விலைக்கு வாங்க வேண்டும்...? முன் தீர்மானித்தபடியே செய்வோம். வேதனை இருக்கிறது. உண்மை தான். அதற்கு ஒரு முடிவும் இருக்கிறது என்பதும் உண்மைதானே? நாம் காசி ராஜரிடமே போகலாம்..."

"மாதவி!"

"தர்மம் – தர்மம்! தனி மனிதர்களின் சுக சௌகரியங்களை அது கவனிக்காது; அதற்காக நாம் நம் சுகத்தைத் துறக்க வேண்டும்."

அவன் நெட்டுயிர்ப்புவிட்டான். எவ்வளவு பெரிய காவிய மாயினும் அல்லது நாடகமாயினும் இறுதிக் கவிதை அல்லது இறுதிக் காட்சி ஒன்று இருந்தே தீரும். 'இறுதி என்னவோ?' என வாசகர்கள் வாதாடுகிறார்கள்; வாழ்க்கை நாடகத்திலும் இந்த வாதமும் வேதனையும்தான்...

"சரி, நம் ரதத்தை இவனிடம் கொடுத்து அனுப்பி விட்டு, இந்த ரதத்தை நாம் ஓட்டிப் போகலாம். அந்தக் குதிரைகளால் வெகு தூரம் இழுக்க முடியாது."

மாதவி மறுபடியும் சாரத்யம் ஏற்றாள். அயோத்தியிலிருந்து காசிக்குப் போகும் பாட்டையில் அவள் ரதத்தைத் திருப்பினாள்.

ரதத்துடன் அவர்கள் மறையும்வரை தேர்ப்பாகன் அங்கேயே நின்று கொண்டிருந்தான்! அவர்கள் உரையாடியதை உன்னிப் பாய்க் கேட்டதால் அவனுக்கும் விஷயம் கொஞ்சம் விளங்கியது.

'ரொம்பவும் வேடிக்கையான விஷயம்தான்! எண்ணூறு குதிரைகள் வேண்டுமாம்; அதற்காக ஒரு பெண் மூன்று ராஜாக்

களைக் கலியாணம் செய்து கொள்வதாம்! அப்புறம் இந்தப் பிராமணர் இவளை மணப்பாராம்! நல்ல வேடிக்கை.' என்று அவன் தனக்குள் பேசிக்கொண்டான்: 'முதலில் இந்தப் பெண் மகா பதிவிரதை மாதிரி பேசினாள்; அப்புறம் பார்த்தால்... நல்ல பெண்! பெண்ணை நம்பாதே என்று தெரியாமலா சொன்னார்கள்?'

அவன் தேர்ப்பாகன்! அந்தப் பெண்ணின் உள்ளக் கொதிப்பை அவனால் எவ்வாறு உணரமுடியும் – முனிபுங்கவர்களும் ராஜரிஷிகளுமே உணராதபோது!

10

நீ களங்கினி!

– திவோதாசன்

வானம் கலக்கமுற்றிருந்தது. கார்முகில்களும் வெண்முகில்களும் ஒன்றையொன்று பின்பற்றிப் பறந்து கொண்டிருந்தன. நீலப்பரப்பில் கண்ணா மூச்சி விளையாடும் மேகங்களை மாதவி பார்த்த வாறிருந்தாள்.

முதலில் மலைமலையாக, மெதுமெதுவாக நகரும் கருமேகங்கள் ... யானைகள் அணிவகுத்தாற் போன்று ...

அவளுக்குத் தன் தகப்பனாரிடமிருந்த பெரும் யானைப் படையின் ஞாபகம் வந்தது...

யயாதியின் பட்டத்து யானை மிகவும் உயர மானது; நீண்டு வளைந்த தந்தங்கள் மிக அழகாக இருக்கும்; வயது முதிர்ந்த அது மிகுதியும் யஜமான விசுவாசம் உள்ளது; சிறு குழந்தை போல் பாகனுக்குப் பின்னால் ஆடி அசைந்து கொண்டு போகும்.

ஒரு தடவை வழக்கமாக அதற்கு வைக்கும் உணவிலிருந்து பாகன் கொஞ்சம் திருடிவிட்டான்; அவ்வளவுதான். அதற்கு ஆக்ரோஷம் உண்டாகி விட்டது. அவனைத் தும்பிக்கையில் சுற்றிச் சுழற்றி கால்களின் அடியில் போட்டு நசுக்கி விட்டது, மனிதன் எறும்பை நசுக்குவது போல்.

அது மிருகம்தான்; ஆயினும் அவனுடைய அற்ப குணத்தை அதனால் மன்னிக்க முடியவில்லை; அவனை அழித்துவிட்டது...

அது வலிமை வாய்ந்தது; அடிமைப்பட்டுப் போயினும், தனக்கு இழைக்கப்பட்ட அநீதியைப் பொறுக்காமல், பழிக்குப்பழி வாங்கிவிட்டது...

ஆனால் எளியோர் அடிமையுற்றால் விமோசனமே இல்லையா...?

ஆகாயம் ஆங்காங்கு கருமை பூசிய வெண்முகில்களின் மாலை...

அவைகளைப் போன்ற குதிரைகள் வேண்டும் என்று விசுவாமித்திர ரிஷி கேட்டபடியால்தான் அவளுக்கு இவ்வளவு அல்லல்களும்; அவை என்னவோ மிகவும் உபயோகமுள்ள பிராணிகள்தாம்; ஆனால் அவைகளால்தான் அவளுக்குப் பிடித்தது வினை. அசுவம் என்றாலே அவளுக்கு அருவருப்பு உண்டாகத் துவங்கியது.

பண்டமாற்று அவளுக்குத் தெரிந்த ஒரு விஷயம். ஆடுமாடு முதலியவகளைக் கொடுத்துவிட்டுத் தேவையான பொருள்களை வாங்குவார்கள். அவளும் 'ஒரு பண்டம்' ஆகிவிட்டாள்; அவள் எண்ணூறு பரிகளுக்கு – ஒரு காது கறுப்பு உடல் வெண்மை உள்ளவை – சமமானவள். அவள் ஒரு குழந்தை ஈன்றால் – இருநூறு குதிரைகளின் மதிப்பை ஈன்றவள்.

அதற்காக அவள் முதல் கணவனை மணந்தாகி விட்டது; இப்போது இரண்டாவது புருஷன்! பிறகு மூன்றாவது. பின்னர்... பின்னர்தான் என்ன என்று புரியவில்லை. ஆகாயத்தில் இருந்த தன் முகத்தை அவள் திருப்பினாள்.

மனித மிருகத்துக்கும் மற்ற விலங்குகளுக்கும் என்ன பேதம்? பார்க்கப்போனால், மனிதர்கள் மிருகங்களைவிடக் கேவலமாக இருக்கின்றனர்; கட்டுப்பாடுகளினால் அவர்களுடைய வாழ்வு ஒரு துயரச் சங்கிலி ஆகியுள்ளது. விலங்குகளைப் போலவே மாந்தரும் யதேச்சையாகக் கானகங்களில் அலைந்து இயற்கை யான இன்பத்தை ஏன் நுகரக்கூடாது...?

அவள் மானசிகமாகக் காடுகளில் அலைந்தாள். அந்தச் சஞ்சாரம் எவ்வளவு இனிமையாக இருக்கிறது! வானைக் கூரையாகக் கொண்டு, மரநிழலில் ஒதுங்கி வாழும் இன்ப வாழ்வு அது; சுனை நீரும், மரங்களின் கனிகளும் ஆகாரம்; கேள்வி இல்லை அவ்விடத்தில்; ஆனால் அதற்காக இன்பம் குறைந்துவிடவில்லை...

வீடு என்னும் பெரும் பெயரிட்ட சின்னச் சிறையில், அறம் என்னும் அரும் பெயருள்ள விலங்குகள் அணிந்து வாழும் மானிட சகவாசமே துர்க்கந்தம்...

விலங்குகளிலும் மான்கள் நிஷ்களங்கமானவை; கல்யாணி அந்த இனத்தைச் சேர்ந்தது; பார்க்கும் போதே அதைக் கையில் எடுக்க வேண்டும் என்று தோன்றும். அது மரித்துவிட்டது. அவளை அண்டி வாழ்ந்ததால்...

இல்லை, அது தானாகவா மரித்தது? அவளுடைய புறக்கணிப்பால் அது உயிர் இழந்தது. அவள் அதைக் கொலை செய்துவிட்டாள்... மனிதரைக் கொல்லுவது தான் கொலையா? தீங்கறியாத விலங்கை வதைப்பதும் கொலைதான்; ஆம், கொலை தான். அவள் கொலைகாரி...!

"மாதவி!"

திவோதாசன் – அவளுடைய இரண்டாம் கணவன் – காசியின் அதிபன் – உள்ளே வந்தான்.

ஆனால் அவள் அவனை ஏறிட்டும் பார்க்கவில்லை. அவளுடைய கவனம் முழுவதையும் கல்யாணியின் கொலை விஷயம் ஆக்கிரமித்துக் கொண்டிருந்தது; அவள் கொலைகாரி...

"மாதவி, என்ன, பெரும் யோசனையில் ஆழ்ந்திருக்கிறாய்? பிரதிஷ்டா நகரம் பற்றிய ஞாபகமா?"

அவள் ரகசியம் பேசும் குரலில் கூறினாள்: "நான் கல்யாணியைக் கொலை செய்துவிட்டேன்; உங்களுக்குத் தெரியுமா?"

"நீ கொலை செய்தாயா? பொய்!"

"நிஜமாகத்தான்..."

"கல்யாணி யார்? நீ ஏன் அவளைக் கொலை செய்ய வேண்டும்?"

"கல்யாணி உங்களுக்குத் தெரியாதா? அது என் மான் குட்டி... நான் காலவமுனிவருடன் காட்டுக்குப் புறப்பட்ட போது அதுவும் பின்னாலேயே ஓடி வந்தது; எனக்குப் பிடிக்க வில்லை; அதைப் பிடித்துக் கழுத்தை நெருக்கி..."

"ஏன்? ஏன்?"

காசிராஜன் பரம சாத்விகன்; அவன் அறிந்து ஒரு பிராணி யையும் துன்புறுத்தியதில்லை.

"ஏனா? காலவனும் நானும் சந்தோஷமாக விளையாட வேண்டும் என்று ஆசைப்பட்டோம்; கல்யாணி அதற்கு ஒரு

உபத்திரவமாக இருந்தது, அது இறந்தது. அப்புறம் அவரும் நானும் தடாகத்தில் நீந்தியும், கனிகளைப் பறித்து உண்டும் எவ்வளவு இன்பமாகப் பொழுது போக்கினோம், தெரியுமா?"

"நிஜமாகவா? அவர் முனிவர். நீ..."

"அவர் என் கரங்களைப் பற்றினார்..."

"அந்தப் பிராமணர் உன்னைத் தீண்டினாரா?"

பரம சாத்விகன் ஆயினும் அவன் அவளுடைய கணவன்.

"அவர் கைபட்டதும், நான் பரவசமாகிவிட்டேன்..."

தாசன் பதைபதைத்துப் போனான்.

அவள் என்றும் கன்னி என்று அவனுக்குத் தெரியும். முன்னரே அவனுக்கு இரு மனைவியர் இருந்தும் அவனுக்குப் புத்திரபாக்கியம் இல்லை; தனக்குப் பிறகு ராஜ்யத்தை ஆளுவதற்கு வாரிசு வேண்டும் என்கிற ஆசை அவனுக்குப் பலமாக இருந்தது. அதற்காகவே அவன் அவளை மணக்க இணங்கினான்.

யயாதியைப் போலவே அவனும் தர்மத்தில் விருப்பம் உடையவன்; தானம் செய்வதில் நிகரற்றவன். அக்காலத்தில், காலவன் குதிரைகளைக் கேட்டபோது பிரதி பலன் யாதும் கோராமலேயே தந்திருப்பான். ஆனால் துர்ப்பாக்கியவசமாக, நாட்டின் வரவும் செலவும் சரியாக இருந்தன. அவன் நாட்டின் தர்மகர்த்தா; நாட்டுச் சொத்தை அவன் தன் விருப்பம்போல் எதுவும் செய்யக்கூடாது; செலவுக்கு மிஞ்சின வருவாய் இருந்தால் தான் அவன் ஏதாவது செய்ய முடியும். நாட்டுக்கு எதிர்கால அரசன் தேவை; மாதவியை ஏற்பதன் மூலம் அதற்கு வழி செய்யலாம். நாட்டு நலன் நாடி இக்காரியம் செய்வதால், நாட்டின் செல்வத்தைத் துர்வினியோகம் செய்வதாகாது.

மாதவியை இரண்டாவது முறையாக மணப்பதால் தர்ம விரோதம் ஆகுமோ என்கிற அச்சம் முதலில் அவனுக்கு உண்டா கிறது; ஆனால் அறவோரின் வரபலம் அவளுக்கு இருப்பதை, அவளைப் பார்த்ததும் கண்டுகொண்டான். ஒருவனை மணந்து ஒரு மகவு ஈன்றவளாக அவள் தோன்றவே இல்லை; புதிதாய்ப் பருவம் பூத்த மடந்தையாகவே காட்சி அளித்தாள் அவள்.

அவளைப் பார்த்ததும், அவன் மனம் தடுமாறியதும் ஓர் உண்மைதான்!

காலவனுக்கும் மாதவிக்கும் உள்ள தொடர்பு பற்றி அவன் ஒன்றும் அறியான்; ஹர்யசுவனிடம் பெற்ற அனுபவத்தால் மாதவி அதைத் தாசனிடம் வெளியிடத் துணியவில்லை. அவர் களுக்குள் ஏதோ 'அதர்மமான' சம்பந்தம் உள்ளது என்பதை

அவன் இப்போதுதான் முதன் முறையாக அவளுடைய வாயிலி ருந்தே செவியுற்றான்.

காலவன் அவளைத் தீண்டியது உண்மையானால்? கன்னிக்குப் புருஷ ஸ்பரிசம் களங்கம் அல்லவா? அவளுக்குக் கன்னிவரம் இருக்கலாம்; ஆயினும் அக்கினி சாட்சியாகக் கரம் பிடித்த பதியைத் தவிர வேற ஆடவனுடன் அவள் எப்படி ...? அவன் தீண்டினான் என்றால் அவளும் இசைந்தவள் போலத்தானே பேசுகிறாள்? அந்தப் பாவச் செயலுக்குத் தூண்டு கோலாக இருந்தது யார்? காலவனா, மாதவியா?

"மாதவி!"

அவள் பேசிக்கொண்டே இருந்தாள்: "காலவன் மீது எனக்கு நம்பிக்கை இல்லை, அவர் குருவுக்குப் பயந்தவர்; குருவுக்கு மிகவும் பயப்படுகிறார். அவரைப் பார்க்கவே எனக்கு அருவருப்பாக இருக்கிறது!"

அவன் கேட்க விரும்பிய கேள்விக்கு அவள் பதிலளித்து விட்டாள். குருதட்சிணைக்காக என்று அழைத்து வந்த பெண் ணிடம், சந்தர்ப்பத்தைப் பயன் படுத்திக்கொண்டு காலவன்தான் ஏறுமாறாக நடந்து கொண்டிருக்கிறான்; அந்தச் செயலால் அவள் குமுறுகிறாள் என அவன் முடிவு கட்டினான்.

"மாதவி, உன் இச்சைக்கு மாறாகவா அவர் உன் கரம் பற்றினார்? அவர் வரட்டும்; விசுவாமித்திர மகரிஷியிடம் நான் இப்போதே ஒரு தூதனை அனுப்புகிறேன். காலவருடைய இந்தத் தகாத செயலுக்கு அவரே தீர்ப்புக் கூறட்டும்!"

மனைவி பதிவிரதைதான் என்று திருப்திகொள்ள விரும்பு கிறது ஆண்மை; கண்களையும் காதுகளையும் பொய்த்து, மனத்தைத் தேற்ற முயலும் இத்தன்மை ஆடவருடன் பிறந்தது போலும்!

வேனில் மழைபோல் கொட்டிய மாதவியின் பேச்சு நின்றது. அவள் மௌனம் பூண்டாள். தலைகுனிந்த வண்ணம், முழங்கால் களில் தலையைப் புதைத்துக் கொண்டாள். தாசன் அவளுடைய தலையை நிமிர்த்தினான்; அவள் அழுது கொண்டிருந்தாள்; மேல் ஆடை நழுவிய அவளுடைய வக்ஷஸ்தலத்தைக் கண்ணீர் நனைத்திருந்தது.

"காலவருக்கு நான் புத்தி புகட்டுகிறேன்; விசுவாமித்திரர் கோபிஷ்டர்; ஆயினும் தர்மிஷ்டர்; அதற்காக நீ வருந்தாதே ..."

அவள் தலையாட்டினாள்: "காலவர் அப்படி என்ன செய்து விட்டார்?"

"நெறிக்கு முரணாக அல்லவா அவர் உன்னிடம் நடந்திருக் கிறார்? அறத்திற்கு அரண் அந்தணர்கள்; அவர்களே இப்படி ஆரம்பித்துவிட்டால்? மற்றவர்கள் ஒழுக்கம் பிறழ்வதற்குக் கேட்கவா வேண்டும்?"

"ஓஹோ!" என்றாள் அவள்; பெருமூச்சு அவள் மார்பை உருட்டியது. கண்ணீரால் ஈரமான நெருப்பு புகையத் துவங்கியது போலும். அந்தப் பெரிய அறையில் நின்று – நடந்து, நடந்து – நின்று கொண்டிருந்தான் தாசன். ஸ்திரீக்குச் செய்யப்பட்ட அநியாயம் அவனை மிகவும் வருத்தியது.

நீண்ட நேரம் கழித்து விழிகளைத் துடைத்துக்கொண்டு அவள் எழுந்தாள்; மிகவும் பணிவான குரலில் அவனிடம் கூறினாள்: "உங்களிடம் நான் ஒரு விஷயம் கூற மறந்துவிட்டேன். திடீர் திடீரென்று எனக்கு என்னவோ ஆகிவிடுகிறது; மண்டை யில் ஏதோ கொந்தளிப்பதுபோல் தோன்றுகிறது. ஏதாவது ஒரு பொருளைச் சிறிது நேரம் கவனித்துப் பார்த்தால் போதும், இப்படி ஆகிவிடுகிறது. அப்போது என்ன செய்கிறேன், என்ன பேசுகிறேன் என்பதெல்லாம் எனக்கு ஒன்றும் புரியவில்லை. சற்று கழித்து எல்லாம் தெளிவாகிறது; ஆனால் முதலில் என்ன பேசினோம் என்பதே நினைவுக்கு வருவதில்லை ... காலவருடன் வந்த பிறகு ஒருமுறை தேர் குடைசாய்ந்து கீழே விழுந்து, மண்டையில் காயம் பட்டது; அப்போதிருந்துதான் இப்படி ஆகிறது."

தாசன் ஆச்சரியம் கொண்டான். அவளுக்குச் சித்தப்பிரமை ஏற்படுகிறது; சிறிது நேரத்துக்குமுன் அவள் பேசியதும் இந்நிலை யில்தான்.

"அடிக்கடி இப்படி ஆகிறதா அல்லது ..."

"இல்லை; எப்போதாவது ஒரு முறை ..."

"கொஞ்ச நேரத்துக்கு முன்னும் ..."

"அதே நிலைமைதான் ..."

ஆனால் சித்தம் சுவாதீனம் இழக்கும் அந்த நிலையில் அவள் பேசுவது அனைத்தும் மெய்யா, பொய்யா?

"கல்யாணி என்ற உன் மான்குட்டியை ... அப்படியானால் நீ கொல்லவில்லையே?"

"இல்லை! நான் அதை அரண்மனையிலேயே விட்டு வந்தேன்; என் தேரைப் பின் தொடர்ந்து அது ஓடிவந்ததை நான் கவனிக்கவில்லை. களைப்பினால் சாகும் தறுவாயில் அது என்னிடம் வந்தது. நான் எவ்வளவு முயன்றும் அது பிழைக்கவில்லை; என் மடியிலேயே உயிரை விட்டது ..."

“காலவர் உன்னிடம் தவறுதலாக நடந்து கொண்டதாய்க் கூறினாயே, அதுவும் பொய்தானே?” என்றான் தாசன், ஆவலுடன்.

“இல்லை,” என்றாள் அவள் நிதானமாக.

“எது இல்லை? அது பொய் இல்லையா? அல்லது நீ சொல்லவில்லை என்கிறாயா?”

அவள் உடனே மறுமொழி பகரவில்லை; சற்று யோசித்துத் தான் பேசினாள்: “கட்டையிலும் கல்லிலுமே தீ இருக்கிறதாம்; கேவலம் இந்தச் சருமத்துள் இல்லாமலா போய்விடும்?”

அவனுக்கு விளங்கவில்லை. “சுற்றி வளைத்துச் சொல்லாமல் புரியும்படியாகப் பேசேன் . . .”

“நான் சாசுவதமான கன்னிப் பருவம் படைத்தவள்; எனக்குத் தர்ம பங்கம் ஏற்படாது.”

“கன்னிக்குப் புருஷ ஸ்பரிசம் தர்ம பங்கம்தான் . . .”

“உங்களை மணந்த பிறகு அவர் என்னைத் தீண்டவில்லை. அதற்கு முன்னர்தான் . . .”

“என் மனைவியாக இருப்பவள் – மணத்திற்கு முன்பு வேறு ஆடவருடன் தொடர்பு வைத்திருந்தாள் என்பதை என்னால் பொறுக்க முடியாது . . .”

சாத்விகன் ஆனாலும் அவன் க்ஷத்திரியன். அவளும் மனப் பூர்வமாகக் கட்டுப்பட்டுள்ளாள் என்று அறிந்ததும் பொறாமையும் சினமும் அவனைக் குடைந்தன.

“உங்களுக்குத் தாரமான பெண், உங்களை மணப்பதற்கு முந்தி வேறு ஒரு புருஷர் மூலம் ஒரு குழந்தை ஈன்றாள் என்பதை மட்டும் உங்களால் பொறுக்க முடிகிறதா?”

“அதற்கும், காலவருடன் உறவாடுவதற்கும் வேறுபாடு இல்லையா? நெருப்பாணையிட்டு மணம்செய்துகொண்டவனால் உனக்கு ஒரு குழந்தை பிறந்தது; அறவாளரின் ஆசியால் நீ மீட்டும் கன்னிகை ஆகிவிட்டாய். ஆனால் காலவமுனிவருடன் உனக்கு உள்ள தொடர்பு அறத்திற்கு உகந்ததல்ல. அயலானுடன் சல்லாபிப்பதைப் போன்றதுதான் . . . கன்னி வரத்தினால், உன் உடல் பாபம் செய்ய முடியாது; ஆனால் மனதினால் நீ செய்த இந்தப் பாபத்திற்குப் பரிகாரமே இல்லை.”

அவள் வாதாட விரும்பவில்லை: “உங்களுக்கு வேண்டியது கன்னித்தன்மையும் குழந்தையும். காலவர் என்னைத் தீண்டிய பிறகுதான் – எனக்குக் கன்னிப்பருவம் மீண்டது; உங்களுக்கு மனைவி ஆகும் சமயம் நான் கன்னிதானே? அதுவே போதும் உங்களுக்கு.”

‘ஏமாந்து போனேன்,’ என்று தோன்றியது திவோதாசனுக்கு. கைப்பட்ட மலரைப் புனிதமானதாகக் கருதி ஈசுவரனின் முடியில் அவன் சூட்டிவிட்டான். காலவனும் மாதவியும் கூடி அவனை அதர்மத்துக்கு உடந்தை ஆக்கிவிட்டனர். நெஞ்சில் மாசு உள்ளவளோடு இல்லறம் நடத்திவிட்டான் அவன். ரேணுகா தேவி, நீரில் நிழலிட்ட கந்தருவனின் உருவம் அழகாயுள்ளது என்று எண்ணியதால் அவளுடைய அறம் குலைந்தது; அவளுடைய பதியான ஜமதக்னி தம் புதல்வர் பரசுராமரைக் கொண்டு அவளை வெட்டியே வீழ்த்திவிட்டார். மாதவி, யயாதியின் பெண்; விசுவாமித்திர மகரிஷியின் காரியமாக வந்தவள்; இல்லாவிட்டால் . . .

ஸ்திரீ, வேறு ஆடவரை நினைக்கவே கூடாது; அவளுடைய பாபம், அவள் கணவனையும் சாரும். தாசனோ மனக்கறை உள்ளவளுடன் பலநாட்கள் வாழ்க்கை நடத்திவிட்டான்; இந்தப் பாபத்திற்குப் பரிகாரம் என்ன?

தானமும் தர்மமும் செய்து அவன் மோட்சத்திற்காகப் பிரயாசைப்பட்டான்; அவனுடைய இந்த ஒரு பிசகினால் அவனுக்கு அது கிட்டாமல் போய்விடுமோ என்னவோ? ‘புத்’ என்னும் நரகத்திலிருந்து தப்புவதற்கு அவனுக்குப் புத்திரப் பாக்கியம் கிடைத்துவிடும்; ஆனால் நரகத்திலிருந்து அவன் தப்பமுடியுமா? ஒழுக்கம் தவறிய ஸ்திரீயின் புத்திரன் செய்யும் சிரார்த்தத்தைத் தேவரும் பித்ருக்களும் ஏற்பரா?

அவன் அலுத்தான்; கைகளைப் பிசைந்தான். வாழ்க்கையில் அவன் பொறுமை இழந்தது இதுதான் முதல் தடவை. அதுவும் தர்மஹானியின் பயத்தினால்; ஜமதக்னியைப்போல் அவனும் அவளைத் துணிந்து அழிக்கலாம்; ஆனால் அதனால் தவறிய தர்மத்தை நேர்ப்படுத்த முடியுமா?

“முடியாது – ஒன்றுமே முடியாது – இனி ஒன்றுமே முடியாது. என் தர்மத்திற்குக் களங்கம் ஏற்பட்டுவிட்டது; இனி ஒன்றும் செய்ய முடியாது” என்று உன்மத்தனைப்போல் உளறிக் கொண்டே அவளைத் திரும்பியும் பாராமல் அங்கிருந்து அவன் வெளிச் சென்றுவிட்டான்.

இனி அவனால் என்னதான் செய்ய முடியும்? அவனும் அவளும் தம்பதிகளாக இருந்ததை மறுக்க முடியாது, மறைக்கவும் முடியாது.

ஏனெனில், மாதவி இப்போது நிறை கர்ப்பிணி!

11

நீ இருமுறை மணந்தவள்...

– காலவன்

மாதவியின் உதரத்தில் பிரதர்த்தனன் என்னும் சிசு உதித்தது.

காலவன் வந்தான், அதைக் கேள்விப்பட்டு.

"இவன் என் குழந்தை," என்றாள் மாதவி.

"இல்லை என் குழந்தை," என்றான் திவோதாசன்.

"ஆம்," என்று அவளும் ஒப்புக் கொண்டாள். தன் மகவு மீது அவளுக்கு இனி எவ்வித உரிமையும் இல்லை.

தாசன் உள்ளுக்குள் பொருமிக் கொண்டிருந்தான். காலவனை நேருக்கு நேர் கண்ணுற்றதும் அவன் வெளியில் பொழிந்தான்.

"அந்தணரே, விசுவாமித்திரர் ராஜரிஷியாக இருந்து, தம்முடைய தபோ பலத்தினால் மகரிஷி ஆனவர். அவருடைய மாணவராக இருந்தும் நீங்கள் இவ்வாறு அறத்தைப் புறக்கணிப்பீர்கள் என்று நான் நினைக்கவில்லை. ஆசிரமத்தில் ஆத்ம விசாரம் செய்யும் நீங்கள் இவ்வளவு எளிதாக வீழ்ச்சியுறுவீர்கள் என்று நான் எப்படி எதிர்பார்க்க முடியும்? மாதவியை நீங்கள் வரித்ததே பெரும் தவறு; பிறகு அவள் மனக்கறை உள்ளவள் என்பதை வெளியில் கூறாமலேயே பிற ஆடவர்களுக்கு மணம் செய்வித்தது

அதைவிடப் பெரிய தவறு. உங்களுடன் என்னையும் அல்லவா பள்ளத்தில் தள்ளி விட்டீர்கள்?"

"உன் தர்மம் எவ்விதத்திலும் பாதிக்கப்படவில்லை; புத்திரன் இல்லாக்குறை உனக்கு நீங்கிவிட்டது இவளை அடைந்ததால் ..."

"ஆனால் அந்தப் புத்திரன் ஒழுக்கம் தவறிய பெண்ணினால் பிறந்தவன் அல்லவா? அவனால் என்ன பயன்? வேதவிற்பன்னர் களிடம் ஆலோசனை செய்து நான் பிராயச்சித்தம் செய்து கொள்ளப் போகிறேன்."

"நீ பிசகவில்லை என்று அவர்களே கூறுவார்கள் ... என்னைப் பொறுத்தவரை ஒரு பெரும் தர்மத்துக்காகச் சிறிய தொரு தர்மத்தைத் துறந்தேன்; அது தவறு என நான் கருத வில்லை."

மாதவி அதை மௌனமாகக் கேட்டுக் கொண்டிருந்தாள். கானகத்தின் தனிமையிலோ அல்லது தாசன் சௌஜன்யமாக இருந்திருந்தாலோ, அவள் அவனுக்கு மறுமொழி உரைத்திருப் பாள்: 'உங்களுடைய பெரும் தர்மத்துக்காக – உங்களுடைய சிறு தர்மத்தை நீங்கள் துறப்பதில் யாருக்கும் ஆட்சேபம் இல்லை; ஆனால் உங்கள் அறத்தைக் காத்துக் கொள்வதற்காகப் பிறருடைய அறம் கொல்ல உங்களுக்கு என்ன உரிமை இருக்கிறது? பெண் ணுக்குப் பெரும் தர்மம் கற்பு என்று கூறும் நீங்கள் பெண்மை யையே சூறையாடுகிறீர்களே?' என்ற ரீதியில் அவள் பதில் இருந்திருக்கும். ஆனால் தாசனின் சொற்கள் காலவனைப் புண்படுத்திக் கொண்டிருப்பதை அவள் அறிந்தாள்; மாற்றான் ஒருவன் காலவனை இகழ்ந்தது, அவளுக்குச் சினம் உண்டாக் கியது.

தாசன் பதில் சொன்னான்: "முனிவரே, வேறு ஆடவனை மனதினால் நாடும் ஒரு பெண்ணை நான் மணப்பது அவளுடன் பலாத்காரமாய்ச் சேருவது போலத்தானே?"

காலவன் இந்த வாதத்தினால் மேலும் பலஹீனம் அடைந் தான்: "இல்லை, அது பிராமண தர்மம். க்ஷத்திரியன், அரசன் சந்ததி வேண்டினால் எந்தப் பெண்ணையும் மணம் புரியலாம்."

"நீங்கள் பேசுவது தவறு. அது பிராமண தர்மம் அன்று, பொது தர்மம்."

மாதவி பொறுமை இழந்தாள்: "அரசே, நீங்கள் சொல்வதே சரி என்று வைத்துக்கொள்ளுங்கள். நான் இந்த அந்தணரை வரிக்கவில்லை என்பதாக வைத்துக் கொள்ளுங்கள் ... ஆனால் நான் வேறு ஒரு அரசனை முன்னரேயே மணந்து ஒரு குழந்தை ஈன்றவள்தானே? முதல் கணவரை நான் முற்றிலும் மறந்து

போயிருப்பேன் என்று எப்படிக் கண்டு பிடித்தீர்கள்? அவர் ஞாபகம் எனக்கு இருந்தால் அது மனோ விபசாரம்தானே? அது இல்லை என்று தீர விசாரித்துச் சோதனை செய்து அறிந்த பிறகா என்னை ஏற்றீர்கள்?"

அவளுடைய பேச்சு இருவரிடையிலும் நெடுஞ்சாண் கிடையாக விழுந்தது; தாசன் மாத்திரம் அல்ல, காலவனும் துணுக்குற்றான். தனியாக ஸ்னானம் செய்யும் ஸ்திரீபோன்று அவள் இவ்வளவு மர்மம் அற்றுப் பேசுவாள் என இருவருமே எதிர்பார்க்கவில்லை.

தாசனின் அகம் சோதிக்கப்பட்டது; கூறினான்: "என்ன இருப்பினும், காலவரே, ஒரு பைத்தியக்காரி மீது உங்களுக்கு மோகம் ஏற்பட்டிருக்க வேண்டாம்..."

அறத்தைக் கவசமாகப் பூண்டுப் போராடிய தாசனின் சுயரூபம் வெளிவந்தது. தன்னலத்தினால் விளைந்த பொறாமை அவனைக் கிளறியது; காலவனுக்குத் துணையாக அவள் பேசவே அவன் அவள் மீதே பாய்ந்துவிட்டான்.

இனி தாமதித்தால் விரசம்தான் என்று அஞ்சினான் காலவன்: "சரி, திவோதாசா, நாங்கள் போஜ நகரம் போக வேண்டும். எங்கள் ரதத்தை ஆயத்தப்படுத்தச் சொல். மாதவி ரதம் ஓட்டி வருவாள்."

"ரிஷீசுவரரே, முதலிலேயே நான் அறம் பிறழ்வதற்குக் காரணம் ஆகிவிட்டீர்கள். இனியும் நான் அதற்கு உடந்தையாக இருக்க முடியாது."

காலவன் மகா பொறமைசாலி; அவன் மறுமாற்றம் உரைக்க வில்லை; அங்கிருந்து நழுவினால் போதும் என்றிருந்தது அவனுக்கு.

"அவ்வாறாயின், நாம் நடந்தே வழி கடப்போம்" என்றான் அவன், மாதவியை நோக்கி.

"ஆம், ஆம். நடைப் பிரயாணம் உங்கள் லீலைகளுக்குப் பெரும் உதவியாகக்கூட இருக்கும்" என்று எக்களித்தான் திவோதாசன்; காலவனின் பொறுமையை அவன் துஷ்பிரயோகம் செய்தான்.

"திவோதாசா, இருநூறு குதிரையையும் என் குருதேவரிடம் அனுப்பிவிடு."

இருவரும் பாதசாரிகளாக அங்கிருந்து கிளம்பினர்.

காசியைவிட்டு வெளி வந்ததும் மாதவி கேட்டாள்: "நீங்கள் ஏன் மிகவும் இளைத்துவிட்டீர்கள்?"

தாசன் உண்டாக்கிய துயரத்தைப் பிரியமாக விசாரிப்பதன் மூலம் அவள் ஆற்ற முயன்றாள்.

"நீ மாத்திரம்?"

"எனக்கு என்ன? நான் முன்போலவேதான் இருக்கிறேன்; என்னைப் பாருங்கள்..."

தன் உடலைச் சிலிர்த்து அவனுக்குக் காண்பித்தாள் அவள். அவளுடைய முகத்தில் சிரிப்பு ஒன்று நெட்டுயிர்ப்பு விட்டது.

"இல்லை; உன் உடம்பு என்னவோ முன் போலத்தான் இருக்கிறது! ஆனால் நீ ஒரு நிழல்போலத்தான் தோன்றுகிறாய்; ஏன் இந்த மாறுதல்?"

அவள் பதிலிறுக்க வேண்டிய தேவை இல்லை; இந்த 'ஏன்'களுக்குப் பதில் இருவரும் நன்கு அறிவர்.

"திவோதாசன் கடைசியாகச் சொன்னானே, அது என்ன விஷயம்? பைத்தியக்காரிமீது..."

"உண்மைதான். எனக்கு எப்போதாவது சித்தப்பிரமை உண்டாகிறது. என்னையும் அறியாமல் ஏதேதோ பிதற்றி விடுகிறேன்; இந்த மாதிரி ஒரு சமயம்தான் உங்களைப்பற்றி நான் ஏதோ சொல்ல அவருக்கு நம் தொடர்பு வெளியாகிவிட்டது."

அவனுக்கு விளங்கியது. அவனுடைய ஞாபகம் அவளுக்குச் சித்தக் கோளாறு உண்டாக்குகின்றது. அந்நிலையிலும் அவள் அவனை மறப்பதில்லை. அவளுடைய பிரமை நீங்க வேண்டுமாயின் – அதற்குக் காரணமான துயரம் தவிர்க்கப்பட வேண்டுமாயின் – அந்த இலக்கினை நாடித்தான் அவர்களும்...

அவனும்தான் அவளை மறக்கவில்லை. முதல் கணவனுடன் அவள் வாழ்ந்த காலத்தில், தியானத்தில் மனம் செலுத்தி அவன் சற்று சாந்தி பெற்றான். ஆனால் காசியில் தாசனுடன் அவளை விட்டு வந்த பின்னர் அவன் நிலைகுலைந்துவிட்டான். அகண்டமான சாந்தியை உபதேசித்த இயற்கைகூட அவனைத் தாறுமாறாகக் குலுக்கியது. புள்ளினங்களின் சுயேச்சாசாரத்தை அவன் கவனித்தான்; உள்ளும் புறமும் நோயற்று வாழும் விலங்குகளையும் பார்த்தான். சிலநாள் வாழ்வாயினும் மணத்துடனிருந்து மடியும் மலர்கள் அவனைக் கேலி செய்தன.

அவன் தன்னையும் மனித இனம் முழுவதையும் வெறுத்தான். புலன் அடக்கம், தபம் என்பதெல்லாம் வெறும் கேலிக் கூத்துகளாக அவனுக்குத் தோன்றின. பிரமசரியத்தினால் சேமித்து வைக்கப்பட்டிருந்த இளமை தன் முழுவலிமையையும் கொண்டு அவனைத் தாக்கிற்று. தெளிவாகச் சிந்திக்கும் ஆற்றலையே

நித்ய கன்னி

அவன் இழந்துவிட்டான். சரிந்து வீழும் நெஞ்சின் சுமையைத் தன் வலுவற்ற கரங்களால் தாங்கிப் பிடிக்க முடியாது என்பதை அவன் செவ்வனே அறிந்து கொண்டான்.

அனலாகத் தகிக்கும் காமநோய் அவனைப் பீடித்தது. மாதவியைக் காணவேண்டும் என்ற ஏக்கம், அவளைத் தோள் களோடு சேர்த்துக் கசக்க வேண்டும் என்ற ஆசை ஓங்கியது. ஆனால் நோக்குக்கும் புலனுக்கும் கிட்டாத அவளை வேறு புலன்கள் எவ்வாறு அடைய இயலும்? விரகதாபம் அவனைச் செதுக்கியது. இன்னும் கொஞ்சகாலம் இப்படி அலைவதால் கட்டாயம் பைத்தியம் பிடிக்கும் என்று அவனுக்குத் தோன்றியது.

அந்தத் தாபகாலம் கழிந்து, இப்போது நிலைமை மாறி விட்டது. மருங்கில் மாதவி; தனிமையின் வேட்கைச் சிரிப்பு; 'நான் முன்போலவேதான் இருக்கிறேன்; என்னைப் பாருங்கள்,' என்று அவள் தன் உடலைச் சிலிர்த்தவிதம் – எல்லாம் கூடி அவனைப் பந்தாடின.

இத்தகைய உணர்ச்சியையே அவன் பிரதிஷ்டா நகரத்தின் அருகாமையிலிருந்த வனத்தில் அனுபவித்தான்; அப்போது குருதேவரின் குறுக்கீட்டினால் அது கீழே அமுக்கப்பட்டது; இப்போது தன் மேலிருந்த பாரத்தைத் தூக்கி எறிந்துவிட்டு அந்த உணர்ச்சி தாராளமாக மூச்சுவிடத் தொடங்கியது.

காமத்துக்கு மாற்று மாத்திரை, அதைத் திருப்தி செய்வது தான். அதற்குப் புலன் அடக்கம் மிகவும் அவசியம்; இல்லையேல், மருந்தே நோயாளிக்கு உணவாகிவிடும்; அதுவே அவன் உயிருக் கும் உலைவைத்துவிடும். இந்த 'முதிர்ந்த நோயாளி' நிலைதான் காலவனுடையது.

அவன் ஆவேசமுற்றான். அவனுடைய வாய் அடைத்து விட்டது; அங்கங்கள் அனைத்தும் அயர்வுற்றன; ஆயினும், வெறி அவனைப் பிடரி பிடித்துத் தள்ளியது.

முன்னால் செல்லும் பாதையைச் சற்று விரைந்து நடந்து கடந்தான். கடக்கும் பொழுதே வேண்டும் என்றே அவள் தோள்களை மெதுவாக இடித்தான். கொஞ்ச தூரம் அவன் நடையைத் தளர்த்தினான்; அவள் அவனைத் தாண்டிச் செல்ல வேண்டியிருந்தது; மீண்டும் ஒரு முறை ஸ்பரிசம்...

ஒற்றையடிப்பாதை அவனுக்குப் பெரும் துணையாக இருந் தது; இருபக்கங்களிலும் வளர்ந்திருந்த முள்செடிகள் அவனுடைய செயலை மறைக்கும் வேலிகளாக அமைந்தன. முன்னும் பின்னு மாக மாறி மாறி அவன் பலமுறை இவ்வாறு செய்தான். தன்னுடைய அந்தரங்கத்தை அவளிடம் வெளியிடுவதற்கு இந்த அற்பத்தனத்தைத்தான் அவனால் கையாள முடிந்தது.

எம்.வி. வெங்கட்ராம்

ஆரம்பத்தில் மாதவி இதைக் கவனிக்கவில்லை. ஆனால் அவன் அடிக்கடி அப்படிச் செய்யவே அவள் வியப்புற்றுக் கவனித்தாள். அவனுடைய கருத்தைப் புரிந்து கொள்ள அவளுக்கு நேரம் ஆகவில்லை. அவனுக்காக அவள் இரங்கினாள். ஆனால் அவன் விருப்பிற்கு இணங்க அவள் தயாராக இல்லை. காரணம், அவள் அதை விரும்பவே இல்லை. அவள் கசந்துவிட்டாள்; ஆகையால், புரிந்து கொள்ளாதவள்போல் பேசாமல் ஒதுங்கி நடந்தாள்.

இறுதியில் அவன் வாய்திறந்து பேசவேண்டியதாயிற்று: "காட்டில் அலையும் விலங்குகளுக்கும் ஆகாயத்தில் மிதக்கும் பறவைகளுக்கும் நம்மைவிட அதிக சுயேச்சை இருக்கிறது."

"அதனால்தான் அவைகளைவிட மனிதர்களை மேலான பிறவிகளாக மதிக்கிறார்கள். சுவாமி, காசி மன்னர் ஆத்திரம் கொண்டு சொன்ன வார்த்தைகளை நீங்கள் மெய்ப்பித்து விடுவீர் கள் போல இருக்கிறதே! நானும் சொல்கிறேன்: புலனடக்கத்துக்கு எடுத்துக்காட்டாக இலங்க வேண்டிய உங்களுக்கு இந்தப் பலஹீனம் சோபை அளிக்கவில்லை."

அவள் அவனை இகழாமல் இகழ்ந்துவிட்டாள்; அவன் உத்வேகத்துடன் உரைத்தான். "உனக்கென்ன, நீ பேசுவாய்; நீ இருமுறை மணந்தவள்; ஆனால் என் துயரம் நீ எப்படி அறிவாய்?"

முனிவன் மிருகப்பிராயத்தை எட்டிக்கொண்டிருந்ததால் மேலும் பேசி அவனை ஹிம்சிக்க அவள் முயலவில்லை.

ஆனால் மிருகப்பிராயத்தை எட்டிவிட்டாலும் அவன் மிருகமாக மாறிவிடவில்லை. அவனுக்குள் இருந்த மனிதன் விழித்துக்கொண்டுதான் இருந்தான். விருப்பற்ற அவளைக் கட்டாயப்படுத்தும் நினைவே அவனுக்கு உண்டாகவில்லை; இதய வேதனையைச் சிரமத்துடன் பொறுத்துக்கொண்டு அவனும் மௌனமாக நடந்தான் . . .

வெயில், விருட்சங்களின் விரிப்பினால் வெம்மையை உமிழ வில்லை. பறவைகள் கூடுகளில் பதுங்கிவிட்டன. பாதைக்குப் பக்கத்திலிருந்த மரங்கள் மீது உட்கார்ந்து ஒற்றைக் காகங்கள் மட்டும் கர்ணகடூரமாகக் கரைந்தவாறிருந்தன; ஒருவேளை, இணை வேண்டியோ என்னவோ?

பலநாட்கள், பலவாரங்கள் ஓய்தலும் ஒழிதலும் இல்லாமல், தேவைக்கு அதிகமாக ஒரு வார்த்தை கூடப் பேசாமல் இருவரும் நடந்தனர். போஜ நகரத்தை நெருங்கிய போதுதான் மாதவி பேசினாள்: "சுவாமி, பொறுங்கள்; காலம் மாறும்; எப்போதுமே இருட்டாக இருந்துவிடாது . . ."

"நான் நம்பவில்லை..."

கருவிலுள்ள குழந்தை ஆணா அல்லது பெண்ணா, உயிருடன் பிறக்குமா அல்லது செத்தே பிறக்குமா என்பதெல்லாம் புரியாததுபோல் எதிர்காலமும் நிச்சயமற்றது. அதுவும், பிறரைச் சார்ந்து உயிர் வாழவேண்டியவர்களைப் பற்றி எதையும் அறுதியிட முடியாது. ஆகவே காலவன் முற்றிலும் நிராசை கொண்டான்.

12

எழில் பித்தன் நான்

– உசீநரன்

கர்த்தன் என்றொரு கோமகன்; சிருஷ்டி என்றொரு சீமாட்டி.

அவன் அவளைக் கண்ணுற்றான்; மையலுற்றான்; காலப்படுக்கையில் ருதுமலர்கள் தூவி அவளுடன் கூடிமகிழ்வுற்றான்.

அதன் விளைவாகச் சிருஷ்டி சருமஎழிலைப் பெற்றெடுத்தாள்; கற்பனை முலையூட்டி, அன்பு நெஞ்சு வைத்து, ஆதரவுடன் போற்றி வளர்த்தாள்.

ஆனால் தந்தை 'சிசு வேண்டேன்!' எனக் கைவிரித்தான்; அவள் அங்கலாய்த்ததை அவன் கவனிக்கவே இல்லை; விழி நீர்ப் பெருக்கத்துடன் தன் சிசுவை – பெண் எழிலை – உலகத்தில் எறிந்து விட்டாள்...

அந்தப் பெண் எழில் முதலில் ஒரு தபஸ்வி மீது மோகம் கொண்டது; அவனும் அதை நேசித்தான்; ஆனால் அந்த அழகின் அருமை அறியாத அவனால் அதைக் காப்பாற்ற முடியவில்லை...

பிறகு அது ஒரு காமுகனிடம் சிக்கியது; அவன் அதைப் பொய்யின்பம் துய்க்கப் பயன்படுத்திக் கொண்டான்...

அப்பால் அது ஒரு சாத்விகனிடம் சென்றது; 'களங்கம்' என்று அவன் அதை அவமானம் செய்து விட்டான்...

பின்னர் அது தனக்கு உரிய ஸ்தானத்தில் சரியான பாத்திரத்தினிடம் சேர்ந்தது; அந்த ஸ்தானம் போஜ நகரத்து ராஜபுவனம்; அந்தப் பாத்திரம் போஜ ராஜன்; அவன் பெயர் உசீநரன்.

ரத்தினகசிதமான ஓர் ஆசனத்தில், கருப்புப் பட்டுச் சீலை போல் அலையும் அளகபாரத்துடனும், வானவில்லின் ஏழு வண்ணங்களும் வெல்லும் நிறமுள்ள மெலிந்த ஆடை அணிந்தும் வீற்றிருந்தாள் அழகுப் பாவை; அவளுக்கு முன்னால் அவளுடைய சித்திரத்தை அரைகுறையாகத் தீட்டி அதைப் பார்த்துக் கொண்டிருந்தான் உசீநரன்; பக்திப் பித்துக் கொண்டவனின் பாவம் அவன் முகத்தில் நிறைந்திருந்தது.

"மாதவி, சொல்லுக்குள் அடைக்க முடியாத உன் அழகினால் நான் திகைத்துப் போகிறேன்; அலைஅலையாக விரியும் உனது எழில் சுழல் என்னைச் சுருட்டிவிடும் போலிருக்கிறது . . ."

"மறுபடியும் கவிதையில் பேசி என்னை . . ."

"இல்லை, நான் கவிதையில் பேசவில்லை: எல்லையற்ற உன் அழகினால் ஆம், உன் அழகை அனுபவிப்பதே கவிதை; அதை ரசிப்பதால் மனதில் ஏற்படும் உணர்ச்சி வரைய முடியாத ஓர் ஓவியம் . . . அதனால் உன்னைப் பார்த்தால் பார்த்தபடி இருந்து விடுகிறேன் . . ."

"மிகைபட மொழிவது . . ."

"கவிதைகளின் இயல்பு. ஆனால் உன்னைப்பற்றி மிகையாகக் கூற மொழிகள் இல்லையே!"

அவனுடைய கனவுக்கண்கள் அவளைக் கூர்ந்து நோக்கின.

"நீங்கள் என்னைச் சித்திரமாக வரைவதாய்க் கூறிவிட்டு என் அழகை வியந்து கவிதை புனையத் தொடங்கி விட்டீர்களே?"

"எந்தக் கலைஞனும் உன்னைக்கண்டு தடுமாறாமலிருக்க முடியாது . . . என் தடுமாற்றத்திற்கு மற்றொரு காரணம் உண்டு. உன் அழகில் ஏதோ ஒரு குறை – எண்ணெய் ஊறின மணிபோல். ஆனால் அந்தக் குறை எங்கே உள்ளது என்பதைக் கண்டுபிடிக்க முயலுகிறேன் . . . உன்னுடைய உடலின் ஒவ்வொரு அணுவிலும் அழகு பரிபூர்ணமாக இருக்கிறது; உன் அகத்தில்தான் ஏதாவது குறை இருக்க வேண்டும் என்று தோன்றுகிறது."

"ஆனால், ஓவியம் எழுதும் உங்களுக்கு உள்ளக்கிடக்கைகளுடன் என்ன சம்பந்தம்? எனக்கு மனக்குறை என்பதை நீங்கள் எப்படி அறிய முடியும்?"

"பார்த்ததைப் பார்த்தபடி வரையும் வெறும் சைத்திரிகன் அல்லன் நான்," என்றான் உசீநரன் பெருமிதத்துடன். "நான் ஒரு கலைஞன். அழகில் உள்ள எவ்விதமான நுட்மான குறையும்

என் கண்களுக்குத் தவறாது; அந்தக் குறை அகத்திலிருப்பினும் சரி, புறத்தில் இருப்பினும் சரி . . . நீ . . . உன் முக மண்டலத்தில் முறுவல் மின்னல் மின்னுவது என்னவோ உண்மைதான்; ஆனால் அது வெற்று வானத்தில் மின்னி மறையும் மின்னலைப்போல் ஒளியற்றுத்தான் இருக்கிறது. அது ஒளியற்று இருப்பதோடு, உன் மனத்துயரத்திற்கு அது அடையாளமோ என்று நினைக்கிறேன். உன்னுடைய ஒவ்வொரு அசைவிலும் சோகம்தான் சாயலிடுகிறது என அஞ்சுகிறேன். மாதவி, என்னால் உனக்கு ஏதாவது கஷ்டம் உண்டாகிறதா, சொல்? அல்லது உனக்கு இந்த இடத்தில் ஏதாவது குறை இருக்கிறதா?”

“இல்லை.”

அவள் முழுமனதுடன்தான் அவ்வாறு மொழிந்தாள். உண்மையாகவே, அந்த இடத்தைப் பற்றினவரை யாதொரு குறையும் இல்லை. அது கலையழகுக்கு ஒரு நிலைக்களனாகத் திகழ்ந்தது.

உசீநரன் கலைஞன். எழில் பித்தன். அவன் மாதவியை மூவுலகிலும் காணமுடியாத பேரழகியாகவே கண்டான். அழகைச் சத்தியமாகத் தொழுகின்ற பண்புடைய அவன் அவளுக்காகத் தேவாலயத்தைவிடத் தூய்மையான ஒரு பவனத்தையே எழுப்பி விட்டான்.

தனி ஒரு மாளிகை; அதைச் சுற்றிலும் சோலைகள்; அவைகளில் விதம் விதமான மரங்களும், மலர்கள் மண்டிய செடி கொடிகளும்; மாளிகைக்குள் இனிமையுற்ற ஒலியும் மணம்மிக்க ஒளியும் நிறைந்திருந்தன. அயோத்தி அரசனின் மாளிகையில் காமம் நாறியது; காசி மன்னன் அரண்மனையிலும் தத்துவம் திணறியது; போஜராஜன் பவனத்தில் கலை பரிமளித்தது.

ஆம். உசீநரனும் மாதவி மீது அடங்காத மையல்கொண்டான். ஆனால் அவனுடைய மையல் குருட்டுக் காமத்தாலோ, அல்லது முதுகெலும்பு அற்றதொரு தத்துவத்தாலோ விளைந்ததன்று; அவளுடைய வனப்பை வனப்புக்காகவே அவன் காதலித்தான்; ஆகவே அவள் அருகில் இருந்தபோதும் அவன் நிதானம் தவறவே இல்லை.

“நீ ‘இல்லை’ என்கிறாய்; ஆனால் ஏன் இந்தச் சோகச்சுமை? நான் அதை அறியக்கூடாதா மாதவி?” என்று இறைஞ்சும் குரலில் கூறினான் அவன். “உனக்குக் கன்னிவரம் இருக்கிறது. அதனால் உன் இளமை குன்றாது என்றும் கூறப்படுகிறது. ஆனால் நான் காண்பதோ அதற்கு முரணான விஷயம்; மூன்று ஆண்டுகளுக்கு முன்னால் காலவருடன் கிளம்பியபோது நிச்சயமாக நீ இப்படி இருந்திருக்க மாட்டாய்; மூன்றாண்டுகளில் பத்தாண்டு இளமையும் அழகும் நீ பறிகொடுத்து விட்டாய்! இதை என்னால் தாளமுடியவில்லை . . .”

"என் இளமை குறைகிறதா? ஏன்? கன்னித் தன்மை இருந்தால் இளமையும் இருக்க வேண்டுமே?"

"இருக்க வேண்டும்; ஆனால், இல்லை. ஏன் இல்லை என்பதைத்தான் நீ என்னிடம் கூறாமல் மறைத்து வைக்கிறாய்..."

"என் இளமை குலைகிறது என்று நீங்கள் எப்படி அறிந்தீர்கள்?"

"என்னால் முடியும்; நான் கலைஞன்," என்றான் அவன். "இன்னும் கொஞ்ச காலம் நீ இம்மாதிரி இருந்தால் – நீ இளமையையே அடியோடு இழந்து விடுவாய்!"

மாதவி துணுக்குற்றாள். காலவனின் நினைவு அவளுக்குள் படர்ந்தது. என்றாவது ஒரு நாள், எவ்வாறாவது அவனுடன் இல்லறம் நடத்தலாம் என அவள் கனவு கண்டு கொண்டிருந்தாள். ஆனால் அவள் இளமை முழுவதும் இழந்து விட்டு அவன் மட்டும் இளமை மனிதனாகவே இருந்தால் பயன் என்ன? கணவன் மனைவி ஆகலாம் என்ற நம்பிக்கையினால் அவள் இன்னல்களைக் கடந்து நடக்கிறாள்; ஆனால் அந்த லட்சியமே ஒரு கனவாகி விடுமா?

மேலும் பேசினான் நரன்: "வெளியில் தெரியாமல் உள்ளுக்குள் புரையேறும் காயங்கள் இருக்கின்றன; சரியான காலத்தில் அவைகளைக் கவனியாவிட்டால் அபாயம்தான். அதைப் போன்றதுதான் உன் மனக்கவலையும்; திடீரென்று ஒருநாள் இந்த எழில் கொடி துவண்டு சாய்ந்துவிடும்..."

சற்று நிறுத்தி மீண்டும் அவன் சொன்னான்: "உனக்கு என்மீது பற்று இருக்கிறது. ஆனால் மனைவிக்குக் கணவனிடம் இருக்க வேண்டிய அளவுக்கு இல்லை என்பதுதான் என் எண்ணம். நெருங்கி இருப்பினும் வெகுவெகு தொலைவில் தான் நீ இருக்கிறாய்."

அவள் அலறிவிட்டாள்: "என்னை மன்னியுங்கள். நான் உங்களை முதலிலேயே அறிந்துகொள்ளவில்லை; அதனால் உங்களிடம் சொல்லாமலே ஏமாற்றிவிட்டேன். நீங்கள் கூறியது அவ்வளவும் உண்மை; எனக்குத் தீராக்கவலை ஒன்று இருக்கிறது."

தன்னுடைய இறந்தகாலக் கதையை அவள் கண்ணீருடன் தொடங்கிக் கண்ணீரில் முடித்தாள்.

எல்லாவற்றையும் கேட்டு அவன் கூறினான்: "நான் துர்ப்பாக்கியன். இருநூறு புரவிகளுக்காக உன்னை வாங்கியதாக நான் நினைக்கவில்லை. காலவமுனிவர் உன்னை உன் தந்தை யாரிடம் சேர்ப்பித்தபின் மீண்டும் வரிக்கலாம் என்றே விரும்பினேன். நான் அதிர்ஷ்டம் கெட்டவன்..."

எம்.வி. வெங்கட்ராம்

செயலற்ற அவள் அவன் மீது பயனற்ற அனுதாபம் கொண்டாள்.

"காலவருக்கும் உனக்கும் உள்ள இந்தத் தொடர்பு முன்னாலேயே எனக்குத் தெரிந்திருந்தால் நான் உன்னை மணந்திருக்கவே மாட்டேன், உன்னை அடைய முடியவில்லை என்கிற சோக நினைவே என் உள்ளத்தில் நிரந்தரஸ்தானம் பெற்றிருக்கும். சொல்லினால் விவரிக்க முடியாத கவிதை உணர்ச்சி மனதில் தீவிரமான பரபரப்பும் ஆற்றாமையும் உண்டாக்குகிறது அல்லவா? உருப்பெறாத அக்கவிதை உணர்ச்சி போலவே உன் ஞாபகம் எனக்குள் நிலைத்திருக்கும். ஆனால் இப்போது உனக்காக ஒரு வேலை செய்ய முடியும்; நான் உன்னை மணந்தது உண்மை; ஆனால் நான் உன்னைத் தீண்டவும் இல்லை. நான் என்னிட முள்ள இரண்டு நூறு பரிகளையும் உனக்காகக் கொடுத்து விடுகிறேன். நீ காலவரை மணம் கொள். இருவரும் மகிழ்ச்சியுடன் வாழுங்கள்..."

அவனுடைய உன்னதமான உள்ளத்தை உள்ளாலும் உடலாலும் வணங்கினாள் அவள். ஆனால் அவளுடைய எண்ணம் எப்படி நிறைவேறக் கூடும்? விழிநீர் ஓலமிடும் குரலில் உரைத்தாள்: "நீங்கள் எதுவும் செய்யகூடியவர்கள். ஆனால் என் விதியை யாராலும் மாற்றமுடியாது. அவரை நான் அவ்வளவு எளிதாக அடைந்துவிட முடியாது."

"ஏன்? நானே மனமொப்பி உன்னைக் காலவருக்கு மணம் செய்வித்தால்? அவருக்கு வேண்டியது குதிரைகள்தானே?"

"ஆனால் நீங்கள் ஒரு முக்கியமான விஷயத்தை மறந்து விடுகிறீர்கள். நான் கன்னித்தன்மையைத் திரும்பவும் பெறுவது எப்போது தெரியுமா? ஒரு பாலகனை ஈன்றபின்தான்! இப்போது நான் கன்னிகை அல்ல; உங்களுடைய மனைவி. உங்களுக்கும் எனக்கும் உள்ள இந்தப் பந்தம் ஒரு குழந்தையைப் பெற்ற பின்தான் நீங்கும்; இல்லையா? ஒருவரின் தாரத்தை மற்றொருவர் எப்படி மணக்க முடியும்?"

"ஓகோ!"

ஆத்திரத்தில் செய்த பிசகை அவன் உணர்ந்தான்: "ஐயோ மாதவி, மணத்துக்கு முன்பே இந்த உண்மையைத் தெரிவித் திருக்கக் கூடாதா?"

"அப்போது உங்களைப்பற்றி நான் ஏதும் அறியேன். முதல் இருவரைப் போலவே என் உடலுக்காகத்தான் நீங்கள் என்னை ஏற்பதாக எண்ணிவிட்டேன். என் முட்டாள்தனம்தான். மனிதரிலும் உயர்ந்தோர் இருப்பர் என்ற நினைவே எனக்கு உதிக்கவில்லை. முன் அனுபவத்தினால், அவருக்கும் எனக்கும் உள்ள தொடர்பை வெளியில் கூறி ஏளனத்திற்கு இலக்காக அஞ்சினேன்."

உசீநரன் ஆழ்ந்து சிந்தித்தான்; பிரபஞ்சத்தின் அடிப்படையான தத்துவமே மனிதவுரு ஏந்தி இந்தச் சங்கடமான பிரச்னையை விடுவிக்க முயல்வது போன்றிருந்தது. அவனுக்கும் வேறுவழி ஒன்றும் தென்படவில்லை. மகவு பெற்றால்தான் அவள் கன்னி ஆகமுடியும்; கன்னியானால்தான் அவள் காலவனை அடைய முடியும்; அவனை அடைந்தால்தான் அவள் இன்பமும் மகிழ்ச்சியும் அடைய முடியும்; அவள் இன்புறாவிட்டால் உசீநரனுக்கும் இன்பம் கிடையாது. காரணம், அவள் துன்புற்றால் – அழகையே அவமதிப்பதுபோல்; அழகு புறக்கணிக்கப் பெறுவதை ரசிகனால் பொறுக்க முடியாது; அவன் சௌந்தர்ய ரசிகன் மட்டுமல்ல, அழகுப் பித்தன். அவள் எதிர் காலத்தில் இன்பம் பெற வேண்டுமாயின் நிகழ் காலத்தில் அவளுடைய விருப்பத்துக்கு மாறாக உசீநரனுடன் இல்வாழ்க்கை நடத்தவேண்டும்; அதனாலும் அவளுடைய அழகு குலையத்தான் செய்யும்; ஆனால் – பின்னராவது அவளுக்கு இன்பம் கிட்டும் என்கிற நம்பிக்கை இருக்கிறது. ஆகையால் . . .

"மாதவி, உன்னுடைய எதிர்காலமாவது இன்பகரமாக இருக்க வேண்டும் என்ற ஆவலினால்தான் நான் உன்னை மனைவியாக நடத்த ஒப்புக்கொள்கிறேன்; ஆனால் கடைசியாக ஒருமுறை உன்னை வேண்டிக் கொள்கிறேன்; எனக்காக உன் ஹிருதயத்தில் சிறிது இடம் சிறிது காலத்துக்கு ஒதுக்கி வைக்க முடியாதா? என்னுடன் சிறிது சந்தோஷமாகவாவது இருக்க முடியாதா உன்னால்?"

"என்னால் தெளிவாகக் கூறமுடியவில்லை. நான் உங்களை வெறுக்கவில்லை என்பதை நம்புங்கள். முதலில் என் கரம் பற்றிய இரு அரசர்களையும் நான் முழுமனதுடன் வெறுத்தேன்; அவர்கள் பக்கத்தில் வந்தால் எனக்கு அச்சமாக இருந்தது; சீக்கிரம் போகமாட்டார்களா என அலுத்தேன். ஆனால் நீங்கள் நெருங்கி வந்தால் வேண்டியவர்களின் பக்கத்தில் இருப்பதாகவே எனக்குப் படுகிறது."

"என் அதிர்ஷ்டம். உன்னுடன் கழிக்கும் காலத்தை என் ஆயுளிலேயே உன்னதமாகக் கருதுவேன். அதைப் பற்றிய ஞாபகம் அழியாமல் என்றும் நீடிக்கும்படி நான் ஆரம்பித்த இந்த ஓவியத்தை முடித்து என் முன்னிலையிலேயே வைத்திருப்பேன். உன்னைப் பிரிவதால் ஏற்படும் வேதனையைக் காவியமாகச் செதுக்குவேன் . . ."

அவன் கலைஞன்; காதலன்; விரகம் – முடிவு இல்லாத பிரிவு நிச்சயம் என்ற பித்தமும் சேர்ந்துவிட்டால் . . .?

13

என்னால் முடியுமா?

– காலவன்

"மாதவியின் சித்திரமா இது?" என்றான் காலவன் வியப்புற்று.

"ஆம்."

"ஆனால் அவளுக்கும் இதற்கும் மிகுந்த வேறு பாடு தென்படுகிறதே? இன்னும் பத்து வருஷம் கழிந்தால் – ஏன், அவள் என்றுமே மாறுதல் பெற முடியாதே!"

"அது உங்கள் பிரமை. பத்து வருஷம் எதற்கு, இன்னும் ஒன்றிரண்டு ஆண்டு சென்றால் அவளை நீங்கள் அடையாளம் கண்டுபிடிக்க முடியாது. இப்போதைய அவள் உருவம் இதுதான்" என்றான் உசீநரன் அழுத்தமாக.

"பார்வைக்கு அவள் அப்படித் தோன்றவில்லையே!"

"புலன்களைச சரியாகப பயன்படுத்தும் ஆற்றல் கலைஞனுக்குத்தான் அதிகம்; நீங்கள் அவளுடைய புறத்தோற்றம் மட்டும் காண்கிறீர்கள்; நான் அகத் தோற்றத்தையும் காண்கிறேன். பேதம் இதுதான்... உள்ளுள் பெரும் பளு சுமந்துகொண்டு, அதை வெளிக்காட்டாது மறைக்கவும் முயன்றவாறு, நெடும் பிரயாணமாக வாழ்க்கையைக் கடக்கிறாள் மாதவி.

சிறிது சிறிதாக அவள் உள்ளுக்குள் உளுத்துக் கொண்டிருக் கிறாள் . . . இதற்குக் காரணம் நீங்கள்தான்!"

"நானா?"

"நீங்கள்தான். பிராமண சிரேஷ்டரே, நான் இவ்வளவு பவ்யமாகப் பேசுவதற்காக மன்னிக்கவேண்டும். உங்களுக்கும் மாதவிக்கும் உள்ள தொடர்பு, அவள் சொல்லியதால் அறிந் தேன் . . . இருநூறு புரவிகளுக்காக நான் அவளை வாங்கவில்லை. அவளுடைய திவ்யமான சௌந்தரியத்தினால் மனமிழந்து அவளுடைய தந்தையின் அனுமதி பெற்று மீட்டும் அவளை அடையலாம் என்ற நம்பிக்கையுடன், நான் அவளை ஏற்றேன். ஆனால் அவளை நெருங்கிப் பார்த்தபோது அவளுடைய குறை புலனாயிற்று . . . நீங்கள் பெரும்தவறு புரிந்துவிட்டீர்கள்."

நிதானமாக, நெஞ்சில் உறுத்தும்படி அழகாக அவன் தன்னைக் குற்றம் சாட்டுவதைக் காலவன் கவனித்தான்; ஆனால் உசீநரன் ஏனைய மன்னர்களைப் போன்று துவேஷத்துடன் பேசவில்லை என்பதையும் அவன் உணர்ந்தான்; நரனின் குற்றச் சாட்டு விரோதியினுடையதன்று. நண்பனுடையது; ஆகையால் அது அவனைக் குத்திக்குடைந்தது, மிகுதியாக. அவன் தளர் வடைந்தான்.

"நான் என்ன செய்ய முடியும்? குருவின் ஆணை சிரமேல் இருந்தது. நான் செயலற்றவன்" என்றான் காலவன் மெதுவாக.

"நீங்கள் வாக்களித்தீர்கள். அதைக் காக்கும் பொறுப்பு உங்களைச் சார்ந்ததுதான். ஆனால் அதற்காக இந்த ஈடற்ற ரூபிணியைச் சிதைத்து விட்டீர்கள். அவள் உங்களை மனப்பூர்வ மாக வரித்தாள்; நீங்களும் அதை ஆமோதித்தீர்கள் ஆனால் அவளுடைய சம்மதம் இல்லாமல் அவளை வேறு ஆடவர் களுக்கு மணம் செய்வித்தது நீங்கள் செய்த முதல் பிசகு . . ."

"மாதவிதான் அப்போது கொஞ்சம் பிசகிவிட்டாள். அவள் உஷை என்ற புனைபெயர் கூறியிராமல் . . ."

"அது எவ்வாறு பிசகாகும்? உஷை வேறு, மாதவி வேறாகவே இருக்கட்டுமே! உஷை வருந்தினால் உங்களுக்குத் துக்கம்; மாதவி துயருற்றால் உங்களுக்கு அக்கறை இல்லை. ஏன் எனில் உஷை உங்கள் அன்பைக் கவர்ந்தவள்; மாதவி யாரோ ஒரு பெண். இங்குதான் நீங்கள் தவறிவிட்டீர்கள்; மாதவி என்பது ஜடம் அல்ல; உயிருள்ள ஒரு பொருள்; அது ஒரு பெண் ஜன்மம்; மனிதர்களுக்குள்ள ஆசாபாசங்கள் எல்லாம் அதற்கும் உண்டு என்பதை நீங்கள் ஏன் ஆலோசித்திருக்கக் கூடாது?"

"ஆனால் அறத்திற்காக . . ."

“எது, யாருக்கு அறம் என்பதை அறுதியிடுவது யார், எப்படி? அவள் நித்திய கன்னி என்றதும் நீங்கள் திருப்தி அடைந்துவிட்டீர்கள்; அவளுடைய அறத்திற்கு அழிவே இல்லை என்று யயாதி, விசுவாமித்திரர், நீங்கள் எல்லோரும் முடிவு கட்டி விட்டீர்கள். ஆனால் அவள் நெஞ்சுக்கும் அந்த இளமை நீடிக்கும் என்று நீங்கள் எதிர்பார்த்தீர்களா? அவள் தான் பெற்ற குழந்தைகளை மறக்கிறாளா, அல்லது மூன்று ஆடவர்களை மணந்ததை மறக்கிறாளா? இல்லையே . . . பெற்ற இடத்தில் குழந்தையைப் போட்டுவிட்டு அதை மறந்து போவதற்கு அவள் விலங்கோ, பறவையோ அல்ல. பிராணிகள்கூடத் தங்கள் குழந்தை களை வளர்ப்பதற்கு அக்கறை எடுத்துக் கொள்கின்றன; குஞ்சுக்கு இரைதேடும் தாய்ப் பறவையை நீங்கள் கண்டதில்லையா? சேய்க்குப் பாலூட்டும் நாயைப் பார்த்திருப்பீர்களே! அஃறிணை களாகத் தாழ்த்தப்பட்ட அவைகளுக்குக் கிடைக்கும் இயற்கை இன்பத்தையும் நீங்கள் அவளுக்கு மறுத்துவிட்டீர்கள்; காரணம் கேட்டால் அறம் என்கிறீர்கள் . . .!”

“என் நிலையில் நீங்கள் வேறு என்ன செய்திருப்பீர்கள்?”

“நானா? அவளைப் பலிபீடத்திற்கு இழுத்துச் சென்றிருக்க மாட்டேன்; அரியாசனத்தில் அமர்த்தியிருப்பேன். வலிமையுள்ள விசுவாமித்திரர் முன்னிலையில் என் உயிரையே துறப்பதற்குத் தயங்கியிருக்க மாட்டேன். குதிரைகள் வேண்டுமாயின், மாதவியைக் கொடுத்து வாங்க ஒப்பியிருக்கவே மாட்டேன்! உங்களுடைய நலனுக்காக இந்த அமர சௌந்தரியத்தை அதம் செய்து விட்டீர்கள்! உங்களுக்கு அவள் மீது பிரியம் இருந்ததால் தானே அவளுக்காக இவ்வளவு சிரத்தை கொள்கிறீர்கள்? இல்லா விட்டால் நீங்கள் அவளைக் கவனிக்கப் போவதில்லை; தன்னு டைய இயற்கையான கனவுகளைக் தனக்குள் மூழ்கடித்து வெதும்பிச் செத்திருப்பாள் அவள். மாதவிக்கொடி ஆதாரம் இல்லாமல் காற்றில் படராது; பூமியில் படருவதால் அது செழித்து ஓங்கிவிடவும் முடியாது. இப்போது அது காற்றைப் பந்தலென நம்புகிறது: கொஞ்ச காலத்தில் அது வாடி வதங்கி விடும்!”

முடிவில்லாத பிரிவு நெருங்குவதால் உண்டான துக்கம், உசீநரனுக்கு வெறி ஊட்டிவிட்டது; கவிபுனையும் உணர்ச்சி வேகத்துடன் அவன் தனக்காகவும் மாதவிக்காகவும் பேசிக் கொண்டிருந்தான். காலவன் அவளை அவனிடம் அழைத்து வந்திராவிட்டால் இந்தப் பிரிவு ஏது? துயரம் ஏது?

“நீங்கள் செய்த பிழைகளினால் எனக்கும் ஆபத்து உண்டாகி விட்டது. நான் மாதவிக்காக ஏங்குகிறேன்; அவள் உங்களுக்காக ஏங்குகிறாள்!”

காலவன் மௌனியாக வீற்றிருந்தான். நரனுடைய வார்த்தைகள், அவனுக்கும் தோன்றிய சிந்தனைகள்தாம்; ஆனால், துணிவுடன் அதைச் செயலாக்க அவனால் இயலவில்லை. நரனுடைய தர்க்கம் அவனுக்கு மிகவும் கஷ்டம் அளித்தது; கூடவே நிராசையும் தலைதூக்கியது.

நெடுநேரத்துக்குப்பின் அவன் மெதுவாகக் கேட்டான்: "அப்படியானால் நான் இனி என்ன செய்யவேண்டும் என்கிறாய்?"

அவனுடைய குரலில் இழைந்திருந்த குழைவு நரனுக்கு உணர்வு உண்டாக்கியது; கூறினான்: "மறை ஓதிய நீங்கள் இப்படிக் கேட்டு என்னை வெட்கப்படுத்தக் கூடாது."

"உசீநரா, வெட்கப்பட வேண்டியவன் நீ அல்ல. நான்தான். நான் தவறு செய்துவிட்டேன்; அதை இவ்வளவு காலம் பெருகவும் விட்டு வைத்தேன். என்னால் ஒரு பெண்ணின் வாழ்வே சிதைந்தது. நான் பாதகன்; எதற்கும் தகுதியற்றவன்; மாதவியைத் தீண்டுவதற்கும் அருகதை இல்லாதவன்!"

தன்னுடைய மொழிகளினால் காலவன் தாழ்வு மனப் பிராந்தி கொண்டு விட்டதை உசீநரன் உணர்ந்தான். உலகம் அறியாத காலவன் துர்ப்பலமான காதலன்; உள்ளம் தொய்ந்து உருகுகிறான்; குருவினுடைய எல்லை இல்லாத வல்லமை அவனுக்குத் திகில் உண்டாக்கியுள்ளது; அதைத் துடைக்கா விட்டால் ஏதும் பயனில்லை என்பதையும் நரன் அறிந்தான்.

"உத்தமரே, உங்களைக் குறித்து அவ்வளவு தாழ்வாக நீங்கள் நினைத்துக்கொள்ள வேண்டியதில்லை. பிசகு – மனித இயல்பு; ஒருவேளை பிசகுகளே மனிதனை நேர்பாதையில் திருப்பி விடுவதாக இருக்கலாம். இவ்விஷயத்தில் நீங்கள் மாத்திரம் தவறுதல் செய்திருப்பதாக எண்ணிவிட வேண்டாம். தர்மமுரசு கொட்டும் யயாதிச் சக்கரவர்த்தியும், தவசிரேஷ்டர் விசுவாமித்திரரும் கூடத்தான் தவறுசெய்துள்ளனர். அந்தணரே, தபஸ்விகளையும் பிராமணர்களையும் நிந்திக்க நேர்ந்தது குறித்து வருந்துகிறேன்; ஆனால் அவர்கள் தாம் நினைத்ததே சரி என்று காரியங்களைச் செய்யும்போது நாம் எப்படி மௌனமாக இருக்க முடியும்? ஹிருதயங்களுக்கும் உணர்ச்சிகளுக்கும் போதுமான அளவு கௌரவத்தைத் தர்மம் அளிக்க வேண்டும்; ஆனால் யயாதியும் விசுவாமித்திரரும் அவ்வாறு செய்யவில்லை . . ."

குருநாதரை அவன் குற்றம் சாட்டுவதைக் கேட்ட காலவன் சற்றுக் கலவரம் அடைந்தான். "உசீநரா, குருதேவர் தர்மம் தெரிந்தவர் . . ."

"இல்லை என்று நான் சொல்லவில்லை. ஆனால் அறிந்தோ அறியாமலோ அவர் கிரமம் தவறிவிட்டார் என்பதை நான் கூறாதிருக்க முடியாது. தபஸ்வியின் தர்மத்தை இல்லறத்தார் மீது திணிப்பதால் என்ன பிரயோசனம்? சமூகத்துக்கு விதி வகுக்கும் சான்றோர்கள், சமூகம் என்பது சாதாரண மனிதர்களால் ஆனது என்பதை நினைவில் வைக்க வேண்டும்; சமூகத்தின் சாதாரண மனிதர்கள் தங்களைப்போல் மிக உயர்ந்தவர்கள் என்றோ, அல்லது மிகவும் நீசத்தனம் வாய்ந்தவர்கள் என்றோ எண்ணி அவர்கள் சமூக தர்மம் வகுத்தால் அது மனித இனத்தைப் பெரும் இன்னலுக்கு ஆளாக்கி விடும். போகட்டும்; உங்களை வேண்டுகிறேன்; மாதவியின் வாழ்க்கை இனியும் வீணாகாதவாறு பார்த்துக்கொள்ளும் பொறுப்பு உங்களைச் சார்ந்தது."

"என்னால் முடியுமா?"

"உங்களால் முடியும்; உங்களால்தான் முடியவேண்டும்."

"குருதேவர் . . ."

உசீநரன் நெடுமூச்சு கழித்தான்: "அமானுஷ்யமான அல்லது அதிமானுஷ்யமான புத்தியும் சக்தியும் சிலருக்குக் கிடைத்து விடுகின்றன; ஆனால் அந்தப் புத்தியையும் சக்தியையும் அவர்கள் மனித குலத்தின் நன்மைக்காகப் பயன்படுத்துவதில்லை; அவர்கள் அவைகளைத் துர் உபயோகம் செய்து விடுகிறார்கள்; அதனால் மனித இனமே இடுக்கணில் சிக்கி விடுகிறது. இருக்கட்டும் . . . மாதவியின் இன்னல்கள் எல்லால் முடிவுறும் காலம் நெருங்கி விட்டதென்றே தோன்றுகிறது. விசுவாமித்திரருக்குச் சேரவேண்டியவைகளில் ஆறு நூறு குதிரைகளை நீங்கள் சம்பாதித்து விட்டீர்கள்; அவரிடம் சென்று இறைஞ்சினால் அவர் மனம் இளகலாம். நீங்கள் அவளை மனையரசியாக ஏற்று இன்பமாக வாழலாம். அதைரியத்தைக் களையுங்கள்; புலரியின் பொன்ரேகைகளை வணங்குங்கள்!"

"சரி" என்று ஒப்புக்கொண்டான் காலவன், உறுதி கொண்டு.

"சற்றுப் பொறுங்கள்; மாதவியை விரைவில் அழைத்து வருகிறேன்."

உசீநரன் அந்தப்புரம் நோக்கி நடந்தான்.

14

விடுதலை நெருங்குகிறது

– காலவனும் மாதவியும்

சிறிது தூரம் சென்றதும் அவனுடைய நடை தயங்கத் துவங்கியது. விண்ணையும் மண்ணையும் இணைக்கும் விசுவரூபம் எடுத்துக் கொண்டு, இறுதி யற்ற விரகம் அவனுக்கு முன்னால் நின்று வழியை மறித்தது; அவன் தளர்வெய்தினான்.

காலவன் பிசகியதாக அவனுக்கு உபதேசம் புரிந்தான் நரன்; ஆனால் அவன் கதி; அவன் இன்றுடன் மாதவியை என்றென்றும் பிரியவேண்டி யவன்தான். அவனுடைய மனைவியாக இருந்த வளை அவன் இனி அந்த நினைவும் உரிமையும் கொண்டு தலைதூக்கியும் பார்க்கக் கூடாது; பார்ப் பதே தவறு; நேற்று அவள் மனைவி; இன்று அவனு டைய தங்கை; அல்லது யாரோ ஒரு பெண்!

அவன் அவளிடம் தன்நெஞ்சையே காணிக்கை யிட்டான். அவளுடைய உடலைத் தீண்டாமல், உருவத்தை மட்டிலும் அவன் தொழுதிருந்தால், பிரிவு அவனை அவ்வளவாகத் தைத்திராது. ஆனால் உடலால் கிடைக்கக் கூடிய இன்பமும் நுகர்ந்த பிறகு பிரிவதென்றால்?

அவனுடைய பரந்த உள்ளம் சற்று வறண்டது; தியாக புத்தி சிறிது சேறாகியது; மாதவியின் மாளி கையை அடைந்தபோது அவன் குழம்பிவிட்டான்.

அவனுடைய வெளிறிய முகத்தைக் கண்ணுற்ற மாதவி கலங்கிப் போனாள். அவன் புருஷோத்தமன். அவனும் கலங்கும்படி என்ன நிகழ்ந்துவிட்டது?

"மாதவி, காலவ முனிவர் வந்திருக்கிறார். உன்னை அழைத்துப் போக..."

துள்ளிக் குதிக்கவேண்டும் என்று தோன்றியது அவளுக்கு ஒரு கணம்; மறுகணம், நரனுடைய சோர்வுற்ற முகம் அவளுக்குத் துயரம் உண்டாக்கியது; அவனுடைய துக்கத்தின் மூலத்தை அவள் அறிந்தாள்.

"நீ என்னைப் பிரிய வேண்டும்."

அவள் வாய் திறக்கவில்லை.

"ஆனால் நான் எப்படி உன்னைப் பிரிந்திருக்க முடியும்? அழகின் அருமை அறியாதாரிடம் அகப்பட்டு நீ அழிவதை நான் எவ்வாறு அனுமதிக்க முடியும்?"

சற்று நிறுத்தி மீண்டும் அவனே கூறினான்: "அரசிகர்கள் ஆனந்தம் அடைய முடியாது; அவர்கள் கையில் சிக்கிய சௌந்தரியம் சிதைந்து போகும். சௌந்தரியத்தை உபாசிக்கத் தெரியாதவர்கள் சத்தியத்தை எவ்வாறு உணருவார்கள்? அவர்கள் வாழ்வதற்கே தகுதியில்லாதவர்கள்... மாதவி, குறையற்றது உன் அழகு; ஹர்யசுவனைப் போல் இதை வீணாக்க நான் விரும்பவில்லை; திவோதாசனைப்போல் 'அது குற்றமுள்ளது' என்று நான் குறை கூறவில்லை; அல்லது காலவரைப் போன்று அச்சத்தினால் அதைக் கைவிடவும் மாட்டேன்; அதற்கு ஓர் ஆலயம் எழுப்பி நான் வழுத்துவேன். நீ என்னுடன் தங்கிவிட வேண்டும் என்று பிரார்த்திக்கிறேன்!"

"நீங்கள் விரும்பினால்..."

"நான் விரும்புகிறேன் அதனால்தான் சொல்கிறேன்... எனக்காக வேண்டாம்; உன்னுடைய இந்தச் சிசுவுக்காகவாவது..."

அருகில், தொட்டிலில் கண்வளரும் குந்தையை – அதன் பெயர் சிபி – அவள் காலடியில் கிடத்தி மேலும் கூறினான்:

"சிபி உன் சிசு. இவனுக்காகவாவது நீ என்னுடனேயே வாழலாகாதா? தாயிருக்கும்போதே இதைத் தாயற்ற அனாதையாக்க விரும்புவாயா? முன்னரேயே இரண்டு குழந்தைகளை நீ இழந்துவிட்டாய்; அவற்றைப் பேணி வளர்க்கும் பேறு உனக்குக் கிடைக்கவில்லை. இந்தச் சிசுவை உன் விருப்பம் போல் உருவாக்கு; தாய்மையின் சேவையை இதற்கு மறுக்காதே!"

"முன் இரண்டு குழந்தைகளையும் என்னுடையவை என்றே அந்த அரசர்கள் ஒப்புக் கொள்ளவில்லை. நீங்கள் ஒப்புக்

கொள்கிறீர்கள். என் குழந்தை சந்தேகமின்றி நான் பெற்றெடுத்த என் குழந்தைதான். இதை ஆதரவின்றி விட்டுப் பிரிய என் மனம் துணிகிறது என்று நினைக்கிறீர்களா? தாய்மை இன்பம் எனக்கு மறுதளிக்கப்பட்டது; சேய்க்குப் பாலூட்ட முடியாது! மழலை மொழி கேட்கும் செவி இன்பம் இல்லை. ஆனால் நான் என்ன செய்ய முடியும்? விதி என்னை ...”

“நரன் வகுத்த விதிதான் இது; இதை நம்மால் அழிக்க முடியாதா?”

“நீங்களும் இவ்வளவு அதைரியப்படுவதைக் காண எனக்கு வியப்பாக இருக்கிறது. நான் உங்களுடன் இருக்க வேண்டும் என்று விரும்புகிறீர்கள்; அவ்வளவுதானே? சரி, இருக்கிறேன். வந்திருக்கும் முனிவரிடம் போய்ச் சொல்லுங்கள், நான் இங்கேயே தங்கி விடுவேன் என்று!”

உசீநரன் எதிர்பார்க்கவே இல்லை. அவனுடைய சோக வேகம் தடையுண்டது; நிதானமுற்றான். அவனுடைய வேண்டுகோளை அவள் இவ்வளவு எளிதாக ஏற்பாள் என அவன் எண்ணவில்லை; தன் மீதுள்ள பற்றினால் அன்று, மரியாதையினால்தான் அவள் இணங்குகிறாள் என்பதை அறிய அவனுக்கு நேரமாகவில்லை.

‘ஆத்திரம் கொண்டு நான் பேசியது பிசகு’ என்பது அவனுக்குப் புரிய சில வினாடிகள்தான் ஆயின. அவன் அவளை நிரந்தரமாய்த் தன் உடமை ஆக்கிக் கொள்வதற்கு வழி ஒன்றும் இல்லை. முதலில் காலவன் ஒப்ப வேண்டும்; பிறகு யயாதி இணங்க வேண்டும்; எல்லோரும் இசைந்தாலும் அவள் அதனால் ஆறுதல் அடைய மாட்டாள்; அவனுடன் வாழ்வதால் அவளுடைய அழகு நிலைக்கப் போவதில்லை; மாதவி குலைவாள்; அவனுக்கு வேதனை; காலவனுக்கும் துயரம் – யாருக்குமே திருப்தி அளிக்காத இந்த ஏற்பாட்டினால் என்ன பயன்? அதற்கு மாறாக அவன் மட்டும் துன்பத்தைத் தழுவுவது மேல் அல்லவா ...? இந்த முடிவை அவன் முன்பே கண்டவன்தான்; கண நேரத் துர்ப்பலத்தால் அவன் அதை மறந்துவிட்டான்.

குழந்தையைக் கரத்தில் ஏந்தித் தூய்மை வடிவாய் நிற்கும் மாதவியையும், அவனும் அவளும் முன்னாள்வரை தம்பதிகளாய் வாழ்ந்ததற்குச் சின்னமாய் விளங்கும் மகவையும் பார்த்தான்; அக்குழந்தையின் வாயிலாக, அதன் தாயைக் காணும் முயற்சி செய்வது என முடிவு கட்டினான் அவன்.

கொஞ்ச நேரம் தன்னுடைய நெஞ்சைத் தேற்றிய பின்னர், அவன் அவளை நெருங்கினான்.

"மாதவி, பதற்றத்தில் பேசிவிட்டேன். விரக வேதனையின் வேகத்தை என்னால் தாள முடியவில்லை. நான் பேசியது அனைத்தும் மறந்துவிடு . . . காலவனிடம் உன்னை அழைத்து வருவதாய்க் கூறி வந்தேன். நீ எனக்குச் சொந்தமாக முடியாது. ஹிருதயம் இல்லாது உருகுகின்ற சருமத்தை நான் விரும்பவில்லை. நீ இப்போது கன்னிகை. உன்னுடன் இப்படி உரையாடுவதே தவறு. நீ முனிவரோடு போ; அவரை மணந்து நீ மகிழ்ச்சியாக இருக்கிறாய் என்று கேள்விப்பட்டால் அதுவே எனக்குப் பெரும் ஆறுதல்."

மாதவி அசையவில்லை.

"வா, மாதவி, மனப்பூர்வமாகத்தான் பேசுகிறேன்; வலுவிழந்த வினாடியில் நான் பேசியதை மனதில் வையாதே . . ."

தூய வானத்தைக் கவ்விப் பொழிந்து மறைகிறதே பறக்கும் முகில், அது போன்றதுதான் அவனுடைய திடீர் முழக்கம் என்று அவளுக்கு நம்பிக்கை ஏற்பட்டது; அவள் எழுந்தாள். இருவரும் அவ்விடத்தை விட்டுப் புறப்பட்டார்கள்.

• • •

உசீநரன் தடுமாறியதால் அவன் திரும்புவதற்குச் சிறு தாமதம் ஆகியது. அத் தாமதம் காலவன் நெஞ்சம் சிந்திப்பதற்கு உதவி புரிந்தது.

'தவறு எனது' என அவன் தனக்குள் கூறிக்கொண்டான், அவன் அதைத் திருத்திக்கொள்ள வேண்டும். நரனின் உத்வேக மொழிகள் வெறும் ஆத்திர வார்த்தைகள் அன்று; ஆழ்ந்த உண்மையும் தத்துவமும் பொதிந்தவை; அவன் காண்பித்த வழிதான் முடிவான வழி; அதைத்தான் காலவன் பின்பற்ற வேண்டும்.

நடந்தது நடந்துவிட்டது; அதற்கு வருந்திக் கொண்டிருப் பதால் என்ன பயன்? இனியும் மாதவி அல்லலுறாத வழி காண வேண்டியது அவன் கடமை. அதை நிறைவேற்றுவதற்கு எவ்விதமான தயக்கமும் கொள்ளக்கூடாது; தயக்கம் பெரும் அபாயம் என்பதில் ஐயமில்லை.

மாதவி வந்தாள் நரனுடன்; மூவரும் அரண்மனை வாயி லுக்குச் சென்றனர் மௌனமாக.

மாரிக் காலத்திற்காக ஏதாவது ஒரு கூட்டில் ஒதுங்கும் பறவை போல, தேவையின் கட்டாயத்தினால் மாதவி மூன்று மன்னர்களின் அரண்மனைகளில் வாழ்ந்துவிட்டாள்; அந்தப்

பறவையைப் போலவே முதல் இரண்டு அரசர்களின் வாச ஸ்தலங்களைப் பற்றி அவளுக்கு எவ்வித அக்கறையும் உண்டாக வில்லை, பெற்றுவிட்ட பாலகர்களைத் தவிர. ஆனால் இப்போது அவள் விட்டுச் செல்லும் நரனின் மாளிகை அவளுக்கு மிகுதியும் மனவருத்தம் உண்டாக்கியது.

அவள் பிறந்து வளர்ந்த மாளிகை அவளுக்கு இன்பத்தை மறுத்தது; அங்கே பிறந்த பாவத்திற்காக அவள் பெரும் தியாகம் செய்ய நேர்ந்தது. ஆனால் நரனின் அரண்மனை அவளுக்கு மன அமைதிமட்டுமன்று, மெய் மதிப்பும் கொடுத்தது. பல ஆண்டுகள் இருந்து, வாழ்ந்து, தூரதேசம் போவது போன்ற வேதனை அவளுக்கு உண்டாயிற்று.

"இவர் மட்டும் என் கணவராக இருந்திராமல் உடன் பிறந்த உறவில் இவருடன் பழகும் தருணம் வாய்த்திருக்கக் கூடாதா? அப்படி ஆகியிருந்தால், இவரால் எனக்கு எவ்வளவு நிம்மதி கிடைத்திருக்கும்? ஆனால் இப்போது...? இப்போது...?"

தேரில் ஏறும் சமயம்...

நரனின் கரத்திலிருந்த சிசுவை – சிபியை வாங்கிக் கொண்டாள்; தாய்மை அற்ற மார்புடன் இறுகத் தழுவிக் கொண்டாள்; ஒரு நொடி – அக்குழந்தையின் தந்தையை அணைப்பதுபோன்ற ஓர் உணர்ச்சி அவளைச் சூறையிட்டது; அவள் அதிர்ச்சியுண்டாள்; பாலகனைத் தூக்கிக் காலவனிடம் கொடுத்தான்.

அவன் அதை வாங்கி உச்சி மோந்து முத்தம் இட்டு நரனிடமே திரும்பக் கொடுத்தான்.

எல்லாவற்றையும் உன்னிப்பாய்க் கவனித்துக் கெண்டிருந்தான் நரன்; குழந்தையைத் தழுவியபோது அவளுடைய முகத்தில் ஏற்பட்ட மாற்றத்தையும் கண்டான்; அவனுக்கு விளங்கியது; காலவன் தந்த குழந்தையை உறுதியாக அரவணைத்தான்; அவனுடைய பெருமூச்சுகள் அதைத் தாலாட்டின.

தேர்ப்பாகன் அவனை நோக்கினான் ஓட்டுவதற்கு அனுமதி கோரி.

நரன் சற்றுச் சமாளித்தான்; முனிவரை வணங்கவில்லை என்ற நினைவு வந்தது; பக்கத்திலிருந்தவர்களிடம் குழந்தையை ஈந்துவிட்டு, கரம் குவித்தான்; ஆசிசெய்வதற்குப் பதிலாக அந்தணனும் அஞ்சலி செய்தான்!

போஜ மன்னன் பாகனுக்குக் கட்டளை இட்டான்: "இருவரையும் விசுவாமித்திர மகரிஷியின் ஆசிரமத்தில் பத்திர மாய்ச் சேர்த்து வா..."

எம்.வி. வெங்கட்ராம்

காலவனிடம் வேண்டினான்: "உத்தமரே காலம் மிகவும் மர்மம் நிறைந்தது; விழிப்புடன் பிரயாணம் செய்யுங்கள்."

மாதவிக்கு அவன் ஒன்றும் கூறவில்லை.

ரதம் நகர்ந்தது. ஒளியிலும், கண்ணீரிலும், தேரோட்டத்திலும் – நரன், அரண்மனை, போஜ நகரம் எல்லாம் தேய்வு பெற்றன; ஆனால் ஒவ்வொன்றும் அப்படி அப்படியே அவளுடைய உள்ளத்தில் நிலைத்திருந்தது.

"மகாபுருஷர் இக்காலத்தில் யாராவது இருக்கின்றார் எனில், இவர்தான்," என்றாள் அவள், தனக்குள் பேசுவது போல்.

வேறு யாரையாவது குறித்து அவள் அவ்வண்ணம் கூறியிருந்தால், அசூயையால் அவன் தீய்ந்து போயிருப்பான்; ஆனால் உசீநரனின் உயர்வு எவ்வெவரின் பாராட்டுதலையும் பெறும் தன்மை வாய்ந்தது என்று அவன் அறிவான்; கூறினான்: "ஆம், மாதவி, அவன் மகாபுருஷன்தான்; அந்தணர்களைவிட நன்றாக அறம் அறிந்தவன் ... 'உனக்கு ஏற்பட்ட கஷ்டங்களுக்கு நானே காரணம்' என்று அவன் இடித்து உரைத்தபோது நான் அயர்ந்து விட்டேன். மேற்கொண்டு நான் செய்யவேண்டியது என்ன என்பதையும் விளக்கினான். இனியும் நாம் இவ்வாறு ஒதுங்கி இருப்பது தவறு; நீ என் மனைவி ஆக வேண்டும்..."

"உங்கள் குருதட்சிணை..."

அவன் உற்சாகமாகப் பதிலளித்தான்: "அறுநூறு அசுவங்கள், குருதேவரிடம் சேர்ந்திருக்கும். பாக்கியை அவர் எனக்காக மன்னித்துவிடுவார். அன்று வனத்தில் சந்தித்த போது அவர் பேசியவிதம் அப்படித்தான் இருந்தது. நாம் விடுதலையை அணுகிவிட்டோம்; குருநாதரின் ஆசிபெற்று, நாம் இல்லறம் துவக்க வேண்டியதுதான்!"

மேடு பள்ளமாக இருந்த பாட்டையில் ஓடிய ரதம் தாறு மாறாகக் குலுங்கியது. அந்த ஆட்டத்தில் உசீநரனின் உருவமும் அவர்களுடைய நெஞ்சின் அடிமட்டத்தில் சரிந்து விழுந்தது. விடுதலை உணர்ச்சியால் உவகை கொண்டனர் இருவரும். எதிர்காலம், உச்சி வேளையை நிகர்த்து, நிழலற்ற தோற்றம் அளித்தது. நிகழ்காலத்தின் உருவத்திற்கு, எதிர்காலத்தில் நிழலே இல்லை என்று அவர்கள் கருதினர் போலும்.

"மாதவி!" அவளுடைய இடக்கரம் பற்றி மெதுவாகத் தன் மருங்கில் இழுத்தான், காலவன். "துயருற்றோம். ஆனால் இப்போது இந்த இன்பம்..."

அவள் தடை செய்யவில்லை!

மூன்றாவது ஆள் இருப்பதையும் காலவன் மறந்தான்; அவளை வலுவாக அணைத்துக் கொண்டான்; அவனுடைய இதழ்கள் அவள் இதழ்களுடன் குலாவின. பரவச நிலையில் இருவரும்... வெகுநேரம், வெகுநேரம்!

பாகன் தேரோட்டுவதில் முனைந்திருந்தான், தனக்குப் பின்னால் இருபுறவுகள் காதல் கூத்தின் முதல் அங்கத்தை நடிப்பதை அவன் கவனிக்கவில்லை.

அவன் மாத்திரம் இல்லாதிருப்பின்?

அந்த நாடகம் முழுவதும் நடிக்கப்பட்டிருக்கலாம்!

விரகத்தினால் பொசுங்கியிருந்த காலவனின் நெஞ்சம் 'பசபச'வென்று தழைத்துவிட்டது...

மாதவிக்கும் பூரிப்பு, இந்த அனுபவத்தால். விருப்பம் இல்லாமல் ஓர் ஆடவனைத் தீண்டுவதைவிட விருப்பத்துடன் தீண்டுவதால், பெண்ணுக்கு மிகுதியான இன்பம் உண்டாகிறது என்பதை யாரால் மறுக்க முடியும்?

• • •

வாழ்க்கை நெடும் துயிலில் காணும் இன்பக்கனவுகளில் மூழ்கும் ஜீவன்கள் மூழ்கியிருக்கட்டும்! அந்தத் துயிலைக் கலைக்க யாரும் முயலவேண்டாம்; கலைந்த கனவுக்கு, கண் விழிப்பு ஈடுசெய்யும் என்று எவராலும் உறுதி அளிக்க இயலாது!

எம்.வி. வெங்கட்ராம்

15

எல்லாம் பொய்

— மாதவி

ஆனால், காலவனுடைய எண்ணங்களில் ஓர் 'ஆனால்' புகுந்தது; கௌசிகரின் ஆசிரமத்திற்கு உள்ள தூரம் குறையக்குறைய அவநம்பிக்கை படம் விரித்தது. ஆசிரியருக்குத் திருப்தி ஏற்படும் விதத்தில் பணிவாகவும் திறமையாகவும் அவன் நடந்து கொள்ள வேண்டும்; ஆனால் அவ்விதம் நடந்து கொள்வதற்குச் சந்தர்ப்பம் வாய்க்க வேண்டுமே! அவர் முன்னிலையில் எம் மாதிரிப் பேசுவது என்று அவன் யோசனை செய்து வைத்திருந்தான்; ஆனால் அவருக்கு எதிர் நின்று பேசுவதற்கு அனுமதி கிடைக்க வேண்டுமே!

பசுமை பரந்த புலங்களுக்கு அப்பால், தபஸ்வி களின் ஆசிரமங்கள் தெளிவாகத் தென்பட்டன. அவைகளின் இடையில்தான் விசுவாமித்திரரின் குடிலும் இருந்தது. அவற்றைப் பார்த்ததும் அவரு டைய ருத்திராகாரம் அவனைப் பயமுறுத்தியது.

"மாதவி, ஆசிரமத்தை அணுக அணுக எனக்கு அச்சமாயிருக்கிறது . . ."

"என்ன அச்சம்?"

"குருதேவர் மகா முன்கோபி; மிகவும் கண்டிப் பானவர் . . . எனக்கு நன்றாக நினைவிருக்கிறது; மாணவர்கள் வேத மந்திரத்தை உச்சரிப்பதில் ஒரு

நித்ய கன்னி

சிறு தவறு செய்தாலும் கடுமையான தண்டனை விதிப்பார். ஒரு முறை அக்கினி தேவனையே எரித்து விடப் போனார்!"

"உங்கள் மீது சினம் கொள்ள இனி காரணம் யாதும் இல்லை. முயற்சிக்குரிய எல்லா வழிகளிலும் நீங்கள் முயன்று விட்டீர்கள்; கடமையாற்றிவிட்டீர்கள்; அதற்காக அவர் சந்தோஷம் அடைவார்..."

"யார் கண்டார்கள்?"

மூன்று மன்னர்களும் ஆறு நூறு புரவிகளை முன்னரே அனுப்பிவிட்டார்கள். ஆசிரமங்களைச் சூழ்ந்த பச்சை வெளியில் அவை யதேச்சையாக மேய்ந்த வண்ணமிருந்தன.

"நிலவுக் கதிர்களை ஒத்த மேனி வண்ணமும் காது ஒன்று மட்டில் கறுத்தும், அழகாக உள்ள இக் குதிரைகளைப் பார்த்துக் குருநாதர் மகிழ்ச்சி அடையாமல் இருக்கமுடியாது. தவிரவும், அவர் தம் சிஷ்யரின் வாழ்வை நாடுவாரே தவிர தாழ்வை வேண்ட மாட்டார்."

"ஆனால்..."

"ஆனால் என்பதில்லை இனி, நம் எதிர்கால இன்பத்திற்கு."

ஆசிரியரைக் காணும் வரை அவள் அப்படியே கூறிக் கொண்டிருந்தாள்; ஆனால் அவரைப் பார்த்ததும் அவளுடைய தைரியமும் நழுவத் தொடங்கியது.

அரசகுமாரியான அவள் அரண்மனையை விட்டு அதிகமாக வெளியுலகில் நடமாடியதில்லை; அதிக ஜனங்களுடன் பழக நேர்ந்ததும் கிடையாது. அவளுடன் பழகுகின்றவர்களும் சுமுகமாகவே இருப்பர். காலவனுடன் வந்தபின்னரும் மூன்று அரண் மனைகளில்தான் வாசம் செய்தாள்; அங்கும் விசித்திரமான ஜனங்களை அவள் பார்க்கவில்லை; விசுவாமித்திரரின் உருவம் அவளுக்கு மிகவும் விசித்திரமாகத் தோன்றியது.

'கன்னங் கரேல்' என வளர்ந்து மார்பு மீது புரளும் தாடிக்குள் அவருடைய முகம் மறைந்திருந்தது; அக்கருமைக்குள்ளிருந்து பிரகாசித்த விழிகள் இரண்டும் இரு அனல்பொறிகளைப் போல் எரிந்தன. அவை எங்கு எங்கு நின்று நோக்குகின்றனவோ அந்த இடம் அப்படி அப்படியே பொசுங்கிவிடும் என்று அவள் நினைத்தாள்.

அவருடைய பார்வை அவள்மீது நிலைத்தது, சீடனும் அவளும் அவர் முன் சென்றபோது.

"நமஸ்காரம், குருதேவா!"

எம்.வி. வெங்கட்ராம்

இருவரும் அடிபணிந்து எழுந்து நின்றார்கள்; இன்னும் அவருடைய கண்கள் தன் மீதே நிற்பதைக் கண்ணுற்ற மாதவி விதிர்விதிர்ப்புற்றாள்.

"காலவா, இவள்தான் யயாதியின் புத்திரியா?"

"ஆம், சுவாமி. மாதவி."

"இவள் ஒரு குழந்தை ஈன்றால் இரு நூறு பரிகளுக்கு நிகராகிவிடும்; அப்படித்தானே?" என்று நகைத்தார் அவர். கேலியான அவருடைய சிரிப்பு காலவனின் நினைவுகளை அறவே துண்டித்தது. பேசுவதற்காக எண்ணி வைத்திருந்தவை எல்லாம் அவன் மறந்தான்.

"மாதவி, நீ சற்று ஆசிரமத்துள் போயிரு. காலவனுடன் நான் தனிமையில் பேசவேண்டும்."

அவள் போய்விட்டாள்.

"நீ வாக்களித்ததில் அறுநூறு குதிரைகள் வந்து சேர்ந்து விட்டன. பாக்கிக்காக நீ என்ன செய்கிறாய்?"

"பாக்கியா ... பாக்கியா?"

"நான் எண்ணூறு கேட்டேன்."

"ஆனால் எனக்குத் தெரிந்த மட்டில் அம்மாதரிக் குதிரைகள் இனி எங்குமே கிடைக்காது."

"கிடைக்க வேண்டும்!"

"சுவாமி!"

"என்னை என்ன செய்யச் சொல்கிறாய்? எனக்கு எண்ணூறு பரிகள் அவசியமாக வேண்டும்."

"நீங்கள் ... வனத்திற்கு ..."

"வந்திருந்தபோது, அறுநூறு அசுவங்கள் கிடைத்த பின் யோசிக்கலாம் என்றேன்; அதனால் என்ன?"

"அவ்வாறே வந்துவிட்டன."

"இன்னும் இருநூறு எனக்கு வேண்டுமே!"

"அவை எங்கு இருக்கின்றன என்பதையாவது தாங்கள் சொன்னால் ..."

"எங்கும் கிடையாது."

"நான் என்ன செய்ய வேண்டும் என்பதையாவது சொல்லுங்கள். தாங்கள் தான் என்னைக் காக்க வேண்டும்!"

"நானும் ஏன் அந்த அரசர்களைப் போல் செய்யக்கூடாது? மாதவி மூலம் நானும் ஒரு சந்ததி உண்டாக்கிக் கொள்கிறேன்;

பாக்கிக் குதிரைகளுக்காக அது இருக்கட்டும்; எனக்கும் சந்ததி வேண்டும் என்று ஆவல்..."

காலவன் மரத்துப் போனான். 'சுவாமி' என்றான். மறுபடியும் 'சுவாமி' என்றான். அவனால் மேலே ஒன்றும் பேச முடியவில்லை. மீண்டும், 'சுவாமி!' என்று குழறினான்.

அவனுடைய தடுமாற்றத்தைக் கவனியாது மகரிஷி மொழிந்தார்: "காலவா, வேறு என்ன செய்வது? இப்படிச் செய்வதில் தவறு ஏதும் இல்லை. எனக்கு மகவு தேவை, நான் அவளை மணக்கிறேன்!"

"நான்... அவளை... தங்களுக்குத் தெரியும்..."

"அவள் வரம் பெற்றுவிட்டாள்."

"ஆனால் வரித்துவிட்டேன். தங்களை மணந்தால்... அவள் குருபத்தினி ஆகிவிடுவாள். அப்பால்..."

"கன்னியும் ஆகிவிடுவாள். நீ அவளை மணம்புரியலாம்."

அவர் விளையாட்டாகப் பேசுகிறாரா என்று அறிய அவன் சற்றுத் தலைநிமிர்ந்தான்; விளையாட்டுக்கும் அவருக்கும் வெகு தூரம் என்பதை அவன் மறந்துவிட்டான்.

"எப்படி முடியும்?" அவன் உணர்ச்சி வயப்பட்டான். "அவள் குருபத்தினி ஆனவள் என்பதை நான் மறக்க முடியுமா? சிலநாள் தாயாகவும், சிலநாள் மனைவியாகவும் ஒரே பெண்ணுடன் பழக முடியுமா? அவள்தான் எப்படி இருப்பாள்? சுவாமி, என்னைச் சோதனை செய்யாதீர்கள். அவள் மிகவும் நொந்துபோயிருக்கிறாள். மறுபடியும் எங்களை..."

"அவள் என் பத்தினி ஆகவேண்டும்."

மீண்டும் கெஞ்சினான் காலவன்: "தாங்கள் எல்லாம் தெரிந்தவர்கள். அவளை நான் மனைவி என்னும் நினைவுடன் தீண்டிவிட்டேன். தாங்கள் அவளைப் புதல்வியாக..."

"நீ அவ்வாறு செய்தது பிசகு; அதற்குரிய தண்டனையை நீ ஏற்று அனுபவிக்க வேண்டும்... மாதவியும் தந்தையை ஊன்றி வாழவேண்டியவள்; சுதந்திரம் அற்றவள். உன்னை ஸ்பரிசித்ததால் அவளுடைய தர்மமும் தவறிவிட்டது என்பது உண்மை. ஆயினும் நான் அவளுக்காகக் கவலைப்படவில்லை."

"அவள் இல்லாமல்..."

"கதை கேட்க விரும்பவில்லை."

"சுவாமி!"

"காலவா, உனக்கு எது நன்மை, எது தீமை என்பதை நான் அறிவேன். நீ இன்னும் அறியாமையில்தான் ஆழ்ந்திருக்கி

றாய். உனக்கு முன்னிலையில் மகத்தான எதிர்காலம் இருக்கிறது. அதை நீ அழித்துக் கொள்கிறாய்!"

"சுவாமி!"

இவ்வளவு நேரம் சாந்தமாக அவர் பேசியதே பெரும் காரியம். அவருடைய இயற்கை தலைதூக்கியது; அவர் சினந்தார்: "காலவா, எனக்குக் கொஞ்சம் வேலை இருக்கிறது; வெளியில் செல்கிறேன். வரும் புதவாரம் முகூர்த்ததினம். நினைவிருக் கட்டும்!"

திரும்பியும் பாராமல் அவர் போய்விட்டார்.

பக்கத்தில் கிடந்த தருப்பைக் கட்டைக் கையில் எடுத்துக் கொண்டு தடவிக் கொண்டதால் காலவனுடைய கைகள் இரண்டும் கீறப்பட்டதையும் அவன் கவனிக்கவில்லை.

நேற்று வனத்திலே வரும்போது, அவன் வளர்த்த பெரிய மரம் அவன் மீதே சாய்ந்துவிட்டது. அவனுடைய வாழ்க்கை முயற்சிகள் எல்லாம் வீண். இனி அவன் அவளை அடையவே முடியாது. அவள் அவனுடைய குருபத்தினி. அவனுக்கு அன்னை ஆகிவிடுவாள்; அவன் அவளை மாத்ருபாவத்துடன் நோக்க வேண்டும்; நேற்று அவளை முத்தம் இட்டதை, தாயைக் குழந்தை முத்தமிட்டதுபோல் பாவிக்கவேண்டும்! குருதேவர் முன்கோபி; ஆயினும் இவ்வளவு கொடுமையாக நடப்பாரென அவன் எண்ணவே இல்லை. பேய்போல் – அதைவிட மோசமாக – சை, இனி? இனி? இனி என்பதில்லை இனி.

ஏதோ அரவம் கேட்டது; மாதவி எதிரில் நின்றாள். "குரு நாதர் எங்கே போய்விட்டார்?"

அவன் பதில் அளிக்கவில்லை.

அவனுடைய கலவரத்தை அவள் கவனித்தாள்; மீண்டும் ஏதோ பயங்கரம் நிகழ்ந்துவிட்டது என்பதை ஊகித்தாள்.

"நீங்கள் ஏன் இவ்வாறு நிற்கிறீர்கள்? குருநாதர் என்ன கூறினார்?"

"குருநாதர் – உன் நாதர்! நீ என் தாய்!"

அவள் புரிந்துகொண்டாள். காற்று அவளை ஆகாயத்திற்குத் தூக்குவதுபோல இருந்தது; மேலெழும் கால்களைத் தரையில் அவள் கெட்டியாக ஊன்றினாள். ஆனால் அவை நிற்கவில்லை; கைகளைக் கீழூன்றி அவள் உட்கார்ந்துவிட்டாள்.

காலவன் வெளி நழுவினான்...

• • •

மின்னலை நோக்குவதால் கண்கள் பார்வை இழக்கின்றன; இடிக்குச் செவி கொடுத்தால் கேட்கும் சக்தி அழிகிறது; வாழ்க்கையில் அதிர்ச்சிக்குமேல் அதிர்ச்சி ஏற்பட்டால் நெஞ்சு முடமாகி விடுகிறது.

வாழ்க்கையைப் போராகப் பாவனை செய்துகொண்டால், அப்போரில் எதிர்த்து நிற்பதற்குப் போதுமான இதய உறுதி மாதவிக்கு இருக்கத்தான் இருந்தது. சாதாரண நங்கை ஒருத்திக்கு நேரக்கூடிய துன்பங்களைவிடக் கொடிய துயரங்களை அவள் அதிசாகசத்துடன் சமாளித்துவிட்டாள். ஆயினும் அவள் அபலை; தனித்தன்மை அற்றவள்; தகப்பனிடத்தும், கணவனிடத்தும், புதல்வனிடத்தும் இருந்து, வாழ்ந்து, இறக்க வேண்டியவள். அவள் எவ்வளவோ பிடிவாதமாய்த் தாக்குப் பிடித்து நின்றாள். ஆனால் இறுதியில் தன் வலிமையின்மையை உணர்ந்தாள். அவளைக் காட்டிலும் அவளுடைய எதிரிகள் பலசாலிகள்; ஆண்டவன் (ஆடவனோ அவன்?) அவள்மீது விதித்த சம்பிரதாயம் – தர்மம் – நியாயம் எல்லாமே அவளுக்கு எதிரிடையாக அணிவகுத்து நின்று அவளுடைய நெஞ்சநிலையைத் தாக்கி அதை முடமாக்கிவிட்டன.

அவளுடைய தந்தையார் என்றும் அவளுடைய நலத்தில் கருத்துடையார் என்றும் கூறப்படும் யயாதி, அவளை மனப்பூர்வமாக நேசிப்பவன் எனக் கருதப்பெறும் காலவன், அவள் முறையாக மணந்த மூன்று புருஷர்கள், உக்கிரமான தபோதேஜஸ் வாய்ந்த விசுவாமித்திர மகரிஷி – ஆண்மக்கள் அனைவரும் பொய்மையின் நாநாவிதமான தோற்றங்களாக அவளுக்குப் பட்டனர்; தர்மம் –ஸ்திரீ தர்மம் – என்பதே மாபெரும் பொய் என அவள் எண்ணினாள்; பொய்தான், எல்லாமே பொய்தான் என அவள் உறுதி செய்துகொண்டாள். பிரபஞ்சமே ஒரு பொய்யல்லவா? அதற்கு ஏற்படுத்தப்பட்ட அறமும் பொய்யாகத் தானே இருக்க வேண்டும்?

வருங்காலத்தை நினைக்கவே அவளுக்குத் திகிலாக இருந்தது. காலவன் என்ன சொல்வான், என்ன செய்வான்? குருபத்தினியானவளைத் தன்னுடைய மனைவியாக ஏற்பானா? அவளை அங்கீகரிப்பதற்கு அவளுடைய கன்னித்தன்மை மீண்டுவிடும் என்னும் காரணமே போதுமா? அவனும் விசுவாமித்திரரின் மாணவன் தானே? பிரபஞ்ச தர்மத்துக்கு அஞ்சி ஓடுகிறவன் தானே? அவனும் அவளை நிராகரித்து விடுவானா? மாட்டான் என்பதற்கு என்ன உறுதி?

அவளுக்கு ஒரே களைப்பாக இருந்தது. அப்போதுதான் அவளுக்கு அக்கலைஞன் உசீநரனின் மொழிகள் நினைவு வந்தன. அவன் கூறியது உண்மைதான்; கன்னிப் பருவம் உடல் மீது

இருக்க, அவளுடைய உள்ளத்திலிருந்து இளமை குறைந்து கொண்டே போய்விட்டது. அவளால் எழுந்திருக்கவும் முடியவில்லை. கால்கள் நடுக்கமுற்றுத் தடுமாறின; கிழவியின் கால்களைப்போல். இன்னும் கொஞ்ச காலத்தில் அவள் முழுக் கிழவி ஆகிவிடுவாள்;... கிழவி ஆகிவிட்டால் – பிறகு மரணம்; மரணத்தினால் ஒருவேளை, ஆறுதல் கிடைக்கலாம். மரணத்தைப் பற்றி நினைத்தாள்; ஆனால், அச்சம் ஏற்படவில்லை; விருப்புடன் சாவை மாலையிட்டு வாழ்த்துக்கூறி வரவேற்க அவள் தயார்.

விசுவாமித்திரரே அந்தக் கூற்றுவனின் மாறுபட்ட தோற்ற மோ என்னவோ?

நம்பிக்கைக்கு வழி இல்லை; அவள் அழிய வேண்டியதுதான்.

மெதுவாக எழுந்தாள்; குடிலின் வாயிலுக்குச் சென்றாள்; வாயில் நிலையைப் பற்றி நின்றாள்.

சுற்றிலும் மரங்கள் கரம் கோர்த்துக் காவல் நின்றன. அவற்றின் மீது வசிக்கும் புள்ளினங்கள் அந்த மாலை வேளையைத் தம் இன்னிசையால் அழகு படுத்தின; கிளிகளும் மைனாக்களும் 'தத்துப்பித்தென்று' வேத மந்திரங்களை ஓதிக் கொண்டிருந்தன. மான் இனமும் சுறுசுறுப்பாக ஓடியாடிக்கொண்டிருந்தது. இயற்கையின் உல்லாசத்துக்குக் குறைவே இல்லை.

ஆனால் இக் குதூகலத்தில் அவள் ஈடுபடவில்லை. எதிர்காலத்திலும் – இறந்த காலத்திலும் – முன்னும் பின்னுமாக ஊர்ந்ததால், முடமான நெஞ்சிலிருந்து ரத்தம் கசிந்தவாறு இருந்தது. அந்த வேதனைப் போதையில் எதிரில் வந்து நின்ற விசுவாமித்திரரையும் அவள் கவனிக்கவில்லை.

"மாதவி!"

அவர் மெதுவாகத்தான் கூப்பிட்டார்; ஆனால் உலகம் முழுவதும் இரைந்து கத்துவதுபோல் அவள் உலுக்கி விழுந்தாள்; அவளுடைய உடல் தானாக வளைந்து அவருடைய திருவடிகளைத் தொட்டு வணங்கியது.

"என்ன யோசனை செய்கிறாய்? வருகிற புதவாரம் – நல்ல நாள்..."

"சுவாமி, என்னைக் கொஞ்சம் கொஞ்சமாகச் சித்திரவதை செய்யாதீர்கள்; கொன்று விடுங்கள்!"

அவர் சிரித்தார்.

"உன்னைக் கொல்வதா? ஏன்?"

"என்னை உங்கள் மகளாகப் பாவியுங்கள்; புதல்வியை நீங்கள் ஹிம்சிப்பீர்களா?"

தபத்தினால் மனத்தைத் தபித்துவிட்ட தபஸ்வி மொழிந்தார்: "நேற்றும், இன்றும், நாளைக்கும் நீ என் புத்திரிதான்; ஏன் என்றால் நீ என்னிலும் இளையவள். புதன்கிழமையிலிருந்து உனக்கு ஒரு குழந்தை பிறக்கும்வரை நீ என் மனைவி! ஏன் என்றால் அக்கினி சாட்சியாகவும் வேதப் பிரமாணமாகவும் நான் உன்னைக் கலியாணம் செய்து கொண்டு விடுவேன். மதலை ஈன்ற பிறகு நீ மீண்டும் எனது மகள்தான்! ஏன் என்றால் நீ மீண்டும் கன்னிகை ஆகிவிடுவாய்..."

"ஆனால்..."

"எனக்குத் தெரியும், காலவனும் நீயும் இல்லறம் ஏற்க விரும்புகிறீர்கள். மாதவி, மனம்போன போக்கில் செல்வது பெண்ணுக்கு அதர்மம்; சிறு குழந்தைத்தனமாகவும் அறிவீன மாகவும் நடந்துவிட்டீர்கள்... என் சிஷ்யன் இனியும் தவறுவதை நான் விரும்பவில்லை என்பதோடு எனக்கும் புத்திரன் வேண்டும்."

"தெரியாமல் செய்துவிட்டோம்; எங்களைக் காக்க..."

"உங்களைக் காக்கவும்தான் சொல்கிறேன்; அதன்படி நீங்கள் செய்யவேண்டும்... விதியின் போக்கு உன் விருப்பத்துக்கு மாறாக இருக்கிறது. உன்னை மணப்பதால் காலவன் உலக இன்பத்தில் ஆழ்ந்துபோவான்; மாதவி! ஆசையை ஒழி; அவன் உனக்குக் கிடைக்கவே மாட்டான்!"

நீடூழி தவம் புரிந்து சித்தி பெறாவிட்டால் முனிவர் மனம் எவ்வாறு துயருறும்? நீண்டகாலம் காலவனுக்காக என்றே அவள் ஏற்ற துயரங்களை அந்தச் சிரேஷ்டர் ஏனோ அறிய வில்லை?

"அதனால்தான் என்னைக் கொன்றுவிடுங்கள் என்கிறேன்..."

முனிவர் நகைத்தார்; "சென்றதை மறந்து நடக்கவேண்டு வதைக் கவனி. புதன்கிழமையன்று நீ என் சகதர்மிணி ஆகிவிடு வாய். அதற்கு உன்னை ஆயத்தம் செய்துகொள்! எனது தவ வாழ்வுக்குத் துணைபுரி; அதனால் நீ நல்லகதி பெறுவாய்!"

அவர் சொன்னது போன்று அவள் தன்னை ஆயத்தம் செய்து கொள்ளுவதற்கு முன்னரே அந்த நன்னாள் வந்துவிட்டது. ஓம குண்டலத்தில் அக்கினி தேவன் நேரில் தோன்றினான்; பெரிய பெரிய ரிஷி சிரேஷ்டர்களும் ரிஷி பத்தினிகளும் வந்து தபத் தம்பதிகளை வாழ்த்தினர். வேத முழக்கத்தால் ஆசிரமம் கலகலத்தது.

மாதவி ரிஷி பத்தினி ஆகிவிட்டாள்.

• • •

கலியாணச் சந்தடி அடங்கியதும் காலவன் கௌசிகரின் முன் பணிவாக வந்து நின்றான்.

"சுவாமி, பக்கத்தில் உள்ள காட்டுக்குச் சென்று தவம் இயற்றுவதற்கு அனுமதி கோருகிறேன்."

"என்ன இருப்பினும் மாதவி அரசனின் செல்வி. ஆசிரம வாழ்வில் உள்ள சிரமங்கள் அவளுக்குத் தெரியாது. வேலை செய்வதற்குக் கஷ்டப்படுவாள். ஆகையால் நீ கூட இருந்தால் அவளுக்குத் துணையாக இருக்கும்."

"நான் அவள் – அவருடன் இருப்பதா?"

"இருந்தால் என்ன?"

"சுவாமி, வேண்டாம்..."

"நான் சொல்வதுபோல் செய், மறுத்துப் பேசாதே, மாதவிக்குத் துணையாக இரு."

"எனக்கு...என்மீது நம்பிக்கை இல்லை."

"எனக்கு இருக்கிறது!"

அதற்குக் காலவன் இணங்கவேண்டியதாயிற்று.

16

மாத . . . மாதா

– காலவன்

இளம் காலை.

ஆசிரமத்திற்கு முன்னாலிருந்த மேடை ஒன்றின் மீது அமர்ந்து, குருகுல வாசத்தின்போது கற்ற ஆரம்பப் பாடங்களைக் காலவன் மீண்டும் மனனம் செய்து கொண்டிருந்தான்.

திருமணமான சில நாட்களுக்குள்ளேயே விசுவாமித்திரர் யாரோ ஒரு சக்கரவர்த்தியின் வேள்வியை முடித்து வைப்பதன் பொருட்டு வெளியேறிவிட்டார். திரும்பிவரும் வரையில் மாதவியை விழிப்புடன் காவல் புரியும்படி காலவனுக்குக் கட்டளை இட்டுச் சென்றார். அக்காலத்தில் ரிஷீசுவரர்கள் தங்கள் மனைவியரின் கற்பைக் காப்பதற்கு ஒரு பெரும் திகிலாக இருந்தான் இந்திரன். அவர்கள் தவம் இயற்றுவதற்காகவோ, வேள்வி செய்வதற்காகவோ, எக் காரணத்தைக்கொண்டாவது வெளியில் சென்றுவிட்டால்போதும், அந்த மாயாவி காற்றாகவோ, மழையாகவோ, அல்லது முனிவுருவிலேயோ வந்து ரிஷி பத்தினிகளின் கற்பைக் குலைத்துவிடுவான். தேவர் உலகத்தில் உள்ள அழகியரைவிட ரிஷி பத்தினிகள் மீதும் புத்திரிகள் மீதும் அவனுக்கு ஏனோ ஒரு தனிக்காதல். இந்திரனைக் குறித்து எச்சரிக்கை செய்து, காலவனைக் காவலனாக நியமித்துவிட்டுக் கௌசிகர் யாகத்துக்குப் போய்விட்டார்.

காலவன் தேவேந்திரன் அல்லன்; அப்படி இருந்தால் 'வருவது வரட்டும்' என்ற துணிச்சலுடன் ஏதாவது செய்திருப்பான். அப்படி இல்லாததால், நெருப்பிடை நின்று கூத்தாடுவது போன்று ஆகிவிட்டது அவன் நிலை. ஆசிரியர் அருகில் இருந்த போதே அவனுக்குத் தன் மீது நம்பிக்கை கிடையாது. மாதவியின் எதிரிலும் அவன் அதிகமாய்ப் போவதில்லை; மிக அவசியமாக அவளிடம் ஏதாவது சொல்ல நேர்ந்தால் தலை குனிந்தவாறு கூறிவிட்டு நழுவி விடுவான்.

ஆனால் இப்போது அவளுடன் தனியாக இருக்கவேண்டிய ஒரு கட்டாயம்; மனதில் 'கெடுதல்' இடம் பெறாதபடி அவன் மிகவும் முயற்சி செய்தான். ஆனால் பாழ் மனத்தினால் இறந்த காலத்தை அவ்வளவு சுலபமாக மறக்க முடியவில்லை. காரணம் அது இன்னும் பரிபக்குவ நிலையை அடையவில்லை.

அந் நிலையை அவன் எட்டவேண்டும். அதற்கு அநன்ய சிந்தை தேவை; அதைப் பெறுவதற்காகத் துவக்கப் பாடத்தி லிருந்தே புதிதாக எல்லாவற்றையும் துவக்கவேண்டியிருந்தது. ஆகவே அவன் நாள்தோறும் காலையில் எழுந்தான்; ஒரு முறை பழைய பாடங்களை வாய்விட்டுப் படித்தான். குடிலுக்குள் இருந்த மாதவிக்குத் தேவையான பொருள்களை அவள் கேட்ப தற்கு முன்னரே குறிப்பால் உணர்ந்து கொண்டுபோய் வைத்து விடுவான். உணவு வேளையில் உள்ளே சென்று சாப்பிடுவான். பாக்கி வேளைகளில் வெளியிலேயே அமர்ந்து பரப் பிரம்ம ஆராய்ச்சியில் ஈடுபட்டிருப்பான். ஆசிரியர் அவ்விருவரையும் விட்டுச்சென்று மூன்று நாட்கள் ஆகியும் அவர்கள் ஒரு வார்த்தை கூடத் தங்களுக்குள் பேசிக்கொள்ளவில்லை.

அன்று வெள்ளியுடன் கண்விழித்து, காலைக் கடன்களை ஆற்றிவிட்டு, தன்னுடைய கம்பீரமான குரலில் முதல் பாடத்தை ஓதிக்கொண்டிருந்தான்:

"ஸத்யம் வத:

தர்மம் சர:

மாத்ரு தேவோ பவ:

பித்ரு தேவோ பவ:

ஆசார்ய . . .ஆசார்ய . . ."

அவனுடைய மனதில் பெரியதோர் ஐயம் முளைத்தது; அறிவு பல கோணங்களிலிருந்து அவனைத் தகர்த்தது; ஆசிரிய ரைத் தேவராக மதித்து வணங்கவேண்டும் என்பது உண்மை; ஆனால் அவரும் தேவராக நடந்துகொள்ள வேண்டாமா? மாணவனின் நலம் நாடவேண்டியது அவருடைய கடமை

அல்லவா? தேவர் என்பது யாரை? மனிதர்களுக்குள்ள குறைகள் இல்லாதவர்களைத்தானே? அவனுடைய ஆசாரியர் அவ்விதம் நடந்து கொண்டாரா? சீடனுடைய சுகம் முழுவதையும் சூறை யாடிவிட்டாரே?

'அவரைத் தேவராகக்கொள்ள முடியாது; அசுரத் தன்மை வாய்ந்தவர்!' என்று தனக்குள் கூறிக்கொண்டான்.

'இல்லை; என்னைச் சோதனை செய்ய வேண்டித்தான் இவ்வாறு செய்கிறார். என் நன்மைக்கு மாறான எதையும், அவர் செய்யமாட்டார் என்பது உறுதி. நான் துன்புறுவதால் அவருக்கு என்ன பயன்? நடப்பதெல்லாம் எனது நன்மைக் காகத்தான் இருக்கும்.'

'மாதவியை இழந்துமா என் நலத்துக்கு?' – மீண்டும் அவன் தன்னைக் கிளறிக்கொண்டான். 'அவளைப் பெண்டாளலாம் என நினைத்தேன். இன்றில்லா விட்டாலும் இன்னொரு நாளா வது அவளோடு இன்புறலாம் எனக் கனவு கண்டேன். அவளுக் கும் அதே ஆசை காட்டி என் விருப்பங்களுக்கு எல்லாம் அவளைக் கருவியாகப் பயன்படுத்திக் கொண்டேன். ஆனால் இப்போது? நான் அவளை 'மாதவி' என்றும் கூப்பிடக் கூடாது. அவள் என் தங்கைகூட அல்ல, தாய், தாய்! காட்டில் தொட்டது போல் இப்போது அவளைத் தொட்டால், நான் விலங்கிற்கு நிகரானவன். என்னை இந்தச் சிக்கலில் வைத்ததும் அன்றி, அவளுக்குக் காவலாக என்னையே நியமித்துவிட்டார்! கொடிய நெஞ்சு எனில், இவ்வளவு கொடுமையா? மைந்தனைப் போல் நினைக்க வேண்டிய மாணவனை மகாசோகத்தில் ஆழ்த்தி நகையாடும் குருதேவரா – தேவர்? அவர் அசுரர்கூட அல்லர்; அரக்கத் தன்மையின் மானிட உருவம்!'

கலைஞன் உசீநரனின் உருவம் அவனுக்கு எதிரே நின்று, ஏளனமாக நகைத்தது: 'மாதவிக்கொடி ஆதாரம் இல்லாமல் காற்றில் படராது; பூமியில் படருவதால் அது செழித்து ஓங்கி விடவும் முடியாது; இப்போது அது காற்றைப் பந்தல் என நம்புகிறது; கொஞ்ச காலத்தில் அது வாடி வதங்கிவிடும்!'

'உண்மைதான்; மாதவிக் கொடியை ஆதாரமின்றி விட்டதல் லாமல் – நறுக்கியும் போட்டேன். சிறந்தவளிலும் சிறந்தவளான அவளைக் கயவரிலும் கயவன் அழித்துவிட்டேன். அவளுக்காக நானே இவ்வளவு துயருற்றால், அவள் எனக்காக எவ்வளவு துன்புறுகின்றாளோ? அதுவும், நான் அவளுக்கு என்றைக்கும் கிட்டமாட்டேன் என்பதை அறிந்தால், அவள் உயிரைத் துறந்தா லும் துறப்பாள். உசீநரனிடம் வாக்களித்தது போலவும் என்னால் நடக்க இயலவில்லை. ஆசிரியர் என் இன்பத்துக்கு இடையூறு செய்கிறார் – தம்முடைய வல்லமை முழுவதையும் உபயோகித்து.

அவர் செயல் முறையற்றது என்றுதான் எனக்குத் தோன்றுகிறது. அவரை எதிர்த்து நான் ஏன் நடக்கக் கூடாது?'

'எதிர்த்து என்ன – எப்படிச் செய்வது?' என்று எண்ணிய போது அவனுக்கு யோசனை ஓடவில்லை. விசுவாமித்திரரின் பெயரைக் கேட்டால் உம்பர் உலகமே ஒடுங்கும் எனில், கேவலம் அவன் அவருக்கு எம்மாத்திரம்? அண்டத்தை அழிக்க அணு முரணுவதைப் போலத்தான்!

'சீ, காலை வேளையில் ஏன் இப்படிக் கீழ்மையான எண்ணங்கள் மனதில் தோன்றுகின்றன? குருதேவர் என்னைச் சோதிக்கிறார்; நான் வெற்றிபெற வேண்டும் . . . வெற்றி பெற்றால் . . .'

'வெற்றி பெற்றால் மாதவியை நிரந்தரமாக மறந்துவிடலாம்!'

குரு தேவரின் அச்சம் எழுப்பும் உருவம் உரைத்தது: "உனக்கு முன்னிலையில் மகத்தான எதிர்காலம் இருக்கிறது; அதை நீ அழித்துக் கொள்கிறாய்."

"மாதவி இல்லாத எதிர்காலம் மகத்தானதாக எவ்வாறு இருக்கமுடியும்?"

நெஞ்சில் கூச்சலிடும் குரல்களை அடக்குவதற்காக, அவைகளைவிட உரத்துக் கத்தினான் காலவன்; அவனைத் தொடர்ந்து கானகமும் எதிரொலித்தது.

"ஸத்யம் வத: . . .ஆசார்ய . . .ஆசார்ய . . ." மறுபடியும் அதே இடத்தில் தடைப்பட்டு நிறுத்தினான்; இம்முறை தடங்கல் செய்தது அவனுடைய மனக் கிளர்ச்சி அல்ல; அவனுக்கு எதிரில் வந்த மாதவி!

அவனுக்கும் முன்னரே, துயில் கலைந்து அவள் நீராடச் சென்றுவிட்டாள் போலும்: அவள் ஈரப் புடவையுடன் நின்றாள்; புடவையிலிருந்தும் கூந்தலிருந்தும் ஜலம் சொட்டியவாறிருந்தது; கண்களிலிருந்தும் நீர் கசிய, இடுப்பில் குடத்தைத் தூக்கிக் கொண்டு அலங்கோலமாக நின்றாள்.

"மாதா . . .மாதா! என்ன விஷயம்?" என்றான் காலவன் பதைத்து.

அவனுடைய பதற்றத்தை அவள் கவனிக்கவில்லை; அவளே பதறியிருந்தாள்.

அவளுடைய இடுப்பில் இருந்த மண் குடம் நழுவிக் கீழே விழுந்து துகளாகியது . . .

அடக்கம் இழந்த அழுகையை ஈரப் புடவையின் தலைப்பில் புதைத்துக்கொண்டு நின்ற இடத்திலேயே உட்கார்ந்துவிட்டாள் மாதவி . . .

'தீ மூண்டது' என்றுதான் காலவனால் எண்ண முடிந்தது. அவனால் அங்கே நிற்கவும் முடியவில்லை; அவளுக்குப் பக்கத் திலும் செல்ல முடியவில்லை. அவளுக்காகவோ அல்லது தனக்காகவேதானோ, "சாந்தி! சாந்தி!" என்று அலறிக் கொண்டே வனத்தை நோக்கி ஓட்டம் பிடித்தான் காலவன்.

17

வெட்கம் கெட்ட பெண்!

– ஆசிரம ஸ்திரீகள்

அன்று காலையில் கண் விழிக்கும்போதே மாதவிக்கு உடம்பு எல்லாம் ஒரே வலியாக இருந்தது; ஒரே சோம்பல்; காரணம், முதல் நாள் இரவு முழுவதும் அவளுக்குத் தூக்கம் கிடையாது.

ஆசிரமத்திற்கு வெளியில் வெட்ட வெளியில் மரத்தடியில் காலவன் துயிலுகிறான் என்ற நினைவு அவளை வருத்தியது. ஒரு நாள் இரண்டு நாள் அல்ல, பல வருஷங்கள், பல இரவுகள் அவன் அங்ஙனம் படுத்திருக்கிறான்; அவனுக்கு அது புதிது அல்ல. ஆயினும் அவளுக்கு வெகு பக்கத்திலேயே முப்பதே அடிகளுக்கு அப்பால் அவன் உறங்கியதால் அவனுடைய நினைவை அவளால் புறக்கணிக்க இயலவில்லை.

வெளியில் கிளம்பும்போது கௌசிகர் அவளை மறைமுகமாய் எச்சரிக்கை செய்தார். சிறு தவறும் அவர் பொறுக்க மாட்டார். அவர் உள்ளக் கிடக்கை களையும் அறியும் ஆற்றல் பெற்றவர் என்பதும் உண்மை. ஆயினும் அவளால் அவனை நினையா திருக்க இயலவில்லை.

உண்மையான மனையரசியாயின் வெளிச் சென்றிருக்கும் தம் கணவர் 'என்று வருவாரோ?' என ஏங்கி, தூக்கத்தைத் துறந்து, வழி மேல் விழி

வைத்துக் காத்திருக்க வேண்டும். ஆனால் பதி பீடத்தில் காலவன் உறுதியாக அமர்ந்திருந்தான்; அவனுடைய க்ஷேம லாபம் என்ன? அவனுடைய உறக்கத்துக்கு ஊறு விளையா திருக்க வேண்டுமே? என்ற பாதையில்தான் அவளுடைய எண்ணக் குதிரைகள் நடைபயின்றன.

அவள் தன்னுடைய தர்ம புருஷரையும் மறக்கவில்லை. அவர் மீதிருந்த மரியாதையினால் அன்று, அவரிடம் ஏற்பட்ட அச்சத்தினால். எந்த வேளையிலும் அவர் திரும்பி வரக்கூடும்; அவள் நெஞ்சினால் ஆற்றிய தீய செயலுக்காகத் தண்டனையும் விதிக்கலாம். பாவம் – தண்டனை! இப்போது அவள் அவனை நினைப்பது பாவம் எனில் – அவளுடைய வாழ்க்கையின் ஒவ்வொரு வினாடியும் பாவக்குட்டையில் பிறந்த கொசுக்கள் தான்! அதற்கு யார் தண்டனை அளிக்கப் போகின்றார்? விசுவாமித்திரரின் கையில் தீர்ப்புக்கு விட்டால் சாவைவிடக் கொடிய தண்டனை கொடுப்பார். அவர் தீர்ப்புக்கு விடப்படாத போதே அந்தத் தண்டனையை அளித்து விட்டாரே! அவள் இதற்கெல்லாம் அஞ்சி முடியாது; 'அழிந்துவிட்டவள்' எனக் கருதப்பட்டால் 'அழிவுக்கு' ஏன் அஞ்சவேண்டும்?

எழுந்தாள்; ஆசிரம வாயிலில் நின்று நோக்கினாள்; விண் மீன்களின் ஒளியில், அவன் தூக்கம் கொள்ளாமல் புரளுவது புலப்பட்டது. அவளைப்போல் அவனும் நிம்மதி இழந்தவன் தானே? நல்ல தூக்கம் அவனுக்கு எங்கிருந்து கிடைத்துவிடும்?

இருள் அவளுடைய செவிகளில் இரவின் மர்மத்தைக் கிசுகிசுத்தது. இராப் பறவைகளும் தவளைகளும் நிசப்தத்தை உடைத்தவாறிருந்தன. குளிர் காற்றினால் மரங்களும் நடுங்கின.

விரைவாக அவனுக்கு அருகில் சென்று சிறிது நின்றாள். குளிரைப் பொறுக்கமாட்டாமல் உடலை ஒடுக்கிக்கொண்டு அவன் படுத்திருந்தான் அவனுடைய மார்பு மீது மெதுமெதுவாகக் கை வைத்தாள்; அவன் முனகிக்கொண்டே, தலையடியில் வலக்கரத்தை அணையாக்கிக்கொண்டு ஒருக்களித்துப் படுத்தான்.

அவன் அசைந்ததும், பரபரப்புடன் ஆசிரமத்துக்கே திரும்பி னாள் அவள். உறக்கம் கலைந்து அவளைக் கண்டால் அவன் என்ன நினைப்பான்? விபசாரியைப்போல், நள்ளிரவில் கள்ளத் தனமாக வந்ததை ஏசமாட்டானா? சை! அவளுடைய உறுதி ஏன் இப்படித் தளர்ந்துவிட்டது? அவன் வலுவிழந்த போது ஹிதோபதேசம் செய்த அவளே இன்று இப்படிச் செய்தால்? அவனோ அவளைக் காட்டிலும் கொடும் துயரம் அனுபவிக் கிறான்; அவள் இல்லற இன்பம் நுகர்ந்தவள்; அவனோ கட்டாய பிரம்மசரியத்தில் உழலுகிறான். சரீர சுகம்கோரி

எம்.வி. வெங்கட்ராம்

அவன் அதைரியம் அடைந்தால் – அது இயற்கை; ஆனால் அவள் இவ்வாறு செய்தால் . . . சை!

படுக்கையில் போய் விழுந்தாள். ஆம், அவன் அன்னியன் தான்; இல்லை, அவன் அன்னியன் அல்லன், அவளுடைய தனயன்!

தூங்கியும் தூங்காமல் அந்த இரவு கழிந்துவிட்டது . . .

விடி வெள்ளிக்குப் பின்னரே, அவள் படுக்கையைச் சுருட்டி விட்டு எழுந்தாள். இரவின் வாதனையால் விளைந்த உடல் வலியையும் மன வேதனையையும் கழுவுவதற்காக, இடையில் குடம் தாங்கி, நதியை நாடி நடந்தாள்.

ஆற்றங்கரையில் யாரும் இல்லை. அவ்வளவு காலையில் யார் வருவர்? அவளுக்குச் சற்று ஆறுதல்; மனம்போல் குளிக் கலாம் அல்லவா?

நீரில் அமுங்கிக் குளித்து வெகு நாளாயிற்று. அமுங்கினாள், மிதந்தாள், ஆற்றுப் பெருக்கை எதிர்த்து நீந்தினாள்; நீரோட்டத் துடன் சேர்ந்து போனாள். உடல் வலி சற்றுத் தணிந்தது; மன வலியும் சற்றே மறந்தாள். இந்தப் பொழுது போக்கில் அவள் நெடுநேரம் கடத்திவிட்டாள்; கேட்பாரில்லை, ஆதலால் தாமதம்பற்றி அவளுக்கு அக்கறை இல்லை . . .

கொஞ்சம் கொஞ்சமாய் கிழக்குத் திசை நீறு பூசி வெண்மை கொண்டது. ஒருவர் ஒருவராகப் பக்கத்து ஆசிரமங்களைச் சேர்ந்த ரிஷி பத்தினிகளும் புத்திரிகளும் ஸ்னானம் செய்வதற்கு வரத் தொடங்கினர். இந்தக் காலைதான் அவர்கள் தம் விருப்பம் போல் பேசிக் கொள்வதற்கத் தகுந்த நேரம். காலைக் கடன்களும் ஸ்னானமும் முடிந்து ஆசிரமத்துக்குள் போய்விட்டால், அக்கினி ஹோத்திர கிருஹத்திலும், பதிக்கு வேண்டிய பணிவிடை செய்வ திலும் பொழுது போய்விடும்; ஓய்வு கிடைப்பது அரிது. ஓய்வு கிடைப்பினும் எல்லோரும் ஒருங்கு கூடுவது அரிது. ஆகையால் இந்நேரத்தில் எல்லாவற்றையும் பேசித் தீர்த்துவிடவேண்டும். அன்று அவர்களுடைய பேச்சு – ஏன், சில நாட்களாகவே அப்படித் தான்– மாதவியைப் பற்றி எழுந்தது; அவள் அவர்களுக்கு ஒரு விசித்திரமான பிராணியாகத் தோன்றினாள். அவள் ஒரு சுவார சியமான விஷயம் அவர்களுக்கு. ஆற்றின் இடையில் புனலாடும் மாதவியை அவர்கள் கவனிக்கவில்லை.

“மாலதி, உனக்கு விஷயம் தெரியும் அல்லவா? கௌசிகர் மாதவியைத் தனியாக விட்டு எங்கோ ஏதோ யாகம் செய்வதற்குப் போய்விட்டாராமே?” குடத்தைப் படி மீது வைத்து, வலது கையை மார்மீதும் இடது கை ஆள்காட்டி விரலை மோவாய் மீதும் வைத்து ஆச்சரியப்பட்டாள் ஒருத்தி.

மாலதி கோணல் பாவத்தை அபினயம் பிடித்துப் பதில் கூறினாள்: "தனியாக என்ன? சிஷ்யப் பிள்ளை காலவனின் பாதுகாப்பில்தானே விட்டுப் போயிருக்கிறார்!"

"சரிதான்; பாலுக்குப் பூனை காவலா?" என்றாள் மூன்றாவது மாது; அவளுக்கு நாற்பத்தைந்து வயதிருக்கும்; தலையில் பாதி நரை; அவள் பெயர் அனுசுயை!

"அதென்ன விஷயம்? சிஷ்யன் காவல் இருப்பதில் தவறு என்ன?" இந்தக் கூட்டத்திலும் விஷயம் தெரியாத ஒருத்தி இருந்தது வியப்புத்தான். அவள் புதிதாய் மணந்து வந்தவள்.

அனுசுயை பதில் அளித்தாள்: "சரிதான்; உனக்கு ஒன்றும் தெரியாதா? விசுவாமித்திரரின் மனைவி ஒரு ராஜகுமாரி. ஒரு குழந்தை பெற்றவுடன் முன்போலவே கன்னி ஆகிவிடுவாள் என்று முனிவர்கள் அவளுக்கு வரம் கொடுத்திருக்கிறார்களாம். இந்தக் காலவனை அடிவயதிலிருந்தே எனக்குத் தெரியும். பரமதரித்திரன்; பிடிவாதக்காரன்; குருதட்சிணை கொடுத்தே தீருவேன் என்று வீணுக்கு வம்பு செய்தான்; விசுவாமித்திரரைத் தெரியாதா? கோபம் வந்துவிட்டது. 'உடல் வெள்ளையாகவும் ஒரு காதுமட்டும் கறுப்பாகவும் உள்ள எண்ணூறு குதிரைகள் கொண்டுவா!' என்று கட்டளை இட்டார்; தரித்திர நாராயணன் என்ன செய்வான்? பிச்சைக்குப் புறப்பட்டான். பிரதிஷ்டா நகரம் போய் யயாதியிடம் குதிரைகளைக் கேட்டான், அவனிடம் இல்லை. அவன் மகள்தான் மாதவி, பரிகளுக்குப் பதிலாகப் புதல்வியைத் தானம் செய்துவிட்டான்... மூன்று அரசர்களிடம் இருநூறு இருநூறு குதிரைகளாக ஆறுநூறு இருந்தனவாம்; அவைகளுக்காக அந்த மூன்று பேரையும் அவள் மணந்து மூன்று குழந்தைகள் பெற்றாளாம்! மறுபடியும்... பாக்கிக் குதிரைகளுக்காகக் குருவே கலியாணம் செய்து கொண்டு விட்டார்! கதை எவ்வளவு அழகாயிருக்கிறது?"

"அநியாயமாக இருக்கிறதே! மூன்று அரசர்களை மணந்த ஒரு பெண்ணை இந்தப் பிராமணர் எப்படி மனம் ஒப்பிக் கட்டிக் கொண்டார்?"

"அவளுக்குத்தான் மறுபடியும் கன்னித் தன்மை வந்து விடுகிறதே! கதையில் வேடிக்கை என்ன தெரியுமா? அந்தப் பெண்ணுக்கும் சிஷ்யப்பிள்ளைக்கும் கள்ள நட்பு உண்டாம்!"

"நன்றாக இருக்கிறதே!"

"நீயும் இப்போதுதான் கலியாணம் செய்துகொண்டாய்; நீயாகப் பார்த்துத் தேர்ந்தெடுத்த பின்தானே கலியாணம் நடந்தது?"

"சீச்சீ!"

எம்.வி. வெங்கட்ராம்

"அவள் எக்கேடு கெடட்டும்; இந்தக் கௌசிகர் புத்தி ஏன் இப்படி ஆயிற்று?"

"வயசு திரும்புகிறது; வேறே என்ன?"

"அடேடே! அடீ, இந்த அதிசயத்தைப் பார்க்கவில்லையே!"

எல்லோரும் ஆற்றின் பக்கம் திரும்பினர்.

நீர் மட்டத்தின் மீது மிதந்தபடி, வாயில் நீரை விட்டுக் கொப்புளித்துக் கொண்டிருந்தாள் மாதவி; எச்சில் நீர் அவள் மீதும் விழுந்தது.

அனுசுயை அவளைச் சுட்டிக் கூறினாள்: "இவள்தான் விசுவாமித்திரர் மனைவி."

"இப்படியும் ஒரு பெண் வெட்கம் கெட்டு இருப்பாளா? ஆற்றில், ஆண் பிள்ளை போல..."

"ராஜபுத்திரி அல்லவா?"

"நாசமாய்ப் போனாள்!"

அவர்கள் பேசுவது காதில் விழவில்லையாயினும் தன்னைச் சுட்டிப் பேசியதால் தன்னைப் பற்றித்தான் பேசுகிறார்கள் என்று மாதவிக்குத் தெரிந்துவிட்டது. முதலிலேயே அவளுக்கு இந்த அச்சம் இருந்தது; பிறர் தன்னை ஏளனத்துக்கு இலக்காக்கு வதை அவள் விரும்பவில்லை. இக்காரணம் பற்றியே அவள் ஆசிரமத்தைவிடுத்து வெளிக்கிளம்புவதில்லை. பக்கத்தில் உள்ள ஆசிரமத்து மாதருடன் எவ்விதத் தொடர்பும் வைத்துக்கொள்ள வில்லை. இன்று, தண்ணீரின் ஆறுதலால், தன்னையும் அறியாமல் பொறியில் சிக்கிக்கொண்டாள். விரைவில் குடிலுக்குத் திரும்பி விடவேண்டும் என்று கரைக்கு வந்தாள். புடவையைப் பிழிந்து குடத்தில் நீரை நிரப்பிக் கொண்டு அங்கிருந்து புறப்பட்டாள்.

அவள் இம்மாதிரி செல்வது அந்த ஸ்திரீகளுக்குப் பொறுக்க வில்லை; அதை ஓர் அவமானமாகவே கருதினார்கள்.

"யாரம்மா நீ? இந்த இடத்துக்குப் புதியவளாகத் தோன்று கிறாயே?"

"நான் – மாதவி..."

"மாதவியா? கௌசிக மகரிஷியின்..."

"ஆமாம்," என்று கொண்டே மெதுவாகக் கால் எடுத்து வைத்தாள் மாதவி.

அனுசுயை பொறுமை இழந்தாள்: "நீ இங்கே குளிக்கலாம் என்று அனுமதி தந்தது யார்? நாளையிலிருந்து நீ இங்கே வந்து குளிக்கப்படாது."

மாதவி திரும்பினாள்; அவளுக்கும் சினம் உண்டாகிவிட்டது. "ஏன்?"

"ஏனா? இந்தத் துறையில் பதிவிரதைகளான ரிஷி பத்தினி களும் புத்திரிகளும் தான் நீராடலாம்!"

"நானும் ரிஷி பத்தினிதான்!"

"ரிஷி பத்தினியாக இருந்தால் போதுமா? பதிவிரதையாக இருக்க வேண்டாமா?"

"நான் அப்படி இல்லை என்று உங்களுக்குச் சொன்னது யார்?"

"பதிவிரதையாமே பதிவிரதை! எந்தப் பதிக்கு விரதை அம்மா நீ? முதல் பதிக்கா? இரண்டாவது மூன்றாவது கணவர் களுக்கா? இப்போதைய கணவருக்கா...?"

"இல்லாவிட்டால் உன் கள்ளக்காதலன் காலவனுக்கே தானா?"

அனுசுயை எள்ளி நகையாடினாள். மாதவி வெல வெலத்துப் போனாள். அவளால் பதிலளிக்க இயலவில்லை.

"நீ கௌசிகரின் சம்சாரமாக இருந்தால் என்ன எனக்கு? தெய்வம் இல்லையா? தர்மம் இல்லையா? நான் சொல்லி விட்டேன். இந்தத் துறையில் நீ குளிப்பதற்கு வரவே கூடாது. சங்கதோஷம் என்பார்கள்; ஸ்திரீகளுக்கு விபசாரிகளின் சங்கம் மகாதோஷம்!"

அதற்கு மேலும் அவள் பேசுவதைக் கேட்டுக்கொண்டு நிற்க மாதவியால் முடியவில்லை; ஆசிரமத்திற்கு விரைந்தாள்.

'விபசாரி, விபசாரி!' என்று அவள் வாய் முணுமுணுத்த வாறிருந்தது...

அழுகை அவளை ஆதரவுடன் அணைத்தது. தள்ளாடிய வண்ணம் ஆசிரமத்தில் நுழைந்ததும் அவளால் தாளமுடிய வில்லை. இடையிலிருந்த குடம் கீழே விழுந்து உடைந்தது. அவளும் அங்கேயே உட்கார்ந்துவிட்டாள். காலவன் பரிவுடன் விசாரித்ததையும் அவள் கேட்கவில்லை...

வெகுநேரம் ஈரவுடையுடன் கண்ணீர் உகுத்ததால் அவளுக்குக் கடுஞ்ஜ்வரம் கண்டது; உடைமாற்றிக் கொள்வதற்கும் அவளுக்குப் பிரக்ஞை இல்லை...

காலவன்? ஓட்டம் பிடித்துவிட்டானே!

எம்.வி. வெங்கட்ராம்

18

கல்யாணியா?

— மாதவி

ஏதோ ஒரு வேகத்தில் காலவன் ஓடிவிட்டான். 'சாந்தி சாந்தி!' என்ற அவனுடைய கூக்குரல் அடங்கிய பின்தான் அவனுக்கு உணர்வு வந்தது.

அவன் செய்தது தவறா? ஆற்றிலிருந்து திரும்பி யவள் கண்ணீருடன் வந்ததேன்? அவன் அவளுக்கு ஆறுதல் கூறியிருக்க வேண்டாமா? காரணம்கூட விசாரியாது அவன் ஓடிவந்தது தவறுதான்.

விசுவாமித்திரரின் அறிவுரை நினைப்புக்கு வந்தது. "தனிமையில் உள்ள பெண்ணை – அவள் தங்கை, தமக்கை, தாயாகவே இருந்திடினும் சரி தான் – எந்த ஆடவனும் அணுகக்கூடாது." அணுகி னால் என்ன ஆகும் என்பதை ஆசிரியர் அவனுக்கு இப்போது விளக்க வேண்டிய தேவை இல்லை. அவனுக்கு அது நன்கு தெரியும். ஆனால் அதற்காகப் பெண்ணைக் குற்றம்சாட்ட முடியுமா? வசீகரமாக இருக்கிறாள் – வசீகரிக்கிறாள் எனில் அது பெண் ணின் குற்றமா?

முன்னரும் மாதவி அவனுடன் தனியாக நடை யாகவும் தேரிலும் பிரயாணம் செய்துள்ளாள். சில சமயம் அவன் மனம் நெகிழ்வுற்றது; சில சமயம் உறுதியாக இருந்தது; அவளே அவன் உறுதிக்கு ஓர் அரணாக நின்றாள். பார்க்கப் போனால், அவளே அவனைவிட உறுதியாக இருந்திருக்கிறாள்.

நித்ய கன்னி

தற்காப்புக்காக அவன் அவள் பக்கத்திலும் சென்று நிற்கக் கூடாது; இப்போதைய நிலை முன்னைவிட அபாயகரமானது; முன்பு அறம் என்னும் அருவத்திற்குதான் அஞ்ச வேண்டும். இப்போதோ விசுவாமித்திரர் என்னும் அறத்தூணே எதிரில் நிற்கிறது.

அவர் அவனை நம்பித்தான் அவளை விட்டுச் சென்றார். விருப்பம் இருக்கிறதோ, இல்லையோ, அவர் கூற்றுப்படித்தான் நடந்தாக வேண்டும். அவனும் அவளை அறவே மறக்க விரும்பினான். அன்னை என்னும் மரியாதையுடன் பழக முயன்றான். அதனாலேயே அட்சராப்பியாசத்திலிருந்து ஆசாரியரின் பொன் மொழிகளை மனனம் செய்யத் தொடங்கினான்.

ஆனால், அவள் அழுவதைக் கண்டதும் அவன் ஏன் திகில் அடைந்தான்? எதற்காக ஓட்டம் பிடித்தான்?

ஆம், அவன் ஹிருதயம் பண்படவில்லை இன்னும்.

அவன் பெருமூச்செறிந்தான். அங்கே குருபத்தினியார் அங்கலாய்க்கிறார்; காரணம் தெரியவில்லை. ஒருகால் ஆசிரியர் எச்சரித்தாரோ? காமுகனான தேவேந்திரன் சூது ஏதாவது செய்திருப்பானோ? அவள் பீதியுற்று ஓடிவந்தாளோ? கௌதமரின் இல்லரசி அகலியைமீது மையல்கொண்டு, அவள் சிறிது ஏமாந்தபோழ்தில், பாவக்கண்ணியில் தள்ளியவன் அல்லவா அவன்? அவன்தான் ஏதாவது சூழ்ச்சி செய்து . . .

மறுபடியும் ஆசிரமத்துக்கு விரைந்தான். அங்கு அவன் கண்ணுற்ற காட்சி அவனை இன்னும் சங்கடத்தில் ஆழ்த்தி விட்டது.

ஈரவுடையுடன் தரையில் தாறுமாறாகக் கிடந்தாள் மாதவி.

வேறு சமயமாக இருப்பின் அவளைத் தூக்கி உட்கார வைத்திருப்பான்; முகத்தைத் துடைத்திருப்பான்; அன்று கானகத்தில் செய்ததைப் போன்று கன்னத்தையும் சீந்தியிருப்பான். ஆனால் இன்று அவளைத் தீண்டவும் துணிவு இல்லை. அதனாலேயே அறம் பிறழ்ந்துவிட்டது, அதற்குத் தண்டனை என்று அவளுடைய கணவர் ஆரம்பித்துவிட்டால்?

ஆனால் அவளுடைய ஈரப்புடவையை மாற்றவேண்டுமே! இல்லாவிட்டால், அவளுடைய நோய் உரம் பெறுமே!

அவன் வெளியே ஓடினான்; பக்கத்துக் குடில்களிலிருந்து யாராவது ஒரு ஸ்திரீயைத் துணைக்கு அழைத்துவரலாம் என்று அவன் எண்ணம்.

அப்போதுதான் நீர்க்குடத்துடன் எதிரில் வந்தாள் அனுசுயை. அவள் பக்கத்தில் சென்றான் காலவன்.

“யாரது காலவனா? என்ன விசேஷம்?”

“என் குருபத்தினி ...”

“யார் அவள் குருபத்தினி ...?”

“யயாதியின் புத்திரி – மாதவி தேவி.”

“மாதவி தேவி! எப்போது அப்பா அவள் தேவியானாள்?” என்றாள் அவள் முகம் சுளித்து. “அவளிடம் போய்ச் சொல்; இனிமேல் ரிஷி பத்தினிகளும் ரிஷி புத்திரிகளும் ஸ்னானம் செய்யும் துறைக்கு அவள் வரக் கூடாது என்று. துணிச்சலாக அங்கே வந்துவிட்டாளே!”

“ஏன் வரக்கூடாது?”

“பதிவிரதைகளாக இல்லாதவர்கள் ...”

காலவன் மெய் மறந்தான்: “மாதவியையா சொல்கிறீர்கள் அப்படி? அவள் உத்தமிகளுக்கு எல்லாம் உத்தமி! மாசுமருவற்றவள். அவளுக்கு என்றுமே தர்மபங்கம் நேராதபடி முனிவர் பெருமான்கள் வரம் அளித்திருக்கிறார்கள். அவளைப் பற்றி இன்னொரு முறை இப்படிச் சொல்லாதீர்கள்.”

“மகா – மகா – உத்தமிதான் போ!... காலவா, சிறு வயதில் மிகவும் நல்லவனாக இருந்தாயே, ஏனடா இப்படிக் கெட்டுப் போனாய்? ராஜகுமாரியின் மாயவலையில் சிக்கிவிட்டாயே இப்படி!”

வம்பருக்குத் தர்க்கநெறி ஏது? தாமதம் செய்யாமல் பல ஆசிரமங்களுக்குப் போனான்; முனி பத்தினிகளிடமும் புதல்விகளிடமும் மாதவியின் பரிதாபமான நிலையைக் கூறி, துணை வேண்டினான். ஆனால் நான்கு கணவர்களை மணந்து, அதுவும் போதாமல் ஒருவனைக் கள்ளக் கணவனாகக் கொண்டுள்ள ஒரு நீச ஸ்திரீக்கு ஒத்தாசை செய்ய எந்தப் பெண்மணியும் இணங்கவில்லை. எல்லோரும் மாதவியைப் பகிஷ்காரம் செய்துவிட்டனர். அவள் உயிர் இழப்பதால் உலகத்தின் பாவச்சுமை குறையும் என்றும் கூறிவிட்டனர்.

அவன் துணுக்குற்றான். அவள் என்ன ஆகிறாளோ? உயிருக்கு ஏதாவது அபாயம் ...

அவனுக்குத் திடீரென்று அனுசுயையின் புதல்வி கல்யாணியின் ஞாபகம் வந்தது. அவன் ஆசிரமத்தை விட்டுப் புறப்படும் போது அவள் எட்டு வயதுக் குழந்தை. அவளைத் தூக்கி வைத்துக் கொண்டு அவன் விளையாடியிருக்கிறான்; ஒருவேளை அவனை உத்தேசித்து அவள் வரலாம். தாய்க்குத் தெரியாமல்

அவளை அழைத்துச் செல்வது என்று தீர்மானித்து விபுல முனிவர் – அனுசூயையின் கணவர் – ஆசிரமத்திற்கு விரைந்தான்.

நல்ல வேளையாக விபுலகுமாரி குடிலுக்கு வெளியில் இருந்தாள். அவன் அவளைத் தெரிந்து கொண்டான்.

“கல்யாணி!”

அவள் அவனைப் புரிந்து கொள்ளவில்லை.

“நான்தான் காலவன். இதற்குள் மறந்துவிட்டாய், பார்த் தாயா?”

“காலவ அண்ணாவா? எங்கே அண்ணா போய்விட்டீர்கள்? காணவே முடியவில்லையே.”

“க்ஷேத்திராடனம் போயிருந்தேன் . . . அது இருக்கட்டும் கல்யாணி! ஒரு அவசர வேலை; குருதேவர் இப்போது கல்யாணம் செய்து கொண்டாரே, உனக்குத் தெரியுமா?”

“யாரோ ராஜகுமாரி; நான்கு புருஷர்களை . . .”

உதட்டைக் கடித்துக் குறுக்கிட்டான் அவன்; அவளும் மறுத்து விடுவாளோ என்று அவனுக்கு அச்சம்.

“அவருக்கு உடம்பு சரியில்லை. ஈரப் புடவையுடன் மூச்சை யாகி விழுந்து விட்டார். குருதேவரும் இல்லை. நீ கொஞ்சம் வருவாயா?”

“பாவம்! மயக்கமாவா விழுந்து விட்டார்? நான் வருவேன்; ஆனால் அம்மா ஏதாவது . . .”

“அம்மாவுக்கு எப்படித் தெரியும்? தெரிந்தாலும் ஏதாவது சொல்லிக் கொள்ளலாம். ஆபத்துக்குச் செய்யும் உதவி . . . கல்யாணி, புறப்படு. அங்கே அவர் என்ன கஷ்டப்படுகிறாரோ!”

அறியாப் பெண் இசைந்தாள். இருவரும் கௌசிகர் குடிலுக்கு வேகமாகத் திரும்பினர்; காலவன் வெளியில் நின்றான்.

மாதவி அங்கேயே கிடந்தாள். அவளுடைய சேலையை மாற்றி, வேறு இடத்திற்கு நகர்த்திப் படுக்க வைத்துவிட்டு, அவனைக் கூப்பிட்டாள் கல்யாணி. இருவரும் சேர்ந்து தீ மூட்டினார்கள்; வேம்பின் அனல் பட்டுச் சூடுண்டதும் மாதவி உடம்பை அசைத்துக் கண் திறந்தாள்.

காலவன் நிம்மதியாக மூச்சு விட்டான். வெளியில் சென்று உட்கார்ந்து கொண்டான்.

மாதவிக்கு முதலில் ஒன்றும் தெளிவாக விளங்கவில்லை. நிலையான உணர்வு வரச் சற்று நேரம் ஆகியது. நடந்தது

அனைத்தும் அவளுக்குக் கனவாகத் தோன்றவில்லை; நெஞ்சு வாதனை செய்யும்போது கனவு என்று எவ்வாறு கருத முடியும்? அந்த முனிவரின் மனைவி 'விபசாரி' என்றதை அவள் மறக்கவே இல்லை.

தலைப்பக்கம் அமர்ந்து சிரம்வருடும் சிறுமியை அவள் சிரமத்துடன் நிமிர்ந்து நோக்கினாள். கள்ளம் இல்லாத அவள் முகம் அவளுக்கு ஒரு பாசம் உண்டாக்கியது.

"யாரம்மா நீ?" என்றாள் நலிந்த குரலில்.

"பக்கத்தில்தான் இருக்கிறேன். விபுல முனிவர் என் தந்தை யார்; என் பெயர் கல்யாணி."

"கல்யாணியா?"

அவளுக்குத் தன் பழைய தோழி மான்குட்டியின் ஞாபகம் வந்தது. அந்த விலங்கின் மருட்சி நிறைந்த விழிகளுக்கும் அச் சிறுமியின் விழிகளுக்கும் ஏதோ ஒற்றுமை இருப்பதாக அவள் கற்பனை செய்தாள். சூதுவாது அறியாத இச்சிறுமிக்கும் எதிர் காலம் எவ்வளவு இன்னல்களை மூடி வைத்துள்ளதோ...?

"கல்யாணி, எனக்கு உடம்பு அசௌக்கியம் என்று நீ எப்படி அறிந்தாய்?"

"காலவ அண்ணாதான் என்னை அழைத்து வந்தார். வேறுயாரும் உங்களுக்கு உதவிபுரிய மறுத்துவிட்டார்களாம். அண்ணா என்னைக் கூப்பிட்டார். அம்மாவிடம் சொல்லிக் கொள்ளாமல் வந்துவிட்டேன். ஆபத்துக் காலத்தில் உதவி செய்யாவிட்டால் என்ன இருக்கிறது?"

சின்னப் பெண் எல்லாம் தெரிந்தவள் போல் பேசியது மாதவிக்கு மகிழ்ச்சி அளித்தது. அவளுடைய மான் கன்றே மனித வடிவம் கொண்டு வந்து விட்டதோ என்றுகூட ஒரு கணம் நினைத்தாள்.

"அரண்மனையில் நான் ஒரு மானை வளர்த்தேன். மிகவும் அறிவு உள்ளது. தேரின் பின்னால் ஓடி வந்து மாண்டுவிட்டது. அதன் பெயரும் கல்யாணிதான் ..."

"ஐயோ பாவம்!"

"அதற்கு என் மேல் மிகவும் வாஞ்சை. என்னை விட்டு ஒரு வினாடிகூடப் பிரிந்திராது. நான் அஜாக்கிரதையாக இருந்து விட்டேன். தேருக்குப் பின்னால் ஓடி வந்த களைப்பால் – என் மடியில் தலையைச் சாய்த்துக் கொண்டு உயிர் விட்டது..."

"ஐயோ பாவம்!"

அரண்மனையில் கழித்த அந்த அழகான காலம் மாதவியின் கண்முன் எழுந்தது. கட்டும் காவலும் அற்ற அந்த வாழ்க்கை யுடன் நிகழ்காலத்தை ஒப்பிட்டால்? அவள் காலவனைக் கண்டது எந்தக் கெட்ட வேளையிலோ, தெரியவில்லை; அப்போ திருந்து அவளுக்கு அமைதி இல்லை.

"கல்யாணி, உன் அண்ணாவை வெகு நாளாய் அறிவாயா?"

"ஓ! அவர் என்னைத் தூக்கிக் கொண்டு சுற்றுவார். அவரோடுதான் நான் இருப்பேன்..."

சிறுமியின் மனத்தில் ஓர் ஐயம் எழுந்தது. மாதவியைப் பற்றி ஆசிரமப் பெண்கள் அவதூறு கூறியதை அவளும் கேள்விப் பட்டாள். மாதவியைப் பார்ப்பதற்கு முன்னால் 'எப்படியோ' இருப்பாள் என அவள் கருதினாள்; ஆனால் நேரில் கண்டதும் அவளுக்கு வியப்பாகிவிட்டது. இவ்வளவு இனிமையாகப் பேசுகிறவள் பாவம் செய்ய முடியுமா? அந்த மாதர்கள் சொன் னதுதான் பொய்யாக இருக்க வேண்டும் என்று அவளுக்குப் பட்டது; மாதவியிடமே கேட்கலாம் என நினைத்தாள்.

"அக்கா!"

இவ்வளவு நெருக்கமான உறவு வைத்து மாதவியை யாரும் அழைத்ததே இல்லை; அவள் புளகமுற்றாள்.

"என்னம்மா?"

"உங்களைப் பார்த்தால் மிகவும் நல்லவராக இருக்கிறீர்கள்... ஆசிரம ஸ்திரீகள் உங்களைப் பற்றி என்னவெல்லாமோ சொல் கிறார்கள்..."

"என்ன சொல்கிறார்கள்?"

"நீங்கள் நாலு கணவர்களை மணந்தீர்களாமே, உண்மையா அக்கா?"

மாதவிக்கு யோசனை ஆகிவிட்டது. சிறுமி நேர்மையாகக் கேட்டாள். ஆனால் அவளுக்கு விளங்கும்படி எவ்வாறு கூறுவது?

"கல்யாணி! நீ மிகவும் நல்ல பெண். உனக்கு நல்ல கணவ னாய் வாய்த்து நீ சுகமாய் வாழவேண்டும்!" என்று வாழ்த்தினாள் அவள். நல்ல கணவன் கிடைப்பதை விட பெண்ணுக்குப் பெரும் வாய்ப்பு வேறு என்ன? அவள் வேறு என்ன ஆசிதான் செய்வாள்? அவளுக்குத்தான் கணவன் என்றால் 'போதும்' என்று...

வெளியில் ஏதோ பேச்சு அரவம் கேட்டு, மாதவி கவனித்தாள்.

எம்.வி. வெங்கட்ராம்

"கல்யாணி இங்கே வந்தாளா?" என்று கேட்டது ஒரு பெண் குரல்.

"வந்தாள் – இருக்கிறாள்," என்று காலவன் பதில் கூறினான்.

"அவள் எப்படி இங்கே வந்தாள்?"

"அவளாக வரவில்லை; நான்தான் அழைத்து வந்தேன் ... குருபத்தினியாருக்கு ..."

"என்னிடம் கேளாமல் நீ எப்படி அழைத்து வரலாம்? கண்ட கண்ட பேருக்குப் பணிவிடை செய்ய அவள் என்ன வேலைக்காரியா!"

உள்ளே கல்யாணி நடுங்கினாள். ஐயோ, அம்மா வந்து விட்டாளே; என்ன செய்வாளோ?

அவளுடைய திகிலைக் கண்ட மாதவிக்குக் கிலி பிடித்தது; தன்னால் அந்த அறியாப் பெண் துன்புறுவாளே என்று வருத்தமும் உண்டாகியது.

அனுசுயை – கல்யாணியின் தாயார் – உள்ளே வந்தாள்; படுத்திருந்த மாதவியை வெறுப்புடன் நோக்கினாள்; மகளிடம் கேட்டாள்: "கல்யாணி, யாரிடம் கேட்டுக் கொண்டு இங்கே வந்தாய்?"

"அக்காவுக்கு ..."

"அக்காவா? அழகான உறவு பிடித்தாய். அடி பெண்ணே, இடம் கொடுத்தால் மடத்தையே பிடுங்குகிறாயே! பிராமணப் பெண்; நாளைக்கு ஒரு ரிஷி குமாரனைக் கட்டிக்கொள்ள வேண்டியவள்; இப்படி ஒழுக்கம் கெட்டவர்களுடன் இருந்தால் பார்க்கிறவர்கள் என்ன நினைப்பார்கள்? உன்னை அப்புறம் விற்பதுதான் எப்படி?"

"அம்மா, கல்யாணி ஒரு பாவமும் செய்யவில்லை; வீணாக..." என்று ஆரம்பித்தாள் மாதவி.

"நீ எனக்கு உபதேசம் செய்ய வந்துவிட்டாயா? வா, அம்மா, வா! நீ கெட்டதும் அல்லாமல் என் மகளை வேறு குட்டிச் சுவராக்கப் பார்க்கிறாயா? உன்னைப்போல என் மகளும் நாலு பேரைக் கலியாணம் செய்து கொள்ள ..."

காலவன் மறித்தான்: "வீண்பேச்சு எதற்காக? உங்கள் பெண்ணை அழைத்துக்கொண்டு போங்கள்."

"அடேயப்பா, பரிந்துகொண்டு வருகிறாயே? தெரியும் அப்பா தெரியும். இந்த மோகினிப் பித்து உன்னை இப்படி ஆட்டுகிறது! நீ பேசமாட்டாயா? இவளும் கைகாரிதான்.

நாலு பேரைக் கலியாணம் செய்துகொண்டு உன்னையும் கைக்குள் வைத்திருக்கிறாளே! அடி பெண்ணே, ஆசிரமத்துக்கு ஓடு; அங்கே வந்து உன்னைப் பேசிக் கொள்கிறேன்; மூன்று நாள் அன்னாகாரம் காட்டாவிட்டால் தானாகப் புத்தி வரும்!"

பரிதாபமாக மாதவியை நோக்கிவிட்டு வெளியில் போனாள் கல்யாணி! வந்த வேகத்திலேயே அவள் தாயும் திரும்பினாள்; போகும்போது அவள் விடவில்லை.

"அப்பா காலவா, குருதேவரும் வெளியே போய்விட்டார். குருபத்தினியாரை ஜாக்கிரதையாகக் கவனித்துக்கொள். உடம்புக்கு ஏதாவது வந்துவிடப் போகிறது அவளுக்கு!"

அவள் போய்விட்டாள்.

19

இனி உயர்வாய்!

– குருநாதர்

காலவன் திகைத்துவிட்டான். வாயிலுக்குப் போனான்.

உலகத்து ஊழல்களினின்றும் ஒதுங்கியவர்கள்; தூய தவ வாழ்வு மேற்கொண்டோர்; உலகத்திற்கு வழிகாட்டிகள்; கடவுளுக்கு அண்மையில் இருப்பதாகக் கூறிக்கொள்வோர் – இத்தகைய ஆசிரம ஸ்திரீகளின் போக்கு இப்படி இருக்கிறது!

அந்தக் கலைஞன் உசீநரனின் கூற்று மெய்தான்: 'அமானுஷ்யமான அல்லது அதிமானுஷ்யமான புத்தியும் சக்தியும் சிலருக்குக் கிடைத்து விடுகின்றன. அந்தப் புத்தியையும் சக்தியையும் அவர்கள் மனித இனத்தின் நன்மைக்குப் பயன்படுத்தாமல், துர்விநியோகம் செய்துவிடுகிறார்கள்.' மாதவி பெற்ற வரம் சாமான்யமானது அன்று; அதன் வாயிலாக அவள் சொர்க்க சுகத்தை எளிதாகப் பெறலாம்; ஆனால் விசுவாமித்திரரை ஒத்த மேதையினால் அந்த வரம் அவளுக்குச் சொர்க்கத்திற்கே நேரான வழி காட்டிவிட்டது. நெஞ்சிற்கு உரிய மதிப்பைத் தர அவர் தவறிவிட்டார். பெண்ணைச் சடமாகக் கருதுகிறார் முனிவர்; அவரை மறுக்க யாரால் இயலும்?

உள்ளே மாதவி பேசும் குரல் கேட்டு அவனுடைய கவனம் கலைந்தது; உற்றுக் கேட்டான். அவள் யாருடன் பேசுகிறாள்?

"கல்யாணி!"

தாயைக் கண்டு ஓடிய பேதை திரும்பி வந்துவிட்டாளா? ஆனால், எந்த வழியாக வந்தாள்? அவன்தான் அங்கேயே நிற்கிறானே?

அவள் தெளிவாகப் பேசினாள்: "கல்யாணி, வா. நீயும் நானும் தடாகத்திற்குச் சென்று நீராடி வரலாம். அங்கே யாரும் வரமாட்டார்கள் . . . இதற்கெல்லாம் வெட்கப்பட்டு முடியுமா? யாராவது வந்தால் ஓடிவிடலாம் . . ."

பதில் குரல் இல்லை; காலவன் மெதுவாக உள்ளே புகுந்தான்; அங்கு அவள் மட்டும் இருந்தாள். ஜ்வர வேகத்தில் பிதற்றுகிறாளோ என எண்ணி அருகில் சென்று கூப்பிட்டான்:

"தாயே!"

எழுந்து உட்கார்ந்து, திகில் நிறைந்த குரலில், "யார்?" என்றாள் மாதவி.

"நான் காலவன் – அம்மா!"

"ஐயையோ, இங்கேயுமா வந்து தொலைந்தீர்கள் . . . கல்யாணி, நீ பயந்தது உண்மைதான் . . . செத்தது நல்லது என்று நினைத்தேன்; செத்தும் சனியன் தொடருகிறதே!"

அவனுக்கு விளங்கியது; அவளுக்கு அந்தப் பழைய சித்தப் பிரமை!

"அம்மா, என்னைப் பாருங்கள். உங்கள் சிஷ்யன் காலவன் . . ."

"அதுதான் நன்றாகத் தெரிகிறதே! ஐயா, நான் செத்து விட்டேன்; உங்கள் மாதவி அல்ல . . ."

"நீங்கள் என் குருபத்தினியார் . . ."

"ஐயோ, ஐயோ, குருவாம், பத்தினியாம்! நான் இப்போது மான் ஆகிவிட்டேன், தெரியும் அல்லவா? என் கல்யாணியும் நானும் பயம் இல்லாமல் காடுகளில் அலைகிறோம்; இங்கும் வந்து என் உயிரை வாங்காதீர்கள்."

"அம்மா, கொஞ்சம் இந்த ஜலம் சாப்பிடுங்கள்."

"நீங்கள் கொடுத்துத்தான் நான் சாப்பிட வேண்டுமா? பக்கத்தில் நீரோடை இருக்கிறது; கல்யாணியும் நானும் அங்கே போய்த்தான் தண்ணீர் சாப்பிடுவோம்; பசித்தால் பூந்தளிர்களாகப் பொறுக்கி உண்போம் . . . கல்யாணி, வந்துவிடு; இவர் மிகவும் பொல்லாதவர்; குரு தேவர் சொல்லிவிட்டால் நம்மைப் பிடித்து அவருடைய ஆசிரமத்தில் கட்டிப்போட்டு விடுவார் . . ."

எதிரில் ஓர் உருவம் நிற்பது போலவே மேலும் மேலும் பேசிக் கொண்டிருந்தாள் அவள்.

அவளிடம் பேச்சுக் கொடுப்பதினால் பயன் ஒன்றும் இல்லை என்பதைக் காலவன் கண்டான்.

ஆனால் அந்த இடத்திலிருந்து அசையவும் மனம் வரவில்லை; தடுமாற்றமுற்ற அந்நிலையிலும் அவளுடைய வளர்ச்சி குறைய வில்லை. வானம் நிர்மலமாக இருக்கும்போதும் அழகாயிருக்கிறது; கார் முகில்கள் திரண்டு இடிக்கும்போதும் அழகாக இருக்கிறது. நிழல் பீடித்தாலும் நிலவின் அழகு அழகுதான்; நடுவிலுள்ள நிழல் அதன் அழகைக் குறைப்பதாக யாராவது கூற முடியுமா? மாதவியும் அப்படித்தான்; எவ்வளவோ இடையூறுகள் வாழ்க்கை யில்; ஆனால் சித்தக் கோளாறு ஏற்பட்ட நிலையிலும் – அவள் ஓர் ஆகர்ஷண சக்தி!

ஆனால் நிலவு அழகாக இருப்பதைக் கண்டவன் அதைத் தீண்டி இன்புற முயன்றால், முடிகிற காரியமா? அப்படியே முயன்று, அவன் நிலவை எட்டிவிட்டான் என்றாலும் அந்த அழகு 'ஸ்பரிசத்திலும்' இருக்கும் என்பது என்ன நிச்சயம்? தூரத்துப் பார்வைக்கு மலை மிருதுவாகத் தென்படுகிறது. நெருங்கித் தொட்டால்? பார்ப்பதற்கு என்னவோ நெருப்பு அழகாய்த்தான் இருக்கிறது; ஆனால் அதைச் சாப்பிட்டுச் சுவைக்க முடியுமா? மாதவியும் அப்படித்தான்; காலவனுக்கு அவள் நிலவு போல் எட்ட முடியாதவள்; நெருப்பு போல் கிட்ட முடியாதவள் . . .

ஆனால் நிலவு இயற்கையாகவே எட்டாத் தொலைவில் உள்ளது; நெருப்பும் தீண்ட முடியாது. மாதவி அவ்வாறு அல்ல; அவனுக்கு மிக எளிதில் கிடைத்திருக்க வேண்டியவள். வாழ்க்கை, இடையில் பல தடைகளை எழுப்பி, அவர்கள் ஒருவரை ஒருவர் அடையாதவாறு செய்துவிட்டது. நிலவையும் நெருப்பையும் இயற்கைக்கு மாறாகத் தொட்டோ அல்லது சாப்பிட்டோ ரசிக்க முடியாது; ஆனால் மாதவியின் விஷயத்தில் அவன் இயற்கையையே அடியோடு மீறி நடக்க வேண்டியதாக இருக்கிறது!

ஆம்; இயற்கையை எதிர்த்துப் போரிடுவதுதான் வாழ்க்கை. கண்டபடி அலையும் மனதைக் கட்டவேண்டும். இல்லாவிட் டால், மனித வாழ்வு மிருகப் பிராயத்தை எட்டிவிடும் . . .

ஆனால் அதற்குப் பதிலாக, இயற்கையோடு இயைந்த வாழ்க்கை மேல் அல்லவா? காடு தானாக வளர்ந்துள்ளது; அதை வெட்டி அங்கு ஆசிரமங்களை ஏற்படுத்துகிறார்கள். ஆனால் காடு வெட்ட உதவுவதும் இயற்கைதான். இயற்கையை

நம்மால் அழிக்க முடியாது; அதை நம் வழிக்குப் பயன்படுத்திக் கொள்ள வேண்டும். மனதைப் பற்றினவரையிலும் – அப்படித் தானே? அதைச் சலிக்கவிடக் கூடாது என்றால் – கயிறு கொண்டு கட்டி விட இயலுமா? இயற்கையான முறையில் அதை வசப்படுத்த முடியாதா?

இல்லை; மண், பெண், பொன் என்னும் மூவாசை நீர் வார்த்து, மனமரத்தை மனிதன் வளர்க்கிறான்; அது விஷக் கனிகளைத் தருகிறது; கடுமையான நியமம், அனுஷ்டானம், தபம் என்னும் அரிவாள்களைக் கொண்டு அதை அடியுடன் வெட்டி எறிய வேண்டும்; இல்லாவிட்டால் மனிதருக்கு உய்வு கிடையாது!

சிந்தனை செய்தவாறு அவன் வெளியில் வந்தான்; எதிரில் நின்றார் விசுவாமித்திரர்.

“இதற்குள்ளாகவா, சுவாமி!”

“ஆம், வந்துவிட்டேன்! நீ சௌக்கியம்தானே?”

அவர் கேட்டவிதம் ஒரு மாதிரியாக இருந்தது.

“உடம்பு . . . அசௌக்கியம் . . .”

“உனக்கா?”

“இல்லை . . . உம் . . .” ஆசிரமத்தைக் காட்டினான்.

“மாதவிக்கா?”

“ஆம்.”

அதை அவர் ஒரு பொருட்டாகக் கருதவில்லை; அமர்ந்து பேசினார்: “காலவா, இனி நீ உயர்வாய் என்பதை நிச்சயமாக அறிந்துவிட்டேன். எனக்குத் தெரியும், என்னிடம் உள்ள அச்சத்தினால்தான் இவ்வாறு மனோதிடம் பெற்றாய் என்று. அச்சம்தான் மனிதனின் முன்னேற்றத்திற்கு அடிப்படை . . .”

முன்னேற்றத்திற்கு ‘அச்சம்’ தவறான அஸ்திவாரம் அல்லவா? கானுறை விலங்குகளைக் கண்டு மனிதன் அஞ்சுகிறான். எதற்காக? அவை அவனைக் கொன்று விடும் என்னும் ஆபத்துக்காக. முன்னேற்றம் என்றால் ஆபத்து என்றா பொருள்? – அவன் கேட்க விரும்பினான்; ஆனால் அச்சம் காரணமாகவே அவன் வாய் அடைத்துவிட்டது.

“சரி, இனி அவளுக்கு என்ன செய்ய வேண்டும் என்று பார்க்கலாம்.”

இருவரும் உள்ளே போயினர். அவர் அவளுடைய உடலைக் குலுக்கி எழுப்பினார்.

“மாதவி!”

எதிரில் நின்றவர்களை அவள் கண்டு கொள்ளவில்லை.

“நான் யார் தெரிகிறதா, மாதவி?”

“தெரியுமே! யமதர்மன்.”

அவர் சிரித்தார்.

“நான் செத்துவிட்டேனே?”

“காலவா, கொஞ்ச நேரம் இங்கே இரு; இதோ வருகிறேன்.”

வெளியில் சென்றவர், ஏதோ சில பச்சிலைகளுடன் திரும்பினார் . . .

அவர் கொணர்ந்த பச்சிலைகளினாலோ, அல்லது தவவலியாலோ அவள் சில நாட்களில் குணமாகிவிட்டாள்.

• • •

குணமானதும், மாதவி அவர் முன்னிலையில் கரம் குவித்துத் தலை குனிந்து பணிவாகக் கூறினாள்:

“சுவாமி, என்னைப் பைத்தியக்காரியாகவே இருக்கும்படி அருள் செய்யுங்கள். அந்த நிலையில் எனக்கு ஒருவித கவலையும் தெரியாமாலிருக்கிறது.”

அப்சரசை ஒத்த அழகி உருக்குலைவதைக் காண அவருடைய மனமும் கலக்கமுற்றது போலும்.

“மாதவி, நீ சொல்வது உண்மைதான். நீ பிறந்ததே பெரும் தவறு என்று தோன்றுகிறது. அற்புதமான அழகு உலகில் அனர்த்தத்தை விளைவிக்கிறது. உன் கன்னிப் பருவம் கசடுறாது என்று முனிவர்கள் அளித்த வரம் இயற்கைக்கு விரோதமானது; புலன்களை நிலைகுலையச் செய்யும் உன்னுடைய பேரெழிலுடன் அந்த வர பலத்தால் அழிவுறாத இளமையும் சேர்ந்தால் – இந்த உலகம் தாங்காது. அதனால்தான் விதி உன் பாதையில் இவ்வளவு இடர்களை எறிந்தது போலும்! ஆரம்பத்தில் என் மாணவன் உன்னால் சிற்றின்பத்தில் ஆழ்வான் என்ற எண்ணத்தோடுதான் நான் குறுக்கிட்டேன்; ஆனால் நானும் விதியின் கைப்பாவை ஆகிவிட்டேன. மாதவி, ஏளனம் செய்கிறேன என்று நினைக்காதே; உன்னைக் கொடுமையாக நடத்துவதாயும் நினைக்கிறாய். ஆனால் உண்மையாக உன் அழகு என்னையும் சற்று மயக்கிவிட்டது.”

மாதவி கொஞ்சமும் வியப்படையவில்லை.

“தபஸ்வியான நான் மோக வசமானது தவறுதான். ஆனால், எல்லோரையும், எல்லாவற்றையும் இயக்கும் மகா சக்திக்கு முன் நான் ஒரு துரும்பு.”

கௌசிகர் மீண்டும் மொழிந்தார், சிறிது சிந்தித்து.

"சந்ததி உற்பத்தி ஆனதும், நான் உன்னை அனுப்பி விடுகிறேன். உங்களுக்கு இடையில் நான் குறுக்கிடவில்லை."

• • •

ருது ஸ்நானம் முடிந்ததும்...

ரிஷி கர்ப்பம், ரிஷி பிண்டம்...

அஷ்டகன் என்னும் பெயர் சூட்டப்பெற்ற பாலகன் பிறந்தான், தபஸ்வித் தம்பதிகளுக்கு.

20

வாழ்க்கை வாய் கொடுத்தது

– மாதவி

மீண்டும் மாதவி கன்னிகை ஆகிவிட்டாள். சிசுவை விசுவாமித்திரரிடம் ஒப்படைத்து விட்டு, மீண்டும் காலவனுடன் புறப்பட்டாள். ஆசிரமம், ஆசிரம வாயிலில் நின்று ஏளனம் புரியும் ஸ்திரீகள், அதிசயம் ஒன்றுமே நிகழவில்லை போல் அமைதியாக நின்ற ஆசிரியர் எல்லோரும் பின் விழ, அவ்விருவரும் தனிமை பெற்றனர் மீண்டும்.

சுமார் ஐந்து ஆண்டுகளுக்கு முன்னால் இவ்வாறுதான் அவர்கள் வாழ்க்கை யாத்திரை தொடங்கினார்கள்; அப்போது நிச்சயமற்றதாயினும் எதிர்கால இருளில் சில ஒளிக்கோடுகள் மின்னின. மதாளித்திருந்தன மாதவியின் அங்கங்கள் அனைத்தும். மதம் கொண்ட யானையின் காலடியில் நசுக்குண்ட கரும்புகளிலிருந்து சாறு சுரப்பது போன்று, துன்பங் களிலிருந்து ரசம் பிழியலாம் என்ற நம்பிக்கையுடன் மூச்சு மூச்சாக எடுத்துச் செலவழித்தாள். ஆனால் இப்போது இனி ஒன்றுமில்லை. 'நான் பெண்; காலவ முனிவரை வசீகரித்துவிட்டேன்,' என்ற பெருமிதம் அவளுக்கு இருந்த காலம் போய்விட்டது; 'நான் பெண்ணாக இவ்வுலகில் நடமாடுகிறேன்,' என்ப தையே அவள் இப்போது மறக்க விரும்பினாள். அவளுடைய நம்பிக்கை அஸ்தமித்துவிட்டது . . .

காலவனுடைய வாய் மாத்திரம் அன்று, நெஞ்சும் பிடிவாதமாக மௌனம் சாதித்துக்

கொண்டிருந்தது; இந்த மௌனம் செயலாற்றுவதற்கு முன்னணி யான மௌனம் அல்ல; என்றும் செயலற்ற மரண மௌனம். இத்தகைய தனிமை பெறும் பொருட்டு அவன் தவித்த காலம் உண்டு; இப்படி பிரதிஷ்டா நகரத்துக்குத் திரும்பும் காலம் இன்ப நாட்டுக்குத் திரும்பும் காலம் என்று அவன் எண்ணியதும் உண்டு; வாழ்க்கையின் மறுமலர்ச்சிக் காலம் அது என்று அவன் அதை ஆவலுடன் எதிர்பார்த்தான்; ஆனால் மறுமலர்ச்சி நேருவதற் குள் மரமே வாடிவிட்டது. இரு கரையும் முட்டிப் புரண்டு ஓடும் என அவன் கற்பனை செய்த வாழ்க்கை நதி மணலாக மாற்றம் கொண்டது. மிக்க அழகு வாய்ந்தது என நம்பி இடையில் வந்த ஊறுகளைப் பொருட்படுத்தாது அவன் மேலும் மேலும் பறந்தான் நீலவானை நாடி; எட்டி எட்டிச் சென்றதும் அன்றி, ஓர் 'இன்மை'யே ஆகிவிட்டது அது; 'இன்மை' ஆனதும் அன்றி, சராசரங்கள் எல்லாம் அதிரும்படியாக இடிமுழக்கம் அதிலிருந்து எழுந்தது! அவன் ஆரம்ப ஸ்தானத்திலேயே திரும்பவும் வந்து விழுந்தான்; மாதவியையும் அந்த ஸ்தானத்துக்கு மீட்க...

"சுவாமி, இப்போது நீங்கள் மேற்கொண்ட வேலை முடிந்து விட்டது; இனி உங்களுக்கும் ஆசிரியருக்கும் யாதொரு தொடர்பும் இல்லை; ஆகையால்..."

அவனுடைய வாக்குறுதியை அவள் நினைவூட்டினாள். அவளுக்கு நம்பிக்கை இல்லை; 'குருபத்தினி' என்ற காரணம் காட்டுவான் என்பதையும் அறிவாள். இருப்பினும் அவள் கேட்டு வைத்தாள். தெய்வாதீனமாக அவன் ஏற்றுக் கொண்டால்?

அவனோ அக்கேள்வியைப் பீதியுடன் எதிர்பார்த்தான்; அவள் கேட்காமல் இருக்கவேண்டும். தானாக விஷயத்தை உணர்ந்து மௌனமாக இருக்க வேண்டும் என்று மனத்திற்குள் பிரார்த்தித்துக் கொண்டான். ஆனால் அவள் கேட்டுவிட்டாள்.

"மாதவி!" அவளைப் பெயரிட்டு அழைக்க அவன் தயங்க வில்லை. "நான் எவ்விதமான தளைகளால் கட்டுண்டிருக்கிறேன் என்பதை நீ உணர்ந்திருப்பாய். நான் விளக்கம் அளிக்க வேண்டும் என்று எதிர்பார்க்கிறாயா? அன்னை என்னும் முறை வைத்துப் பழகிவிட்டேன். கன்னி ஆயிடினும், உன் சரீரம் அவருடைய ஸ்பரிசத்துக்கு வசமானது என்பதை நான் எப்படி மறக்க முடியும்? தாய் – மைந்தன் என்றிருந்த உறவு..."

"மனைவி – கணவன் என்ற உறவாக மாறுவது முடியாத காரியம் என்கிறீர்கள். நான் வேறு மூன்று அரசர்களை மணந்த போது என்னைத் தங்கையாகப் பாவித்திருப்பீர்களே; 'தங்கை – தமையன்' என்ற உறவுமட்டும் 'மனைவி – கணவன்' என்பதாக மாறும் என்று நினைத்தீர்களா?"

எம்.வி. வெங்கட்ராம்

வாழ்க்கை அவளுக்கு வாய்கொடுத்து விட்டது. பூர்த்தியாகாத காதல் தெய்வலோகத்தில் சஞ்சரிப்பதை விடுத்து அசுரவுலகில் புகுந்துவிட்டது. அவள் காலவனை நேசித்தாள். அவன் கூறியதை நம்பி, தன் உடலைப் பிறரிடம் அடகுவைத்தாள்; ஆனால் அவன் அடகுவைத்த பொருளை மீட்பதற்கும் வகையற்றவன் என்பதைக் கண்டு கொண்டாள்.

"நீ சொல்வது தவறு; மணமாகாத பெண்களுடன் சகோதர பாவத்துடன்தான் பழகுகிறோம்..."

அவள் சீறினாள்: "நீங்கள் அந்த பாவத்துடன்தான் என்னிடம் பழகினீர்களா?"

தவறாக வாதாடி அவளைத் திருப்தி செய்ய இயலாது என்று காலவன் அறிந்தான்; குறைவான குரலில் கூறினான்: "மாதவி, என்னை நீ மன்னிக்கவேண்டும். மனம் ஒப்பி உன்னைக் கைவிடவில்லை. என் வேதனை உனக்குத் தெரியும்..."

அவள் இளகிவிட்டாள்; ஆனால் அவன்மீது அவளுக்கு உள்ள கசப்பும் ஆத்திரமும் குறையவில்லை; ஏனெனில் அவளுக்கு அவன்மீது அமிதமான அன்பு இருந்தது.

• • •

பொழுதுகள் பல புலர்ந்து, புலம்பி, ஓடின, அவர்கள் பிரதிஷ்டா நகரம் அடைவதற்குள்.

மாதவியை யயாதியிடம் ஒப்படைத்து, நன்றி செலுத்தி விட்டுக் காலவன் போய்விட்டான்.

21

உனக்குச் சுயம்வரம்!

– யயாதி

புதல்வி திரும்பிவந்ததை ஒரு விழாவாகக் கொண்டாடினார் யயாதி. அந்தணர்களுக்குத் தனமும் தானியமும் பசுவும் பூமியும் தானம் செய்தார். வறியர்களுக்கு அன்னமும் ஆடையும் வழங்கினார்.

மன்னவரின் மகள் மகத்தான காரியத்தை நிறைவேற்றி வந்தாள் என்ற நினைப்பினால் நகரம் முழுவதும் குதூகலத்தில் ஆழ்ந்தது.

அரண்மனையில் ஆர்ப்பாட்டம் அடங்கியதும் யயாதி மாதவியைக் காணச் சென்றார். அவள் திரும்பியபின் சாவகாசமாகப் பேச நேரமில்லை. உயிருடன் மீளுவாளோ மாட்டாளோ என அவர் கவலைப்பட்டுக் கொண்டிருந்த செல்வி மீண்டதுபற்றி மகிழ்ச்சி; மாதவி தெய்வப் பிறவி, தியாகத்தின் பெண்ணுரு, மாங்கல்யரூபிணி, அவள் தமக்குப் பெண்ணாகக் கிடைத்ததே பெரும் பாக்கியம் என்று அவர் கருதினார். சிறிது நேரம் அவளுடன் தனியாக உரையாட விரும்பினார்.

ஆனால் வெளியே நடக்கும் கோலாகலங் களுக்கும் அவருடைய இறுமாப்புக்கும் காரணமான மாதவியின் தோற்றம் அவருக்குத் திகைப்பு உண்டாக்கிவிட்டது.

"மாதவி, முனிவர்களின் விருப்பத்தை நிறைவேற்றித் தேவர்களுக்குப் பிரீதியான பெரிய காரியம் செய்துவிட்டாய். அந்தணர்கள் அளித்த வரம் உனக்கு இம்மைக்கு மட்டும் அல்ல; மறுமைக்கும் ஓர் உன்னத ஸ்தானம் வாங்கிவிட்டது. என் செல்வியால் எனக்கு இவ்வளவு பெருமை கிடைத்தது என்று நான் பூரிப்புக் கொள்கிறேன். ஆனால் உன்னைப் பார்த்தால் ஏதோ கவலையாக இருக்கிறாய்; உனக்கு என்ன அம்மா கவலை?"

"நீங்கள் இருக்கும்போது எனக்கு என்ன கவலை அப்பா?"

"நீ பொய் சொல்கிறாய்!"

"பெண்ணே பொய்தானே அப்பா!"

ராஜரிஷி விம்மிதமடைந்தார்; அதற்கு முன்னால் அவள் இவ்வாறு பேசியதில்லை!

"பெண் பொய் என்று யார் கூறினார்கள்? பெண் – அன்னை, தெய்வம்."

"ஆமாம், தெய்வம்தான்; நெருப்பாக எரியும் தெய்வம்; காற்றாகத் தள்ளாடும் தெய்வம்."

"உன் தந்தையிடமா இப்படிப் பேசுகிறாய் மாதவி? உள்ளத்தில் உள்ளதை வெளிப்படையாகக் கூறினால்தானே என்னால் ஏதாவது செய்யமுடியும்?"

தகப்பனார் குழைந்துப் பேசுவதை அவளால் தாளமுடிய வில்லை; அறம் என்று தாம் உறுதியாக நம்புவதைச் செய்கின்ற அவருக்கு அவள் வேதனை எப்படிப் புரியும்? அவரிடம் கசந்து கொள்வதால் என்ன பயன்? ஆகையால், மாதவி தணிந்தாள்.

"அப்பா, உங்கள் மனம் நோகும்படி நான் ஏதாவது சொல்லி யிருந்தால் என்னை மன்னியுங்கள்."

அவளுடைய முதுகைத் தடவியவண்ணம் அவர் கேட்டார். "உன்னைப் பீடித்திருக்கும் வேதனை என்னவென்று என்னிடம் சொல்லக் கூடாதா? நான் என்ன அன்னியனா?"

அன்னியனாக இருந்தால் அவளுக்கு இவ்வளவு துன்பம் ஏது? அவள் அதைக் கேட்கவில்லை.

"நான் என்ன அப்பா சொல்லட்டும்? முனிவரின் விருப் பத்தைப் பூர்த்தி செய்துவிட்டேன். ஆனால் அதனால் எனக்குப் பெரும் துயரம் உண்டாகிவிட்டது ..."

"மகாத்மாக்களின் செயல்பற்றி இவ்வாறு பேசக்கூடாது அம்மா!"

“பேசக்கூடாது; ஆனால் பேசும்படியாகத்தானே இருக்கிறது அவர்கள் தன்மை? நான் உலகத்தைப் பார்த்தேன், அப்பா! மனிதர்கள் விலங்குகளைக் காட்டிலும் அற்பர்களாக இருக்கின் றார்கள். மனித நடமாட்டமே இல்லாத கானகத்தில் தபஸ்வினி யாகக் காலம் கழிப்பதே சிறப்பாக எனக்குத் தோன்றுகிறது, அப்பா. நான் ஏதாவது வனத்துக்குப் போகட்டுமா?”

“நீயா? தபஸ்வினியாகவா? வனத்துக்கா?”

“ஆம், இன்னமும் நான் அறியாப் பெண்ணா?”

“இல்லாமல் – நீ என்ன கிழவியா?”

“நான் கிழவிகூட இல்லை! அதைவிட அதிகமாகவே எனக்குக் காலமாகிவிட்டது. நான் வாழ்ந்து முடிந்துவிட்டேன்; இனி எனக்கு வாழ்வு கிடையாது; நான் மூச்சுவிடலாம்; உணவு உட்கொள்ளலாம்! ஆயினும் நான் பிணம்தான் . . .”

ஐந்து ஆண்டுகளுக்கு முந்தைய மாதவி இவ்வார்த்தைகளை மொழிந்திருந்தால் அழுதிருப்பாள். ஆனால் இப்போதைய மாதவி உணர்ச்சியின் எழுச்சியைத் தாங்கவில்லையாயினும், கண்ணீரும் விடவில்லை. ஆற்று மணலைத் தோண்டியவுடன் ஜலம் ஊற்றெடுக்கிறது; வீதி மண்ணைத் தோண்டினால் – வெகுநேரம்வரை மணல்தானே கிடைக்கிறது? அவளுடைய உள்ளம் சாரமற்றுவிட்டது.

“சின்னஞ் சிறுபெண் நீ! உனக்கு இவ்வளவு விரக்தி ஏற்படும் படி என்னதான் நடந்துவிட்டது, நீ நான்கு கணவர்களை மணந்திருக்கலாம்; ஆனாலும் நீ புனிதமானவள்தானே? நீ நித்ய கன்னி; உனக்கு அதர்மம் ஏது; பாவம் ஏது?”

“நீங்கள் இப்படிச் சொல்லலாம். ஆனால் ரிஷி பத்தினி களையும் புத்திரிகளையும் கேளுங்கள். அவர்கள் சொல்வார்கள் நான் விபசாரிதான் என்று. என்னுடைய இந்த உடலைத்தான் நான்கு கணவர்கள் தீண்டினார்கள். அப்படி இருக்க நான் கறையற்றவள் எனக் கூறுவது எப்படி? இந்தக் களங்கத்தைக் கழுவுவதற்காகத்தான் நான் தபஸ்வினியாகக் காலம் கழிக்க விரும்புகிறேன் . . .”

அவள் மனமறிந்து பொய் பேசினாள்; மிகப்பெரிய பொய் யான உலகைவிடுத்து ஓடுவதற்காக ஒரு சிறு பொய் சொல்வதால் தவறு இல்லை என எண்ணினாள் போலும்!

“யார் எது கூறினாலும் சரி; உனது ஆத்மா தூய்மையானது. தெய்வீகமானது. சில வருஷங்கள் வெளி உலகில் உழன்றதால் அயர்ந்திருக்கிறாய். ராஜபோகம் உனக்காகக் காத்திருக்கிறது, நீ ஓர் அரசகுமாரனை மணந்து . . .”

"எனக்கு மறுபடி மணமா? எனக்கு மறுபடி மணமா!"

"ஏன், அதில் என்ன தப்பு? உன்னை மணக்க மனிதர்களில் சிறந்தோரும், தேவர்களும், யட்சர்களும், கின்னரர்களும், கந்தருவர்களும் விரும்புவார்கள். நீ யயாதியின் புத்திரி என்பதை மறந்து விடாதே. உனக்கு சுயம்வரம் ஏற்படுத்துகிறேன். பிரியமான வரனைத் தேர்ந்து மாலைசூட்டு; வாழ்க்கை இன்பங்கள் அத்தனையும் பெறலாம்."

"வேண்டாம், எனக்கு மணமே வேண்டாம்; ஆடவர்களின் தொடர்பே வேண்டாம்..."

அவளுடைய கவலையை மாற்றுவதற்குச் சுயம்வரம் தவிர்த்துப் பிறிதொரு வழி இருப்பதாக அவருக்கும் தெரிய வில்லை. அவளுடைய மணாளர்களில் யாராவது ஒருவன் அவளைக் கொடுமையாக நடத்தியிருக்கலாம்; அதனால் அவள் ஆண் மக்களை வெறுக்கத் தொடங்கி இருக்கலாம். அவளுடைய இந்த எண்ணம் தவறானது என்பதை விளக்கி அவளை இல்லறத்தில் இணைத்து ராஜபோகத்தில் ஆழ்த்திவிட்டால். அவள் இன்புறுவாள் என்று எண்ணினார் ராஜரிஷி.

"அம்மா, யாராவது ஓர் ஆடவன் உன்னைக் கேவலமாக நடத்தியிருக்கலாம். அதற்காகப் புருஷர்கள் எல்லோரையுமே திரஸ்கரிக்கலாமா? சுயம்வரத்தில் உன் மனத்திற்குப் பிடித்த மணாளனைத் தேர்ந்துகொள். உனக்குச் சகல சௌபாக்கியங்களும் கிட்டும்."

அவளுடைய மறுமொழியையும் கேளாமல் சென்றுவிட்டார் யயாதி.

சில நாட்களுக்குள் ராஜரிஷி ராஜகுருவுடன் ஆலோசனை செய்தார். சுயம்வரத்திற்காக ஒரு சுபதினம் குறித்தார்; தூதுவர்கள் மூலம் நாடு எங்கணும் உள்ள அரசர்களுக்குச் செய்தி அனுப்பினார்; நகரத்திலும் மன்னர்பிரான் மகளுக்குச் சுயம்வரம் என்று முரசு முழக்கத்துடன் பிரகடனம் செய்யப்பட்டது.

தமது மகளுக்கு விரைவாக இன்பம் கிடைக்க வேண்டும் என அவர் துடிதுடித்தார்; சுயம்வரத்துக்கான ஏற்பாடுகள் சுறுசுறுப்பாக நடந்து கொண்டிருந்தன.

அவர் இவ்வளவு அவசரமாகச் செய்வார் என்பதை எதிர்பாராத மாதவி துணுக்குற்றாள்; அதை எப்படியும் தடை செய்துவிட வேண்டி தந்தையை வரவழைத்தாள்.

"சுயம்வரத்திற்கு நாள் வைத்துவிட்டீர்களாமே அப்பா?"

நித்ய கன்னி

"எல்லாம் உன்னுடைய நலத்துக்குத்தான்."

"நான் பாபிஷ்டையாக இருந்தும் ..."

"பாபம் உன்னை நெருங்கவும் முடியாது."

"நீங்கள் நினைப்பது தவறு. உங்களுடைய புத்திரியான என் மனதும் மாசுள்ளது என்பதை வெட்கத்துடன் ஒப்புக் கொள்கிறேன் ..."

"இருக்க முடியாது ..."

"கன்னிகையாக இருந்தபோதே நான் ஒருவர்மீது ஆசை கொண்டேன்; அவரை நான் இன்னும் மறக்கவில்லை. இது களங்கம் – பாவம்தானே?"

"நீ மணந்த நான்கு பேரில் ஒருவர் மீது நீ மோகம் கொண்டிருக்கக் கூடும்; அவரே இந்த சுயம்வரத்தில் பங்கெடுத்துக் கொள்ளலாம். அவருக்கே நீ மாலை சூட்டிவிட்டால் ..."

"இல்லை, நால்வருக்கு முந்தியே நான் ஒருவருக்கு அடிமைப் பட்டுவிட்டேன். அவர் சுயம்வரத்தில் கலந்து கொள்ள முடியாது."

"யார் அவர்?"

"சிஷ்யதர்மத்தைப் பிடிவாதமாகக் காப்பாற்றியவர் ..."

"காலவரிஷியா? அவரையும் அழைத்து ..."

"வரமாட்டார்; குருதேவரின் விருப்புக்கு விரோதமாக நடக்கமாட்டார். அப்படியே அவர் வந்தாலும் நான் அவருக்கு மாலையிட மாட்டேன்!"

"நீ பேசுவதெல்லாம் விசித்திரமாயிருக்கிறது."

"அதனால்தான் வனவாசம் செய்ய ஆசைப்படுகிறேன்."

"உனக்கு இன்பம் தேடித்தர வேண்டியது என் கடமை. மணம்புரிந்து, மக்களைப் பெற்று அகவிளக்காய் வாழ வேண்டியது உன்னுடைய கடமை. என் கடமையை நிறைவேற்றியே தீருவேன். கலியாணமானால் உன் மனமும் சரியாகிவிடும் ..."

"ஆனால் மனக்கறை உடையவளை, மணம் செய்து தருவது ..."

"வரபலம் உன் அறத்தைக் காக்கிறது, மணமானால் மகிழ்ச்சி காணலாம். மாதவி, பைத்தியக்காரியாக ..."

"இந்தச் சுயம்வரம் கூடாது என்பதற்கு அதுவும் ஒரு காரணம் ..."

எம்.வி. வெங்கட்ராம்

"எது?"

"நான் பைத்தியக்காரி என்பது. எனக்கு அவ்வப்போது பைத்தியம் பிடிக்கிறது... இக்கோளாறு உள்ள பெண்ணை மனம் புரிவித்தால் ஏமாற்றுவதாகாதா?"

யயாதி நம்பவில்லை. நகைத்தார். காலவனிடம் உள்ள மையலினால் சுயம்வரத்தைத் தடுக்கவேண்டியே இவ்வாறெல் லாம் அவள் பேசுகிறாள் என்று முடிவு செய்தார்.

"நீ பைத்தியக்காரியா? உன்னுடைய பைத்தியத்தைத் தெளிவிக்கும் வழி எனக்குத் தெரியும். மாதவி, எப்படியும் நீ சுகம்பெற வேண்டும் என்பதுதான் என் ஆவல்!"

சுகம் என்பதைத் தம் தலையிலுள்ள மகுடம்போல் மலிவான பொருள் என அவர் கருதினார் போலும்!

ராஜரிஷி எழுந்தார். அவர் தர்மராஜ்யத்தின் அரசர்; குடிமக்களைத் தம் சொந்தக் குழந்தைகளாகப் பாவிக்கிறவர். சொந்த அலுவல்களுக்காக அதிகநேரம் உட்கார்ந்து பேசிக் கொண்டிருக்க அவருக்கு நேரம் ஏது?

22

நானா வழிகாட்டி?

– உசீநரன்

யயாதியிடம் மாதவியைச் சேர்த்ததும் தன் நெஞ்சிலிருந்து பெரும்சுமை கீழிறங்கிவிடும் எனக் காலவன் எதிர்பார்த்தான்; ஆனால் அவன் உள்ளத்தில் சமைந்த அவளுடைய சிலை அவனை இன்னும் வலுவாக அமுக்கியது.

எங்கே போவது, என்ன செய்வது என்று புரியவில்லை; கானகம் சென்று தவம் இயற்றினால் ஆறுதல் கிடைக்கலாம். ஆனால் மனம் தவத்தை நாடவில்லை. ஊர் ஊராகச் சுற்றலாம்; சுற்றுவதால் நிம்மதி ஏற்படாது. யாராவது ஒரு பெண்ணை மணந்து இல்லறம் நடத்தலாம்; ஆனால் அந்தப் பெண் மாதவியாக இருக்க மாட்டாள்!

அவனுடைய சிந்தனை எங்கெங்கோ ஓடியது; ஆனால் கால்கள் போஜ நகரம் உள்ள திசையில் நடந்தன. கலைஞன் உசீநரன்தான் அவனுக்கு அமைதியைக் காண்பிக்க முடியும்; அவன் உடலும் உள்ளமும் உறுதியாக நரனை நம்பின.

போஜராஜன் அவனைக் கண்டதும் மீண்டும் ஏதோ விபரீதம் என ஊகித்தான்; விவரம் அறிந்ததும் கொதித்தெழுந்தான்.

"ரிஷி சிரேஷ்டரே, நீங்கள் எல்லோரும் மனித வேட்டை ஆடப் பிறந்தவர்கள். ரிஷிகள் என்றும்

யோகீசுவரர்கள் என்றும் பெரும் போர்வை போர்த்துக்கொண்டு மனிதர்களிடை நடமாடும் துஷ்ட மிருகங்கள்!"

காலவன் பேசவில்லை.

"வாழ்க்கையை, ஒன்று, ரசிக்க வேண்டும்; முடியாவிட்டால், அதைத் துறந்து காட்டுக்கு ஓடிவிட வேண்டும். காட்டுக்கு ஓடியவர்கள் சமூக வாழ்க்கையில் குறுக்கிட விரும்புவது – விறகு வெட்டி பூச்செடியைக் கோடரியால் தொடுவது போலத்தான்!"

"ஆசிரியர் இவ்வாறு செய்வார் என்று நான் எதிர்பார்க்க வில்லை . . ."

"நீங்கள் இவ்வாறு செய்வீர்கள் என்று நானும் எதிர்பார்க்க வில்லை; மாதவிக்கு வாழ்வு தருவீர்கள் என நம்பினேன்; ஆனால் நீங்கள் அவளைப் பொசுக்கித் தீய்த்துவிட்டீர்கள்!"

காலவனின் விழிகளில் நீர் பெருகியது.

நரன்தான் பேசினான்: "உங்களை மட்டும் குறை கூறுவதால் பயன் இல்லை. அந்த ராஜரிஷி – ராஜயோகி யயாதிதான் இத் தவறுகளுக்கு எல்லாம் மூலகாரணம். கடவுளை அடைய விரும்பு கிறவர்கள் பெண்ணைப் பலியிட்டா அவரை அடைய வேண்டும்? அறத்தைக் காப்பதற்காக ஜீவவதையா செய்ய வேண்டும்? தர்மத்திற்கும் ஜீவனுக்கும் உள்ள சம்பந்தத்தைக் கவனிக்காமல், அறத்தை வறட்டுப் பழக்க வழக்கங்களின் ஒரு குவியல் என நினைத்ததால் விளைந்த கேடு இது. ராஜரிஷி! ராஜயோகி! கானகம் சென்று, கனி வகைகளை உண்டு மர நிழலில் ஆசிரம வாசம் செய்ய அவர் ஏன் போகக் கூடாது? குடும்பம் என்றால் வெறும் மரம், வேண்டாத கிளைகளை வெட்டித் தள்ளுவதால் தீங்கு இல்லை என்று அவர் நினைத்தார் போலும்!"

காலவன் மெதுவாகக் கேட்டான்: "உசீநரா, நீ என்ன சொன்னாலும் நான் கேட்க வேண்டியவன்தான் . . . என் மனத் திலும் எரிமலையின் ஜ்வாலை வீசுகிறது என்பதை நீ அறிவாய்; இதை அணைப்பதற்கு நீதான் வழி காட்ட வேண்டும்."

"நான் உங்களுக்கு வழி காட்ட வேண்டுமா? உங்களுடைய குருபகவான் இருக்கிறார். அவரைப் போய்க் கேளுங்கள்; அவர் உங்களுக்கு வழி காட்டுவார். அந்த ராஜரிஷியைக் கேளுங்கள்; அவர் வழி காட்டுவார் . . ."

"அவர்கள் காண்பித்த வழியே என்னால் போக முடிய வில்லை; ஆகையால்தான் உன்னை அணுகினேன்."

"இல்லை, அவர்கள்தான் உங்களுக்குச் சரியான வழிகாட்டி கள். ஆத்மாவின் இருப்பு அறிந்து, அதை உயர்த்திக் கொண்ட

வர்கள் – ஹிருதயத்தை ஒரு பொருளாகக் கருதமாட்டார்கள். ஹிருதயம் உயராமல், ஆத்மா உயராது என்று சொன்னால் அவர்கள் அதைக் கவனிக்க மாட்டார்கள். அழகு அநித்யம், பொய் என்று கூறுவார்கள்; ஆனால் தங்கள் நலனை எண்ணி அதைப் பயன்படுத்திக் கொண்டு, பிறகு குப்பையில் எறிந்து விடுவார்கள். பெண்ணைத் தெய்வம் என்பர்; அவளைப் பீடத்தில் அமர்த்தி, அதனுடன் அறைந்து பொருத்திவிடுவர், அசைய முடியாதபடி. தெய்வம் அல்லவா? அசையக்கூடாது அல்லவா? அவர்கள் கடவுளைக் கண்டவர்கள்; அவரை நெருங்கிவிட்ட வர்கள்: அவர்கள்தான் மனிதனுக்கு வழிகாட்டிகள்; ஆகையால் நீங்கள் அவர்களை நாடித்தான் யோசனை கேட்கவேண்டும்...”

மேலும் மேலும் தாக்குண்டதால் காலவன் நிராயுதபாணி ஆனான். “எனக்கு அவர்களிடம் நம்பிக்கை கிடையாது.”

“அவர்களைத்தான் நீங்கள் நம்ப வேண்டும். நான் யார்? கேவலம் ஒரு கலைஞன். என் ஆத்மா தூய்மையானது என்றுகூட அவர்கள் ஒப்புக் கொள்ள மாட்டார்கள்; ஏன் என்றால் நான் வாழ்க்கையுடன் ஒருமை ஆகிவிட்டேன். கலைதான் எனக்கு ஆத்மா; ஹிருதயம்தான் எனக்குத் தெய்வம். நான் பாவமே அறியாதவன் என்றால், அகந்தையின் சிகரம்; பாபத்தின் மூர்த் தீகரம் என்று என்னை இகழ்வார்கள்; ஏன் என்றால் நான் வாழ்க்கையை நேசிக்கிறேன். அவர்கள் அதை வெறுக்கிறார்கள்! அவர்களைக் கேளுங்கள்; வானுலகம் செல்லும் ராஜபாட் டையைக் காட்டுவார்கள்... உங்கள் குருதேவரின் கட்டளை போல் செய்யுங்கள். தபஸ்வியாகிப் பரம்பொருள் தேட்டத்தில் ஈடுபட்டால், இகத்தில் இல்லாவிடினும் பரத்திலாவது பேரின்பம் கிடைக்கும்.”

“இனி என்னால் தவம் செய்ய முடியாது.”

“முடியும், நன்றாக முடியும்; உங்களைப் போன்றவர்கள் சாந்தி பெறுவதற்கு அதைத் தவிர்த்து வேறு வழியில்லை.”

வாயிற் காவலன் உள்ளே வந்து, பணிந்து, யயாதியிடமிருந்து தூதுவன் ஒருவன் ஓலை கொணர்ந்திருக்கும் செய்தி அறிவித்தான்.

‘யயாதியின் தூதன்’ என்றதும் காலவன் ஐயம் கொண்டான்; மாதவியை உசீநரனுக்கு ...?

அனுமதி பெற்ற தூதன் உள்ளே வந்து நரனிடம் ஓலை ஒன்றைக் கொடுத்தான். சந்திரகுல சிகாமணி யயாதிச் சக்கர வர்த்தியின் திருவளர்செல்வி மாதவி தேவியரின் சுயம்வரத்திற்கு, போஜ மன்னனை விஜயம் செய்யும்படி வேண்டிக் கொண்ட அறிக்கை ஓலை அது.

“மாதவிக்கு சுயம்வரமா?” என்றான் காலவன்.

"மாதவிக்கு சுயம்வரமா?" என்றான் நரன்.

தூதன் வெளிச் சென்றான்.

நேரம் சென்று காலவன் கூறினான்: "பெண்கள் நம்பிக்கைக்குப் பாத்திரமானவர்கள் அல்லர் என்று குருதேவர் சொன்னது உண்மைதான். என்னதான் கன்னிப்பருவம் பெற்றாலும் – நான்குபேரை மணந்தும் திருப்தி அடையாமல் ஐந்தாவது கலியாணத்துக்கும் இணங்கிவிட்டாளே! பெண்கள் சஞ்சலைகள்; மாதவி அதற்கு எப்படி விதிவிலக்கு ஆகமுடியும்? நான் இந்தப் பக்கம் வந்ததும் என்னை மறந்துவிட்டாள்; சுயம்வரத்துக்கும் ஏற்பாடு ஆகிவிட்டது! பெண் – விசித்திரமானவள்தான் ..."

நரன் பொறுமை இழந்தான்: "முனிவரே, அந்தண சிரேஷ்டரே, எதற்காக மாதவிமீது வீண் பழி சுமத்துகிறீர்கள்? ஆசிரமப் பெண்டிர் அவளைக் கொடூரமாகப் பேசினார்கள் என்று வருந்தினீர்களே; உங்களுக்கும் அவர்களுக்கும் என்ன வித்தியாசம்? பெண் சஞ்சல சுபாவம் உடையவளாக இருக்கலாம். நீங்கள் வெகு ஸ்திரமாக இருந்து விட்டீர்களோ ...? இந்த சுயம்வரத்திற்கு அவள் ஒப்பியிருக்கவே மாட்டாள்; மிகநெருங்கியிருந்தும் அவளை நீங்கள் அறியவில்லையே! உங்களைத் தவிர வேறு யாரையும் அவள் மனம் நாடாது, நிச்சயம்!"

"ஆனால் இந்த ஓலை?"

"உண்மை. உங்களுடைய கட்டாயத்தின் பேரில் நான்கு முறை மணந்தது போன்று, தந்தையின் தொந்தரவினால் இதற்கு ஒப்பினாளோ என்னவோ! ஆனால் இம்முறை அவள் பிழைப்பது அரிது; குருவியின் தலைமீது பனங்காய் அல்ல, பனைமரம் வைத்துவிட்டீர்கள்!"

"உசீநரா, அவளைக் காப்பாற்றுவதற்கு வழியே இல்லையா!"

"வழி – நீங்கள் அவளை மணக்க வேண்டும்! வேறு வழி இல்லை."

"ஆனால் அவள் குருபத்தினியாக வாழ்ந்தவள் ஆயிற்றே?"

"அவளுடைய உடலைப் பற்றி ஏன் கவலைப்படுகிறீர்கள்? அதுதான் கன்னிப் பருவம் பெற்றுவிட்டதே!"

"எனக்குச் சமாதானம் ஏற்படவில்லையே?"

மாதவியின் இன்பத்தைக் கருத்தில் கொண்ட உசீநரன் வேண்டிக் கொண்டான்: "அப்படியானால் அவளுடைய அழிவுக்குச் சம்மதிக்கிறீர்களா?"

காலவன் மலைத்தவாறு மொழிந்தான்: "மற்றொரு காரணத்தாலும் ..."

"என்ன அது?"

"ஆசிரியர் மீது எனக்கு மிகுதியும் வெறுப்பாக இருக்கிறது. சடைபூண்ட தலையும் காடுபோல் அடர்ந்த தாடியும் உடைய அவர் மாதவியைத் தீண்டினார். அவர் மூலம் அவள் ஒரு குழந்தை ஈன்றாள் எனும் எண்ணமே எனக்கு அருவருப்புத் தருகிறது!"

அவன் கூறிய இந்த விசித்திரமான காரணம், நரனுக்கு வியப்பு உண்டாக்கியது.

"அவள்தான் மாற்று உடலைப் பெற்றுவிட்டாளே! அதையும் தவிர, நீங்கள் இனி அவருடைய மாணவரும் அல்ல; குருதட்சி ணை செலுத்தியவுடன் உங்கள் கடமை நிறைவேறிவிட்டது."

"அப்படியானால் . . ."

"நீங்களும் சுயம்வரத்துக்குப் போக வேண்டும்; தனிமையில் அவளைக் கண்டு விஷயத்தை விளக்கி, மன்னிப்புக் கோரி மண்டபத்தில் உங்களையே ஏற்றுக்கொள்ளும்படி செய்ய வேண்டும். அவள் உங்களையே ஏற்பாள், இனியும் தயங்கினால் – மிகவும் தாமதம் ஆகிவிடும்."

காலவன் தானாகச் சிந்தித்தபோதும், மாதவியே கூறிய போதும் அவனால் இந்த முடிவுக்கு வர முடியவில்லை; ஆனால் நரன் கூறியபோது, அதுவே உண்மை என்று அவனுக்குத் தோன்றியது!

"நீ வரவில்லையா?"

"போன தடவை நான் சொல்வதுபோல் செய்வதாக ஒப்புக் கொண்டு, செய்யவில்லை. உங்கள் மீது எனக்கு நம்பிக்கை இல்லை; அவளருகில் போனதும் குழப்பம் அடைந்து விடுவீர்கள்! நானும் உங்களோடு வருகிறேன். அந்த ராஜ ரிஷியை நானும் நேரில் காண விரும்புகிறேன்."

"எப்போது புறப்படலாம்?"

"இன்றே, இப்போதே!"

பக்கத்தில் நரனும் அவனுடைய இனிய குரலும் இருந்ததால், காலவன் கொஞ்சம் கொஞ்சமாய் உற்சாகம் கொண்டான்; 'மாதவியை அடைவேன்!' என்ற நினைப்பு அவனுக்குப் புளகம் உண்டாக்கியது.

இருவரும் பிரதிஷ்டா நகரத்திற்குப் புறப்பட்டனர்.

23

தாயும் ஆகவில்லை கன்னியும் ஆகவில்லை

– மாதவி

சுயம்வரம் நெருங்குகிறது.

மிகப்பெரிய சாம்ராஜ்யத்திற்கு அதிபதி யயாதியின் தலை நகரமான பிரதிஷ்டா நகரத்து மக்கள், வீதிகளில் தோரணங்களும் கொடிகளும் கட்டி, இராப் பகலாகத் தூக்கமும் இல்லாமல் விழாக் கொண்டாடி, கங்கு கரையில்லா ஆனந்தத்துடன், அந்த நாளை வரவேற்பதற்குத் தயாராயிருந்தார்கள்:

ராஜபவனம், இந்திரனின் மாளிகையும் பார்த்து வியக்கும் வண்ணம், அலங்கரிக்கப்பட்டிருந்தது; தேவ சிற்பி மயன் அங்கு வந்திருப்பின் 'ஓஹோ!' என்ற மூக்கின்மீது விரல் வைத்திருப்பான்.

மன்னர் பிரானின் யானைப் படைகளும் குதிரைப் படைகளும் நன்றாய்க் குளிப்பாட்டப் பட்டு, புது ஆடைகள் உடுத்தப்பெற்று, நகரம் எங்கும் அழகாகப் பவனி சென்றன. போர்க்களமே எட்டிப் பாராததால் மதமும் சோம்பலும். நிரம்பி யானைகள் அசைந்து மெதுவாக நடப்பது கண்ணுக்கு ஒரு விளையாட்டாகவும் இருந்தது.

வெகு காலமாக யுத்தத்தில் உபயோகிக்க படாததால் துருப்பிடித்திருந்த வாள், ஈட்டி, கேடயம்,

கவசம் முதலிய கருவிகளை நன்றாகத் துடைத்துப் பளபளப்பு உண்டாக்கிப் போர் வீரர்கள் அணிந்த போது, அவர்கள் உண்மையாகவே போர்வீரர்களாய்க் காட்சி அளித்தனர்.

தர்மாவதாரமான யயாதி அனாவசியமாகப் போரில் இறங்குவதில்லை; அதனால்தான் சைன்யத்துக்குப் புது மெருகு கொடுக்க நேர்ந்தது.

யயாதிக்கு எல்லையற்ற களிப்பு. இக் கொண்டாட்டத்தினால் நாட்டு மக்கள் மகிழ்ச்சி கொண்டனர் என்பதோடு தம்முடைய மகளுக்கு மகிழ்ச்சி உண்டாக்குவதற்கு அதுவே வழி என்றும் அவர் கருதினார். கவனிக்கத் தேவை இல்லாத வேலைகளைக் கூட அவரே நேரில் சென்று பார்வை இட்டார்; அரண்மனை எங்கும் சென்று, எல்லோருக்கும் பக்கத்தில் நின்றதால் ஊழியர்கள் மிகவும் பொறுப்புடன் வேலை செய்தனர். அவருடைய புதல்வர்கள், மாதவியின் உடன் பிறந்தோர், புருவும் யதுவும் தங்கள் தந்தையாரைப் போலவே எல்லாக் காரியங்களையும் ஜாக்கிரதையாகக் கவனித்தார்கள். இந்தத் தடபுடலில் அரசரும் அரச குமாரர்களும் மணப்பெண்ணைப் பற்றியே மறந்து போயினர்

• • •

அவளுடைய கதி? அதோ கதி!

அவள் எண்ணத் தெரியாமல் ஏங்கினாள். ஏங்கத் தெரியாமல் எண்ணினாள்.

நாட்கள், வெறி கொண்ட நாய்களைப் போன்று, ஓயாமல் குரைத்து, வாழ்க்கையின் சந்து பொந்துகளில் எல்லாம் அவளைத் துரத்தின; என்ன முயன்றும், எப்பக்கம் சென்றாலும் அவளால் தப்ப இயலவில்லை. உயிரைக் கையில் ஏந்திக் கொண்டு அவளும் ஓடினாள். ஆனால் . . .

தொட்டிலில் தொடங்குவதாய்க் கூறப்படும் வாழ்க்கை, அவளுக்குச் சுடுகாடு எட்டும் முன்னரே முடிவுற்றது. ‘என்றும் பதினாறு!’ என்று அவளுடைய உடலை வாழ்த்திவிட்டார்கள்; ஆனால் அவளுடைய இதயம் பதினாறில் மலர்ந்து பதினாறிலேயே கூம்பிவிட்டது. அவள் பெற்ற வரம் வரமாகவே தோன்றவில்லை. ஈரேழு பிறவிகளில் செய்த தீவினைகளின் பயனை அனுபவிப்பதற்காகத் தெய்வம் மறைமுகமாக விதித்த கொடுமையான சாபமாக அதை அவள் எண்ணினாள்.

அலைகளில் உருண்டுவருவது போன்று, மனத்தில் ஒன்று ஒன்றாய் உருவங்கள் எழுந்தன . . .

அவளுடைய உலகம் சிறிது; அவள் கண்ட மனிதர்கள் மிகச் சிலர்; ஆனால் அதையே தேவைக்கு அதிகமாகக் கருதினாள் அவள்.

அயோத்தி அரசன் ஹர்யசுவன் அவள் எதிரில் மிடுக்காக வந்து நின்றான்: "பெண்ணே, காமம் தீர்க்கும் கருவி நீ; அழகான கருவி நீ!" என்றான்.

"களங்கம், களங்கம் நீ!" என்று தொண்டை வற்றக் கூக்குரலிட்டான் காசி மன்னன் திவோதாசன்.

அனுதாபத்துடன் வந்தான் ஒருத்தன், மகா ரசிகன், போஜ ராஜன், உசீநரன்: "ஐயோ, அழகே, பேரழகே, உன்னை நிர்மூலம் செய்கிறார்களே!" என்று கவலைப்பட்டான்.

"உன் அழகையும் இளமையையும் உலகம் தாங்காது!" என்று எச்சரித்தார் விசுவாமித்திரர்.

எல்லோரையும் பின்னால் தள்ளிவிட்டு வெகு அவசரமாக ஓடி வந்தான் காலவன்: "நீ எனக்கே உரியவள்!" என்று உரிமை யுடன் கரம் பற்றினான்; இடி இடிப்பது போன்ற குரலில், "அவள் உனக்கு இல்லை!" என்று குரு கூறியதும் மறுத்துப் பேச வாய் இல்லாமல், திரும்பி ஓடி மறைந்தான் எங்கேயோ...

சுயம்வரம்!

அவள் தன் விருப்பத்திற்கு ஏற்ற மணாளனைத் தேர்ந்தெடுக் கலாம். அணி அணியாக அரசரும் அமரரும் அமர்ந்திருப்பர்; அழகனையோ, வீரனையோ அவள் பொறுக்கலாம்; ஆனால் அவள் இதயம் வேண்டுகின்ற கணவன்...

'அவன் காலவனா?'

காலவனைக் கசப்புடன் நினைத்தாள். அவனால்தானே அவளுடைய வாழ்க்கை நீண்டதொரு நெட்டுயிர்ப்பு ஆகியது? அவனால்தானே அவள் இதயம் சுடலைப் பிணமாக எரிகிறது?

அவனுடைய காதல் பரமனின் நெற்றிக் கண்ணைப்போல் அவளுடைய வாழ்க்கையை நீறாக்கிவிட்டது.

'ஒருகால், சுயம்வரம் என்று கேள்விப்பட்டதும் மனம் மாறுபட்டு அவரும் வருவாரோ?' எனறு சிந்தித்தாள்.

யார் அறிவர்? வந்தாலும் வரலாம்...

ஆனால் – வந்தால் – அவள் அவனுக்கு மாலை சூட்டு வாளா?

நிச்சயம் சூட்டுவாள்; அவனுக்காக அவள் எத்தனை எத்தனையோ துன்பங்களை ஏற்றாள்; அவன் வந்துவிட்டால்

மாலையிட்டு மணக்க வேண்டியதுதான்; வேறு யாருக்குத்தான் அவளால் மாலை போட முடியும்?

திடீரென்று அவளுடைய நினைவுகள் வக்கரித்துத் திசை மாறின.

காலவனை அவள் எதற்காக மணம் புரிய வேண்டும்? 'மனைவி' என்று வாக்களித்த பெண்ணைக் காப்பதற்கு, வல்லமை இல்லாத கோழை! அவளை மணந்த பிறகு, குருதேவர் சினந்து, 'இவளை நீ ஏற்றது பிசகு; விட்டுச் செல்' என்றால் அவன் பதில் பேசாமல் ஓடி விடுவான்!

அப்பால் அவர், 'உனக்குத்தான் கன்னிவரம் இருக்கிறதே, உன் மேல் மையலுற்றேன்: என்னை நீ மணப்பதால் தர்மபேதம் இல்லை!' என்றால்?

'போதும்; எனக்குக் காலவரும் வேண்டாம்; எந்த ஆடவனுமே வேண்டாம்; நான் கானகம் ஓடிவிடுகிறேன்!'

அவளுடைய குழந்தைகள் நான்கும் வளர்ந்த உருவில் அவள் முன் நின்று ஏசின; 'எங்களுக்குத் தாய்ப்பாலின் ருசியை மறுத்தாய்; அன்னையின் அன்பை அறியாத அனாதைகளாக்கினாய்; நீயும் ஒரு பெண்!'

மாதவிக்குக் குலைநடுக்கம் எடுத்தது. ஆவி உலகம் ஒன்று அப்படியே திரண்டு அவளை அச்சுறுத்துவதாகத் தோன்றியது.

அவள் அஞ்சினாள்; கண்களை மூடினாள். பயன் இல்லை. திறந்தாள்; அப்போதும் பயமாகவே இருந்தது.

'நான் தாயும் ஆகவில்லை; பிறகு கன்னியும் ஆகவில்லை. போதும், போதும்!' என்று அவள் கூச்சலிட்டாள்.

எறும்பு உணர்ச்சிகள் அவளுடைய நெஞ்சைக் கடித்தவாறு இருந்தன; ஒன்றை நசுக்க, ஆயிரம் வந்தன. வலி தாளாமல் அவள் துடிதுடித்தாள் . . .

மணப்பெண் துடிப்பதாலும் அழுவதாலும் சுயம்வரம் நின்றுவிடுமா? மணம் புரிவிக்க வேண்டியது தந்தை யயாதியின் கடமை; மணம்புரிந்து மக்கட்பேறுடன் மகிழ்ச்சியாக வாழ வேண்டியது மகளின் உரிமை; அந்த உரிமையை நிலைநாட்டுவதற்காக யயாதியால் குறிக்கப்பெற்ற அந்த நாள் நெருங்கிவிட்டது.

24

மனுதர்மம் முடிவான மனித தர்மம் அல்ல . . .

– உசீநரன்

நித்ய கன்னியும் நிறை அழகியுமான மாதவி யின் பிரதாபம் எங்கும் பரவியிருந்தது. காலவளர்ச் சியில் தேய்வு கொள்ளும் இளமையை நுகர்ந்து களைத்த மனித சிரேஷ்டர்கள், என்றுமே புதுமை புதுமையாக இளமை மிளிரும் மாதவியை அடைந்து இன்புற வேண்டும் என்னும் அவாவுடன் சுயம் வரத்திற்கு வந்து சேர்ந்தனர். அமரலோகவாசி களும் – யட்சர், கந்தருவர், கின்னரர் முதலானோர் – ஆர்வத்துடன் குழுமினர்; அப்ஸரஸ்களும் கந்தருவ மாதர் முதலியவரும் இளமையறா எழில் படைத் தவர்களே என்றாலும், நிலையான இன்பத்தைக் கசடு தட்டாமல் தருவதற்குத் தகுதியற்றவர்கள்; மாதவியோ மானிடப் பெண்; குழந்தை ஒன்றைப் பெற்றெடுக்கும் வரையில் அவள் உடலில் பருவத்தில் இனிய மாறுதல்கள் நிகழும்; மாறிமாறிவரும் பருவச் சிறப்பால் அவள் அமர சுந்தரிகளைவிடப பன் மடங்கு ஆனந்தம் அளிப்பாள் என்பது அமரரின் எண்ணம்.

மன்னர்களின் கூட்டத்தில் மாதவியின் முதல் மணாளன், காமுகன் ஹர்யசுவனும் இரண்டாவது கணவன் சாது திவோதாசனும் இருந்தனர். அவளு டைய கன்னி எழில்மீது ஆசை கொண்டு அவளை

மீண்டும் அடைவதற்கு முயலலாம் என்கிற கருத்துடன் வந்தவன் காமுகன்; இந்த அதர்ம நாடகத்தின் இறுதியைக் கண்ணால் காண வேண்டும் என்ற ஆசையுடன் வந்தவன் சாது. உசீநரனும் காலவனும் இன்னும் வந்து சேரவில்லை.

சுயம்வரத்துக்கு விஜயம் செய்தோரின் கூட்டம், யயாதி எதிர்பார்த்ததைப் போல் – அதைவிட மிகுதியாக – மிகவும் அதிகம்; நகரத்தில் அவர்கள் தங்குவதற்கு இடவசதி செய்ய இயலாமையினால் நகரத்து வெளியே இருந்த வனத்தில் எல்லோரும் முகாம் போட்டிருந்தனர் ...

நாளைக்குப் பொழுது புலர்ந்தால் சுயம்வரம்; கரத்தில் மாலை ஏந்தி, தனக்கு விருப்பமுள்ள கழுத்தில் சூட்டுவதற்கு நித்ய கன்னி வருவாள். இடையில் இன்னும் அறுபது நாழிகை உள்ளது என்ற எண்ணம் அனைவருடைய உள்ளத்திலும் ஒரு சுமையாக நின்றது. 'எனது அழகும் பெருமையும் அவள் எனக்கே மாலை இடுவாள்' என்று ஒவ்வொருவருக்கும் ஏதாவது ஒரு விதத்தில் சிறு நம்பிக்கை இருந்தது. இடைவேளையைக் கழிப்பதற்காக அவர்கள் ஏதாவது கேளிக்கையில் ஈடுபட்டிருந்தனர்.

அப்போது அந்தக் கூட்டத்தில் அரண்மனை ரகசியம் ஒன்று பரவத் தொடங்கியது; ஒருவர் காதில் ஏறி, பரம மர்மமாக, இன்னொருவர் காதில் இறங்கியது; ஆனால் ராஜாங்க ரகசியம் என்னும் காரணத்தாலேயே, அது சிறகு விரித்து வேகமாய்ப் பறக்கத் துவங்கியது; இறுதியில், உயர்ந்த இடத்து ரகசியம் உயர்ந்த இடத்திலேயே இருக்க வேண்டும் என்பதற்காக, எல்லோருடைய கண்களுக்கும் தென்படும்படியாக ஒரு மரத்தின்மீதே உட்கார்ந்துவிட்டது; ரகசியம் அமர்ந்துள்ள விருட்சத்தை நாடி அனைவரும் ஓடினர்; ரகசியத்தைப் பிரத்தியட்சமாய்க் கண்ணுற்றதும் அவர்கள் திடுக்கிட்டனர்.

அந்த ரகசியம் இதுதான்: மணப்பெண்ணுக்கு – நித்ய கன்னிக்கு – சித்தக்கோளாறு உண்டாகிவிட்டது. திடீரென்று அது மிகவும் முதிர்ச்சி பெற்ற நிலையில், அவள் அரண்மனையிலிருந்து வெளியேறி வனத்திற்கு வந்துவிட்டாள். தந்தை யயாதி பின்னாலிருந்து கூப்பிட்டதால், அவள் அங்கிருந்த ஒரு மாமரத்தின் உயரமான கிளை ஒன்றின் மீது ஏறி உட்கார்ந்துவிட்டாள்! யயாதி மரத்தடியில் நின்று, தம் புதல்வியைக் கீழே இறங்கும்படி பரிதாபமான குரலில் கூப்பிட்டுக் கொண்டிருந்தார். யாராவது மேலே ஏறி அவளை இறக்கலாம் எனில், புத்தி சுவாதீனம் இல்லாத அவள் கீழே குதித்துவிட்டால்? அதனாலேயே அவர் அவளை நயமாகக் கூப்பிட்டுக் கொண்டிருந்தார்.

மரத்தைச் சுற்றிக் கூட்டம் கூடியதால் யயாதியின் பாடு கேடு ஆகிவிட்டது; மீண்டும் மகளை அழைத்தார்:

"மாதவி, கீழே வா. என் வார்த்தையை நீ ஒருநாளும் மீறாதவள்; இன்று ஏன் இப்படி? சுயம்வரத்தில் உனக்கு விருப்பம் இல்லை என்றால் வந்திருக்கும் பெரியோர்களிடம் மன்னிப்புப் பெற்று அதை நிறுத்தி விடுகிறேன்..."

ஆனால் அவள் ஆகாயத்தையே பார்த்துக் கொண்டிருந்தாள்.

கூட்டத்தின் கிசுகிசுப்பு கூச்சலாக மாறியது. ஒவ்வொருவரும் அவளைத் தாம் இழந்துவிட்டதாகவே வருந்தினர். பாவம் அவளுக்குப் பைத்தியம் பிடிக்கக் காரணம் என்னவோ? பைத்தியத்துக்குக் காரணமும் வேண்டுமா என்ன? இவ்வளவு அழகான பெண்ணைப் பெற்ற யயாதியின் மனம் என்ன பாடு படுகிறதோ?

அயோத்தி அரசன் ஹர்யசுவன் முன் வந்தான்; அவளை எவ்வாறாவது கீழிறக்கி, புத்தி சுவாதீனம் உண்டாக்கி, அவளைத் தானே ஏற்பது என்று அவனாகவே தீர்மானம் செய்து கொண்டான்.

"மாதவி!"

குனிந்து, கூட்டத்தையும் ஹர்யசுவனையும் நோக்கி நகைத்தாள் அவள்.

"என்னை நீ புரிந்து கொள்ளவில்லையா? நான் ஹர்யசுவன்; முதன்முதலில் உன்னை மணப்பதற்கு ஆசைப்பட்டுத் தைரியமாக மணந்தவன். நான் உன்னை எவ்வளவு பிரியமாக வைத்திருந்தேன்? வா, மாதவி, கீழே வா!"

அவள் பேசாமல் கேட்டுக் கொண்டிருந்தாள்.

"உனக்காக மகாலட்சணம் வாய்ந்த இருநூறு புரவிகளைக் கொடுத்ததை மறந்துவிட்டாயா?"

அவளுக்கு ஞாபகம் வந்தது போலும்; கூறினாள்: "இருநூறு குதிரைகளுக்குப் பதிலாகத்தானே என்னை வாங்கினீர்கள்? எனக்குப் பதிலாக இருநூறு குதிரைகளையே மணம் செய்து கொள்ளுங்கள்!"

கூட்டம் 'கொல்'லெனச் சிரித்துவிட்டது.

ஏளனத்திற்குப் பாத்திரமான ஹர்யசுவன் ஆத்திரம் கொண்டான்: "வேஷம் போடுகிறாள் கள்ளி! அந்தப் பிராமணர் காலவன் இப்போது இங்கே வந்தால் இவளுடைய பைத்தியம் தெளிந்துவிடும்!"

அவன் உரத்துப் பேசியதை எல்லோருமே கேட்டனர். மகளின் நிலைக் கேட்டினால் மனம் தொய்ந்திருந்த யயாதியும் ஒன்றும் சொல்லத் தோன்றாமல் மௌனம் சாதித்தார்.

காசி மன்னன் திவோதாசன் துணிவு கொண்டான். மாதவி யின்பால் அவன் கொண்டிருந்த துவேஷத்தை வெளியிட அவனுக்கு நல்ல தருணம் கிடைத்தது.

"நால்வரை மணந்தும் இவளுடைய ஆசை தீர்ந்தபாடில்லை. கணவன் ஒருவன் பக்கத்தில் இருக்கும்போதே அந்தக் கால வருடன் கூடா ஒழுக்கம் வைத்திருந்தாள். இந்தப் பாபிஷ்டையின் சுயம்வரத்திற்குத்தான் இவ்வளவு பெரிய கூட்டம் சேர்ந்துள்ளது!"

மாதவி நித்ய கன்னி என்று கூட்டத்தில் இருந்தோருக்குத் தெரியும்; நான்கு முறை மணந்தும் கன்னிப் பருவம் பெற்றாள் என்பதும் அவர்களுக்குத் தெரியும்; ஆனால் அவள் காலவனுக் காக ஏங்கும் மனக்குறை உடையவள் என்பதை அவர்கள் அறியார்; ஒருவர் முகத்தை ஒருவர் நோக்கிக் கொண்டார்கள். தர்ம சொரூபி யயாதியின் புத்திரியா இப்படி...?

அவரையும் அவளையும் சற்று வெறுப்புடன் நோக்கி இகழ்ச்சியாகப் பேசத் தொடங்கினர் எல்லோரும்.

மாதவி மீதிருந்த வர்மத்தைத் தீர்த்துக் கொண்ட திவோ தாசன் யயாதியையும் அவமானம்செய்ய முனைந்தான்; தர்மாவ தாரம் என்கிற பட்டம் தன்னைச் சேர வேண்டியிருக்க, மக்கள் யயாதிக்கு அப்பெருமை அளித்துவிட்டதால் அவனுக்கு அவர் மீது பொறாமை; அதையும் தீர்த்துக் கொண்டான்: "இவளுக்கு சுயம்வரம் வைக்கத் துணிந்தவர்களைப் பாராட்ட வேண்டும்! இவளுக்கு நெடுநாளாகவே இந்தச் சித்தப் பிரமை இருக்கிறது; நித்ய கன்னி ஆனாலும் பைத்தியக்காரிதானே? இவளை யார் கழுத்திலாவது கட்டிவிட வேண்டும் என்று யயாதி விரும்பினார் போலும்! தர்மாவதாரம் அல்லவா?"

அயோத்தி அரசன் கூட்டத்தின் போக்கினால் உற்சாகம் கொண்டான்: "பைத்தியக்காரிக்குச் சுயம்வரம்! விபசாரிக்குச் சுயம்வரம்!"

"யார் விபசாரி? காமவெறி கொண்ட கயவனே! வாயை அடக்கி பேசு!"

கூட்டத்தின் இடையிலிருந்து, கம்பீரமான குரல் ஒன்று அழுத்தமாகப் பேசியது. ஏககாலத்தில் எல்லோருடைய கண்களும் குரல் வந்த திசையே திரும்பின.

• • •

நடுவில் இருந்தவர்களை எல்லாம் விலக்கிக்கொண்டு ஆஜானுபாகுவான ஒரு மனிதன் முன் வந்தான். அவனுடைய

அழகான உருவம் எல்லோரையும் வசீகரித்து, வாயை அடைத்து, நிசப்தத்தை நிறுவியது.

"ஹர்யசுவா, மாதவி தெய்வீக வரம் பெற்றதால், நால்வரை மணந்தாலும் கன்னியாகவே இருக்க முடிந்தது. காலவ முனி வரைக் காதலித்ததால் அவளை விபசாரி என்று வாய் கூசாமல் ஏசுகிறாய்... ஆனால், எண்ணற்ற பெண்களை அந்தப்புரத்தில் வைத்துக் கொண்டு நாட்டிலேயே சிருங்கார ஆட்சி நடத்துகிறாய்; எல்லோருக்கும் எதிர் நின்று தர்ம உபதேசம் செய்யக் கிளம்பி விட்டாய்; வெட்கம் இல்லையா உனக்கு?"

"என்னைக் கேள்வி கேட்பதற்கு நீ யார்?"

"நான் போஜராஜன். மாதவியின் மூன்றாவது கணவன்."

"நான் முதல் கணவன் என்பதை மறந்துவிட்டாயா? அவளைப் பற்றி எனக்கு எல்லாம் தெரியும்!"

"அவளைப் பற்றி உனக்கு ஒன்றுமே சரியாகத் தெரியாது. அவளைக் குறித்து ஏறுமாறாகப் பேசுவதற்கு உனக்கு எவ்வித உரிமையும் கிடையாது. அவளை மணம் புரிய விருப்பம் இல்லா விட்டால் இங்கே வந்திருக்கவே வேண்டாம். இங்கு வந்து அவளை அவதூறாய்..."

"நான் ஒன்றும் பொய் சொல்லவில்லை; அவள் விபசாரி தான்."

"இன்னொரு முறை அப்படிக் கூறினால் என் வாள் முனை தான் பதிலளிக்கும்!"

அயோத்தி அரசனும் பிடிவாதம் பிடித்தான்: "என் வாள் முனை தூங்கிக் கொண்டிராது. நீ எவ்வளவுதான் உறையிட்டு மறைத்தாலும் உண்மையை மறைக்க முடியாது. அவள் ஒழுக்கம் அற்றவள்தான்!"

சினமுற்று, வாளை உருவினான் உசீநரன். ஹர்யசுவனும் வாளைக் கையில் எடுத்தான்.

இவ்வளவு நேரம்வரை, யயாதி மௌனமாக எல்லாவற்றையும் பார்த்துக் கொண்டிருந்தார்; தம்முடைய மகளுக்காக இத்தனை உணர்ச்சியுடன் வாதாடுகின்ற உசீநரனின் தோற்றம், அவருக்கு அவன்மீது அன்பு உண்டாக்கியது. கலவரம் கண்டதும் அவர் கூறினார். "உசீநரா, ஹர்யசுவா! எதற்காக இப்போது வீண் சண்டை? நடந்தது என்னவோ நடந்துவிட்டது. நீங்கள் போரிடுவதால் என்ன பயன்? அவளுடைய விதி அது!"

உசீநரன் மறுமொழி பகர்ந்தான்: "அவள் விதி அவளுடைய தகப்பனார் உருவில் வந்து அவளைச் சர்வநாசம் செய்துவிட்டது.

ராஜரிஷி! உங்களுடைய புதல்வியாகப் பிறவாமல் அவள் ஒரு சாதாரண மனிதன் வீட்டில் பிறந்திருந்தால் எவ்வளவோ சுகம் கண்டிருப்பாள் . . .”

“போஜராஜனே, அறத்துக்கு இழுக்கு ஏற்படாதவாறு நடக்கத் தான் நான் விரும்பினேன். மனுதர்மம் விதித்துள்ளபடி . . .”

“மனுதர்மமே முடிவான மனித தர்மம் அல்ல,” என்று சீறினான் நரன்: “தர்மம் காலத்திற்கும் சூழ்நிலைக்கும் தகுந்தபடி வளைந்து கொடுக்க வேண்டும். மனிதனுக்காக, மனிதன் உயர்வு பெறுவதற்காகத்தான் தர்மம்; தர்மத்திற்காக மனிதன் அல்ல . . . ஏன், மனுதேவர் பெண்ணைப்பற்றி என்ன சொல்கிறார்? ‘எந்த இடத்தில் ஸ்திரீகள் பூஜிக்கப்படுகின்றனரோ அந்த இடத்தில் தேவதைகள் மகிழ்ச்சி அடைகிறார்கள்; எங்கு அவர்கள் பூஜிக்கப் படவில்லையோ அங்கு சகல காரியங்களும் பயனற்றுப் போகின்றன’ என்று மனு தர்மம் கூறவில்லையா?”

ஹர்யசுவனும் வாள்முனையை நீட்டினான்: “ஸ்திரீகள் ‘பிரஜா உற்பத்திக்காக ஏற்பட்டவர்கள்! மகாபாக்கியவதிகள்; பூஜிக்கத் தகுந்தவர்கள். வீட்டுக்கு விளக்கங்கள்; இல்லத்தில் ஸ்ரீ (லக்ஷ்மி) க்கும் ஸ்திரீக்கும் வித்தியாசம் இல்லை’ என்றும் மனுதர்மம் கூறுகிறதே? ‘பெண்ணுக்குத் தனிப்பட்ட யாகமோ, விரதமோ, உபவாசமோ தேவை இல்லை; பர்த்தாவுக்குப் பணி செய்தால் அவள் சொர்க்கத்திலும் பூஜிக்கப்படுவாள்’ என்றும் சொல்கிறது; ஆனால் அவள் எனக்கு ஏற்ற மனைவியாக நடந்துகொள்ளாமல் வேறு புருஷனைக் கவனத்தில் இருத்த வில்லையா? ஆகையால் அவள் விபசாரி அல்லவா?”

“அவள் உன்னைக் கணவனாக நினைத்தால்தானே உனக்கு ஏற்ற மனைவியாக நடப்பாள்? அவளுடைய உடலைத்தானே நீயும் வேண்டினாய்? அவள் இதயம் காலவரிடம் இருந்தது என்பதையும் நீ அறிந்தவன்தானே?”

“அதானால்தான் அவளை விபசாரி என்கிறேன்; தவறு என்ன?”

“அந்த வார்த்தையைச் சொல்லாதே . . .! விபசாரத்தின் உருவமே நீ அல்லவா? நீ தர்மம் தவறவில்லையா? ஒழுங்கீனன் அல்லவா? உன் களவொழுக்கத்திற்கு நரகத்திலும் தண்டனை கிடையாது.”

யயாதி சாந்தமாக மொழிந்தார்: “உசீநரா, அனாவசியமாக இப்போது போரிட்டு . . .”

“மாதவி ஒரு பெண்; பெண்ணுக்கு அவமானம் நேருவதை என்னால் மௌனமாகப் பார்க்க முடியாது; அவமானம் செய்கிற வர்களுக்குப் புத்தி புகட்ட வேண்டும்!”

"என்னை அவமானம் செய்கிறவர்களுக்கு நானும் புத்தி புகட்ட வேண்டும்!" என்றான் ஹர்யசுவன்.

வாய் திறந்த மோனத்துடன் கூட்டம் அவர்களைக் கவனித்தது; உசீநரனின் கம்பீரமான வாதம் மாதவியின்பால் அவர்களுக்கு இருந்த வெறுப்பைத் தணித்தது; ஹர்யசுவன் மீது அவர்கள் ஆத்திரமுற்றனர்!

இருவரின் வாள்களும் ஒன்றோடு ஒன்று முட்டின. இரு வருமே பராக்கிரமசாலிகள்; சிறந்த போர் வீரர்கள். ஆனால் அயோத்தி அரசன் பரபரப்புடன் போரிட்டான்; போஜ மன்னனின் வாள் வீச்சு நிதானமாக இருந்தது. நரன் மிக லாகவமாய் எதிரியின் வாளைத் தட்டிவிட்டு, கீழே வீழ்த்தி, வாள் முனையை மார்பில் ஊன்றினான். ஹர்யசுவனின் உயிர் வாள் முனையில் ஊசலாடியது.

"வெறியனே! சொல். மாதவி ஒழுக்கம் அற்றவளா? அல்லது நீ குணஹீனனா? உண்மை பேசு. இல்லாவிட்டால் தொலைவாய்!"

வாழ்க்கை இன்பங்களில் மிகவும் பற்றுள்ள ஹர்யசுவன் அவ்வளவு எளிதாக உயிரை இழக்க விரும்பவில்லை; ஒப்புக் கொண்டான்: "இல்லை – மாதவி ஒழுக்கம் தவறியவள் அல்ல; நான்தான் . . ."

அவனுடைய நடுக்கத்தைக் கண்ட கூட்டம் இரண்டாவது முறை அவனை நோக்கிக் 'கொல்'லென நகைத்தது.

அவன் நெஞ்சு மீதிருந்த வாளை எடுத்து, எழுந்து நரன் கூறினான்: "போ, உன் வேலையைப் பார்த்துக்கொண்டு!"

ஹர்யசுவனின் தலை தொங்கிவிட்டது; வெட்கம் பிடுங்கியது. தன் வாளைப் பொறுக்கி எடுத்துக்கொண்டு மெதுவாகக் கூட்டத்தில் புகுந்தான்.

அவன் போனதும் உசீநரன் நிமிர்ந்து மாதவியை நோக்கினான். அவள் இன்னும் அங்கேயே இருந்தாள். அவள் நிமித்தமாகவே கீழே நடந்த போர் அவளுக்கு ஒரு விளையாட்டாகத் தோன்றியதோ என்னவோ!"

"மாதவி . . மாதவி! என்னைப் பார்!"

அவள் அவனைக் குனிந்து பார்த்தாள்.

"மாதவி, காலவர் தம் செய்கைக்காக வருந்தி, உன்னை மணம் புரிய வந்திருக்கிறார் . . ."

"யார், காலவரா? . . . ஐயோ அவரை நினைத்தாலே பயமாக இருக்கிறதே!"

“ஏன், எதற்காகப் பயம்?”

“காலவர் என்னைக் குருதேவர் குடிசை வாசலில் கட்டிப் போட்டு விடுவார்; அப்புறம் என் கல்யாணியின் கதி என்ன ஆகும்? காட்டில் சுயேச்சையாக அலைய முடியாது . . . அவர் மிகவும் பொல்லாதவர்!”

பைத்தியக்காரி போல் உரையாடவே இல்லை: மிகவும் தெளிவாகத்தான் பேசினாள்.

யயாதியின் பக்கம் திரும்பி நரன் பெருமூச்சுடன் கூறினான்: “உங்களுடைய தர்மம் இவளுக்குப் புதை ஸ்தலம் ஆகிவிட்டது. அறிவு தடுமாறிய இந்நிலைதான் இவளுக்கு ஆறுதலாக உள்ளது. தெளிவு அடைந்தால், இவளைத் திரும்பவும் கவலையும் பயமும் சூழ்ந்து கொள்ளும்; இதற்குக் காரணம் நீங்கள்தான்!”

ராஜரிஷி வேதனையினால் தளர்வெய்தினார்: “உசீநரா, பிரபஞ்சத்தின் கருவான மகாசக்தியின் போக்கை யாரால் அறிய முடியும்?”

“ஆனால் தர்மத்தின் பெயரை ஏன் உபயோகிக்கிறீர்கள்? உங்கள் விருப்பு வெறுப்புகளை ஏன் தர்மம் ஆக்குகிறீர்கள்?”

ராஜரிஷி ஒப்புக்கொண்டார்: “எனக்கு ஆதியில் விளங்க வில்லை; தவறிவிட்டேன்.”

“இவ்வளவு தாமதித்து உங்களுக்கு விளங்கி என்ன பயன்? . . . இந்தப் பிரமை நிலைதான் இவளுடைய உண்மையான வாழ்க்கை; கொடிய மனிதர்களிடை இராமல் மானாகக் கானில் திரிவதாய்க் கற்பனை செய்துகொண்டு அதில் வாழ்கிறாள். அவளுக்கு இந்தக் கற்பனை வாழ்க்கை இன்பமும் தருகிறது. அவளுடைய இந்தக் கனவைக் கலைத்தால், அவள் உடல்கூட மறைந்து விடலாம். அவள் போகிற போக்கில் விடுவதுதான் நல்ம்.”

“வேறு நம்மால் என்ன செய்ய முடியும்?”

“சரி, முதலில் மாதவியைக் கீழே இறக்க வேண்டும் . . . மாதவி! பக்கத்தில் உள்ள கானகத்தில் அழகான தடாகம் ஒன்று இருக்கிறது; உனது தோழிகள் அங்கே நீராட வந்திருக்கி றார்கள்; நீ வரவில்லையா?”

“நிசமாகவா?”

“நிசமாகத்தான்!”

உசீநரன் கொடுத்த ஏணியைப் பற்றி அவள் கீழே இறங்கத் தொடங்கினாள் . . .

நரனுடன் காலவனும் வந்து விட்டான்; சுயம்வரத்திற்கு ஒருநாள் முன்னதாகவே அவர்கள் பிரதிஷ்டா நகரத்திற்கு வந்துவிட்டனர்; ஆனால் அங்கு அவர்களுக்கு விபரீதமான செய்தி காத்திருந்தது; மாதவிக்குச் சித்தக் கோளாறு என்பது தான் அது.

இருவரும் அவள் இருந்த இடத்துக்கு விரைந்தனர். அவள் மரத்தின் மீது இருப்பதையும் மரத்தைச் சுற்றிலும் கூட்டம் நிற்பதையும் கண்டனர். புத்தி பேதலித்துள்ள நிலையில் மாதவி காலவனைக் கண்டால், புத்தி சிதறுவதற்கு ஹேதுவாகுமோ என அஞ்சிய நரன் காலவனை ஒருபுறமாக உட்காரச் சொல்லி விட்டு, அவன் மட்டுமே கூட்டத்தில் புகுந்தான்.

சற்று விலகி நின்றவாறே, அனைத்தையும் திக்பிரமையுடன் கவனித்துக் கொண்டிருந்தான் காலவன். நரனுடன் கிளம்பிய போது அவன் எதிர்பார்த்த சுகம் மாதவியின் பைத்தியத்தால் மீண்டும் பங்கமாகிவிடுமோ என்ற அச்சம் அவனைப் பீடித்தது. கவலையுடன் மாதவிமீது கண் பதித்து நின்றான். நரனுக்கும் ஹர்யசுவனுக்கும் நடைபெற்ற வாக்குப் போரையும் வாட் போரையும் பார்த்தான். நரனின் உயிருக்கு அபாயம் ஏற்படுமோ என்று அச்சமுற்றான். ஆனால் நரன் லகுவாக ஹர்யசுவனை வீழ்த்திவிட்டான்; அவனுடைய சாதுரியமான பேச்சைக்கேட்டு மாதவியும் கீழிறங்கலானாள். இனி தானும் முன் செல்லலாம் என எண்ணிய காலவனும் கூட்டத்தைக் கஷ்டத்துடன் ஒதுக்கிக் கொண்டு நடந்தான்.

அவன் கூட்டத்தின் முன்னால் வருவதற்கும் மாதவி கீழே வருவதற்கும் சரியாக இருந்தது; அதே சமயத்தில் அனைவரும் திடுக்கிடும்படியாக இன்னொரு நிகழ்ச்சி நடந்துவிட்டது.

நரனால் தோல்வியுண்ட ஹர்யசுவனின் நெஞ்சை வெட்கமும் ஆத்திரமும் பிறாண்டிக்கொண்டிருந்தன; எப்படியும் நரனைப் பழிவாங்க வேண்டும் என்ற நினைப்பு அவனை வாட்டியது; தருணத்தை எதிர்பார்த்தபடி கூட்டத்தில் மறைந் திருந்தான்.

மாதவி கீழே இறங்கத் தொடங்கியதும் எல்லோருடைய கவனமும் அந்தப் பக்கம் இருந்தது; ஒருவரும் அவனைப் பார்க்கவே இல்லை. தட்சணமே உருவின வாளுடன் அவன் பாய்ந்தான்; திடீரென்று நரனின் கழுத்தை நோக்கி வாளை வீசினான். வீரத்தால் முடியாததை அவன் வஞ்சனையால் சாதித்துவிட்டான்.

தலையிழந்த நரனுடைய உடல் தரையில் விழுந்து துடி துடித்தது.

யயாதி திடுக்கிட்டார்; காலவன் திகைப்புண்டான்; கூட்டத்தில் 'ஐயோ, ஐயோ!' என்ற கூக்குரல் பரவியது.

பித்தி மாதவி உயிரற்ற தலையைக் கண்டாள்; என்ன நினைத்தாளோ! அதைக் கையில் எடுத்து முத்தம் இட்டாள்; எல்லோருக்கும் தெரியும்படி அதை உயரத் தூக்கிக் காட்டினாள்; உயிரிழந்த பின்னரும் அந்த முகம் எல்லோரையும் பார்த்துப் புன்னகை புரிந்தது; மாதவி தலையைக் கீழே போட்டாள் . . .

ஒன்றுக்குமேல் ஒன்றாக நிகழ்ந்த விபரீதங்களால் மனம் நொந்து நின்றார் யயாதி; யுவனாக இருப்பினும் யுகயுகாந்திர தர்மங்களை வகுக்கக்கூடியவன் போன்று உறுதியுடன் உரையாடிய உசீநரனின் உடலுடன் தலையைப் பொருத்திப் பார்த்தார். அவனுடைய மரணத்துக்குக் காரணமான ஹர்யசுவன் மீது மிகுந்த சினம் கொண்டார். பொறுமையின் வடிவமான அவர் சீற்றத்தால் கரகரப்புக் குரலில் கூறினார்: "அந்தச் சண்டாளன் ஹர்யசுவன் எங்கே?"

கூட்டத்தினர் திரும்பித் தேடினர்; ஹர்யசுவன் ஓட்டம் பிடித்துவிட்டான்!

25

வேண்டாம்! வேண்டாம்!

– மாதவி

வாழ்க்கையை வாழ்க்கைக்காகவும், அழகை அழகுக்காகவும், கலையைக் கலைக்காகவும் காதலித்த உசீநரனின் முண்டமும் தலையும் வெவ்வேறாகப் பிரிந்து ரத்தம் கக்குவதைப் பார்த்தான் காலவன்; குருதியினால் தரை செம்மை கொண்டது; நரனின் உயிருக்குக் காரணமாகவும், அவன் இயங்குவதற்குக் காரணமாகவும் இருந்த அந்த ரத்தப் பெருக்கு காலவனுக்கு ஆயிரம் ஆயிரம் கதைகள் கூறியது. செயலற்று மௌனமுற்று நின்றான் சற்று.

யயாதியின் குரலைக் கேட்டு அவன் விழிப்புற்றான். கலவரம் அடைந்திருந்த கூட்டத்திலிருந்து மாதவி மெதுவாக நழுவுவதைக் கண்ணுற்றான். நரனை இழந்தவன் மாதவியையும் இழக்கத் தயாராக இல்லை. அவளைப் பின்பற்றினான் அவன். அவர்களை யாரும் கவனிக்கவில்லை.

"மாதவி!"

சிறிது தூரத்தில் சென்ற மாதவி திரும்பி நோக்கினாள், நடையைத் துரிதப்படுத்தினாள்.

"நான் வந்துவிட்டேன் மாதவி! உனக்காகத்தான்; இரு, இரு!"

"ஐயோ, வேண்டாம், வேண்டாம்!" என்று கூக்குரல் இட்டவாறு அவள் ஓடத் தொடங்கினாள்.

நித்ய கன்னி

காலவனும் பின் தொடர்ந்து ஓடினான்.

மரம், செடி, கொடிகளை எல்லாம் தாண்டி, வேடுவனால் துரத்தப்படும் மானைப் போல், தரையில் கால் பாவாமல் ஓடிக் கொண்டிருந்தாள் அவள்; அவளுடைய கூச்சலாலும் காலவனுடைய குரலாலும் பீதி கொண்டு மருண்ட மான்கள் அவளுக்குப் பின்னாலேயே பாய்ந்து ஓடத் தொடங்கின.

அவனால் அவ்வளவு வேகமாகப் பின் செல்ல இயல வில்லை.

"மாதவி, மாதவி, மாதவி!"

"வேண்டாம், வேண்டாம், வேண்டாம்!"

இரண்டு குரல்களும் வானில் வளைந்து பூமியில் படிந்து, மரங்களின் சந்து பொந்துகளில் பதுங்கி வெளிப் பாய்ந்தன. பிரதித் தொனியாக, ஆரண்யத்தின் பொருள் ஒவ்வொன்றும் அவனை 'வேண்டாம், வேண்டாம்!' என்று நிராகரிப்பது போல் இருந்தது.

வனத்தின் மத்திய பாகத்தை அவள் கடந்துவிட்டாள். மான்களின் கூட்டத்துக்கு இடையில் அவள் மறைந்து போனாள்; அவன் கொஞ்சம் கொஞ்சமாய்ப் பின் விழுந்து கொண்டிருந் தான்.

ஆயினும் அவன் ஓட்டத்தை நிறுத்தவில்லை.

நாக்கு வறண்டு, தாகம் கொண்டான்; மூச்சுப் பிடித்ததால் மார்பு வலித்தது; கால்கள் ஒன்றை ஒன்று தழுவின; உலகம் வானக் கோடிக்கு அப்பால் விரிவுற்றது, எல்லையற்று; அந்தக் கானகத்திலுள்ள விருட்சராசிகளும் குன்றங்களும் வானவுயர் வுக்கும் மேலாக உயர்ந்தன, எல்லையற்று. அவனோ காற்றைவிட மிகவும், மிகவும் கனம் குறைந்தான் எல்லையற்று. அவனுடைய தலை சுழன்றது; மயக்கமுற்றுச் சாய்ந்தான் கீழே . . .

பிரக்ஞை பெற்று அவன் எழுந்த போது, அவனைச் சுற்றி எங்கு பார்த்தாலும் மான்கள் மேய்ந்து கொண்டிருந்தன. குரல் ஒலியும் எதிரொலியும் அடங்கிவிட்டன. காட்டுக்குள் சென்ற மாதவியின் சுவடே புரியவில்லை . . .

தரையில் விழுந்து, தலையில் அடித்துக் கொண்டு, சிறு குழந்தை போல், தேம்பித் தேம்பி அழத் தொடங்கினான் காலவன்.